한국인을 위한

태국어 문형학습바이블

한국인을 위한

태국어 문형학습바이블

정 환 승 · 빠릿 인센

HU:iNE

이 책을 내면서

한국에서 태국어 교육이 시작된 지 반세기가 다 되어 가고 태국에서 한국어 교육이 시작된 지 30년이 넘었다. 그동안 한국과 태국 양국에서 상대방 언어와 문화를 탐구하는 여러 가지 연구 성과가 있었다. 그럼에도 불구하고 언어교육 차원에서의 다양한 교재개발은 꾸준히 이루어져야 한다는 시대적 요청이 계속되고 있다.

태국어라는 희소한 언어에 입문한지 어언 30년이 넘었다. 그동안 한국에서 태국어를 강의하고 태국에서 한국어를 강의하면서 느낀 바로는 누구나 외국어를 학습하게 되면 모국어를 바탕으로 학습대상어를 인지한다는 것이었다. 그래서 외국어 학습교재도 일차적으로는 모국어와 학습대상어 간의 언어체계를 비교하여 기술하는 것이 일정한 수준에서 효율성을 담보하게 된다. 이러한 인식 아래 늘 꿈꾸어 오던 것 중의 하나가 바로 태국어를 잘 아는 한국인과 한국어를 잘 아는 태국인 간의 공동 집필을 통한 교재의 개발이었다.

이번에 새로 출간하는 이 책 "태국어 문형학습바이블"은 태국 국립쏭클라대학교 한국어과 빠릿 인센 교수와 공동으로 집필한 것이다. 우선 사용빈도가 높은 명사와 동사 목록을 만들고 일상생활에 자주 사용되는 어구를 발췌하여 이에 대응 되는 태국어 문형을 찾아 그 구조와 의미체계를 간략하게 설명한 다음 해당하는 예를 몇 개의 문장으로 제시하였다.

그러나 한국어와 태국어 간에는 상당부분 유사하면서도 다른 점이 많아서 형태와 의미를 제대로 설명하기가 그리 쉬운 일이 아니었다. 여러 번 고치고 다듬었는데도 아직 미흡한 점이 남아 있으리라 생각된다. 그럼에도 불구하고 태국어를 공부하는 한국인 학습자나 한국어를 공부하는 태국인 학습자에게 도움을 줄 수 있다는 믿음으로 이 책을 펴내게 되었다.

이 책이 나오기까지 여러 사람의 수고를 빌었다. 늘 옆에서 지켜보며 응원해준 아내 권은경에게 먼저 감사를 드린다. 한국외국어대학교 박경은 교수님과 쭐라롱껀 대학교 수파펀 분룽 교수님께서는 초고를 꼼꼼하게 살펴보아 주시고 적절한 조언을 아끼지 않으셨다. 한국외국어대학교 지식출판콘텐츠원 관계자 여러분께서는 낯선 태국어 폰트와 입력체계에서 오는 어려움을 탓하지 않고 이 책을 꾸며 주셨다. 이 모든 분들께 이 지면을 들어 감사를 드린다.

2020년
저자 씀

일러두기

태국어의 문형을 학습하기 전에 이 책의 앞부분에 제시된 기초 명사와 기초 동사를 먼저 익혀두는 것이 좋습니다. 문장의 기본 성분은 명사와 동사로 구성되어 있습니다. 명사는 주어나 목적어의 기능을 하고 동사는 술어의 기능을 합니다.

제1장에서는 일상생활과 관련된 명사 1,200 여 개의 단어를 여섯 개의 부류로 나눈 다음 다시 하위 그룹으로 분류하였습니다. 각 카테고리 안에서 태국어의 자모음 순서로 나열하고 뜻을 달았습니다.

제2장에서는 기초 태국어를 익히는데 필요한 동사 1,000 여 개 단어를 역시 태국어 자모음 순으로 나열한 후에 뜻을 적었습니다.

제3장에서는 한국어의 어구를 우리말 자모음 순으로 나열하고 이에 대응되는 태국어 문형을 표시하였습니다. 아울러 태국어 문장 구조와 쓰임새를 설명한 다음 필요한 예문을 제시하였습니다.

제4장에서는 태국 왕립학술원에서 발간된 태국어 사전을 기초로 하여 잘못 적기 쉬운 낱말을 간추려 정리하였습니다.

이 책에 수록된 태국어 예문에는 경어를 나타내는 문말 어조사가 생략되어 있습니다. 실제 문장의 발화 시에는 화자와 청자의 사회적 지위나 신분에 따라 알맞게 사용하여야 합니다. 화자가 남성의 경우 ครับ을 사용하고 여성의 경우 ค่ะ를 사용합니다.

하나의 외국어를 학습하는 데에는 많은 시간과 노력을 요구합니다. 이 책으로 초급은 물론 중급이나 고급수준의 태국어를 익히고자 하는 한국인 학습자에게 많은 도움이 되기를 희망합니다.

차례

이 책을 내면서

일러두기

제1장

기초 명사 ········ 1

I. 사람에 관한 어휘 ········ 1

(1) 인체 관련 어휘 / 1

(2) 건강과 위생 관련 어휘 / 3

2. 정신/감정에 관한 어휘 ·· 5

3. 부류에 관한 어휘 ·· 6

(1) 사람 관련 어휘 / 6

(2) 친척 관련 어휘 / 7

(3) 직업 관련 어휘 / 8

4. 기타 ·· 9

II. 의식주에 관한 어휘 ········ 9

1. 의복 관련 어휘 ·· 9

2. 식생활 관련 어휘 ·· 10

3. 주거생활 관련 어휘 ·· 13
4. 생활용품 관련 어휘 ·· 14

III. 사회생활에 관한 어휘 ········ 18
1. 사회조직 관련 어휘 ·· 18
2. 제도, 풍습, 국경일 관련 어휘 ·· 19
3. 교통과 통신 관련 어휘 ·· 20
(1) 교통 관련 어휘 / 20
(2) 통신 관련 어휘 / 22
4. 공공시설, 안내판 관련 어휘 ·· 22
5. 경제 관련 어휘 ·· 24
(1) 경제일반 관련 어휘 / 24
(2) 농업 관련 어휘 / 25
(3) 어업 관련 어휘 / 25
(4) 상업 관련 어휘 / 26
(5) 공업 관련 어휘 / 26

IV. 교육 및 예체능에 관한 어휘 ········ 27
1. 교육일반 관련 어휘 ·· 27
2. 언어 관련 어휘 ·· 28
3. 문학 관련 어휘 ·· 29
4. 체육, 오락 관련 어휘 ·· 29
5. 음악 관련 어휘 ·· 31
6. 미술 관련 어휘 ·· 31

V. 자연계에 관한 어휘 ········ 32
1. 천체 관련 어휘 ·· 32
2. 지리, 지형 관련 어휘 ·· 32
3. 자연현상 관련 어휘 ·· 33
4. 동물 관련 어휘 ·· 34
5. 식물 관련 어휘 ·· 36
6. 광물 관련 어휘 ·· 36

VI. 감각과 인식에 관한 어휘 ········ 37

1. 일반부류 관련 어휘 ·· 37
2. 공간 관련 어휘 ·· 38
3. 시간 관련 어휘 ·· 39
4. 색상 관련 어휘 ·· 41
5. 수량 관련 어휘 ·· 42
   (1) 수 관련 어휘 / 42
   (2) 단위 관련 어휘 / 44
6. 추상 명사 관련 어휘 ·· 45

제2장

기초 동사 ········ 47

제3장

기초 문형 ········ 101

부록

잘못 적기 쉬운 태국어 ········ 327

제1장

기초 명사

I 사람에 관한 어휘

(1) 인체 관련 어휘

กระดูก	뼈	กระดูกสันหลัง	척추
กระดูกอ่อน	관절	กระเพาะ	위
กล้ามเนื้อ	근육	กะโหลกศีรษะ	두개골
กำปั้น, กำหมัด	주먹	แก้ม	볼, 뺨
ขนตา	속눈썹	ข้อเข่า/หัวเข่า	무릎
ข้อแขน	팔꿈치	ข้อเท้า	발목
ขอบตา	눈가장자리	ข้อมือ	손목
ขา	다리	แขน	팔
ความสูง	키	คอ	목

คอหอย	인후	คาง	턱
คิ้ว	눈썹	จมูก	코
ซี่โครง	늑골	ตะโพก	엉덩이
ตับ	간	ตา	눈
ไต	신장	ถุงน้ำดี	쓸개
ทวารหนัก	항문	ท้อง	배
ทอมซิล	편도선	เท้า	발
นม	젖/유방	น่อง	종아리
นิ้วเท้า	발가락	นิ้วมือ	손가락
เนื้อ	살	บ่า/ไหล่	어깨
ใบหน้า	얼굴	ประสาท	신경
ปอด	허파	ปาก	입
ปุ่มเหงือก	잇몸	เปลือกตา	눈꺼풀
ผิว	피부	ฝ่าเท้า	발바닥
ฝ่ามือ	손바닥	ฟัน	이
มันสมอง	뇌	มือ	손
ร่างกาย	몸	ริมฝีปาก	입술
ลิ้น	혀	เล็บเท้า	발톱
เล็บมือ	손톱	เลือด	피
โลหิต	혈액	ลำไส้	창자
ผม	머리카락	เส้นเลือด	혈관

เส้นเลือดแดง	동맥	ไส้	장
ไส้ติ่ง	맹장	หนวด	수염
หน้าตา	얼굴	หน้าผาก	이마
หน้าอก	가슴	หลัง	등
หัว/ศีรษะ	머리	หัวใจ	심장
หู	귀	เอว	허리

(2) 건강과 위생 관련 어휘

โรคชัก	경련	ขน	털
ขนลุก	소름	ขี้	똥
ขี้ไคล	때	ไข้	열
ไข้หวัดใหญ่	오한	ง่วงนอน	졸음
ประจำเดือน	생리	จักษุแพทย์	안과
จาม	재채기	เจ็บคอ	목통증
ไซนัส	중이염	ศัลยกรรม	성형외과
ท้องผูก	변비	ท้องเสีย	설사
ทอมซิลอักเสบ	편도선염	ทันตแพทย์	치과
นอนหลับ	잠	น้ำตา	눈물
น้ำปัสสาวะ	소변	น้ำลาย	침
เนื้องอก	종기	บิดขี้เกียจ	기지개
ปวดท้อง	복통	ปวดฟัน	치통

ปวดศีรษะ/ปวดหัว	두통	ปอดอักเสบ	폐렴
ผายลม	방귀	ผ้าอนามัย	생리대
แผนกกุมารเวช	소아과	ชันสูตรโรค	비뇨기과
แผนกตรวจโรคภายใน	내과	แผนกตรวจหู คอ จมูก	이비인후과
แผนกโรคประสาท	신경과	แผนกศัลยกรรม	외과
แผนกสูตินารี	산부인과	แผล	상처
แผลไฟไหม้	화상	ไฝ	점, 반점
พุพอง	물집	แพทย์ผู้เชี่ยวชาญ	전문의
แพลง	삠	โพรงหนอง	부스럼
ฟกช้ำ	멍	ฟันผุ	충치
มาลาเรีย	말라리아	มึนเมา	현기증
เมา	멀미	รถพยาบาล	구급차
รังสี	엑스레이	เรอ	트림
โรค	병	โรคจิต	정신과
โรคติดต่อ	전염병	โรคนัยน์ตา	눈병
โรคบิด	이질	โรคเบาหวาน	당뇨병
โรคหัด	홍역	เลือดกำเดา	코피
วัณโรค	결핵	ไส้ติ่งอักเสบ	맹장염
หนอง	고름	หวัด	감기
ห้องคนไข้	병실	ห้องฉุกเฉิน	응급실

ห้องทำยาชุด	조제실	ห้องผ่าตัด	수술실
ห้องรังสี	엑스레이실	หายใจ	숨, 호흡
หาวนอน	하품	หูด	돌기, 사마귀
เหงื่อ	땀	อักเสบ	염증
อัมพาต	중풍	อาการนอนไม่หลับ	불면증
ภูมิแพ้	알레르기	อาเจียน	구토
อาหารไม่ย่อย	소화불량	เอกซเรย์	엑스레이
ไอ	기침		

2. 정신/감정에 관한 어휘

ความกล้าหาญ	용기	ความกังวล	걱정/근심
ความขลาด	겁	ความคิด	생각
ความฉลาด	슬기	ความเชื่อมั่น	신념
ความตั้งใจ	결심	ความประทับใจ	감명
ความปรารถนา	소원	ความรำคาญ	짜증
ความรู้สึก	느낌	อารมณ์จิตใจ	정서
ความโลภ	욕심	ความสนใจ	관심
การปลอบใจ	위로	จิตใจ	마음
สติ	정신	น้ำใจ	인정
บุคลิกภาพ	인격	บุคลิกลักษณะ	개성

ปัญญา	지혜	มโนคติ	사상
วิญญาณ	얼/영혼	อารมณ์	감정/기분
อุปนิสัย	성격		

3. 부류에 관한 어휘

(1) 사람 관련 어휘

คน	사람	คนกำพร้า	고아
คนขอทาน	거지	คนชรา	노인
คนพเนจร	나그네	คนพิการ	장애자
คนรวย	부자	คู่ครอง	배우자
จำนวนประชากร	인구	เจ้าของ	주인
เด็ก	아이	เด็กผู้ชาย	소년
เด็กผู้หญิง	소녀	ทารก	아기
ประชาชน	국민	ผู้ชาย	남자
ผู้หญิง	여자	ผู้ใหญ่	어른
เพื่อน	친구	มนุษย์	인간
รุ่นน้อง	후배	รุ่นพี่	선배
ลูกในท้อง	태아	ลูกศิษย์	제자
ศัตรู	적	สาวโสด	처녀
สุภาพบุรุษ	신사	สุภาพสตรี	숙녀

หนุ่ม	청년	หนุ่มโสด	총각
อาจารย์	교수		

(2) 친척 관련 어휘

ปู่	할아버지	ย่า	할머니
พ่อ	아버지	แม่	어머니
ลุง	큰아버지	ป้า	큰어머니
อาชาย	삼촌	อาหญิง	숙모
พี่ชาย	형, 오빠	พี่สาว	누나, 언니
น้องชาย	남동생	น้องสาว	여동생
สามี	남편	ภรรยา	아내
ลูกเขย	사위	ลูกสะใภ้	며느리
ลูกชาย	아들	ลูกสาว	딸
หลานชาย	손자	หลานสาว	손녀
ลุง	아저씨	ป้า	아주머니
ตา	외할아버지	ยาย	외할머니
พ่อตา	장인	แม่ยาย	장모
อา	외삼촌	น้า	이모
หลานชาย	외손자	หลานหญิง	외손녀

(3) 직업 관련 어휘

กรรมกร	노동자	ข้าราชการ	공무원
คนขับรถ	운전기사	คนขุดแร่	광부
ครู	교사/선생님	จิตรกร	화가
ช่างซ่อม	정비공	ช่างตัดผม	이발사
ช่างเทคนิค	기술자	ช่างไม้	목수
ช่างเสริมสวย	미용사	ชาวนา	농부
ชาวประมง	어부	ตำรวจ	경찰
ทนายความ	변호사	ทหาร	군인
นักการเมือง	정치가	นักกีฬา	운동선수
นักข่าว	기자	นักเขียน	작가
นักดนตรี	음악가	นักธุรกิจ	사업가
นักบวช	성직자	นักปราชญ์	학자
นักพากย์	성우	นักร้อง	가수
นักเรียน	학생	นักวิทยาศาสตร์	과학자
นักศิลปะ	예술가	นักแสดง	배우
นางพยาบาล	간호사	นายพราน	사냥꾼
บุรุษไปรษณีย์	우체부	ผู้ใช้แรงงาน	근로자
ผู้พิพากษา	판사	พนักงานบริษัท	회사원
พ่อครัว	요리사	พ่อค้า/แม่ค้า	상인
เภสัชกร	약사	แม่ครัว	요리사

แม่บ้าน	주부	เลขา	비서
วิศวกร	기사	เสมียน	사무원
หมอ	의사	อัยการ	검사
อาจารย์	교수		

4. 기타

กริยาท่าทาง	태도	ชื่อ	이름
ทัศนคติ	견해	นามสกุล	성
นิสัย	버릇	สีหน้า	표정
อายุ	나이		

II 의식주에 관한 어휘

1. 의복 관련 어휘

กระเป๋า	가방	กระโปรง	치마
กางเกง	바지	กางเกงขาสั้น	반바지
การซักผ้า	빨래	ชุดชั้นใน	내의
ชุดนอน	잠옷	ชุดประจำชาติเกาหลี	한복

ชุดสากล	양복	เชือก	띠
ถุงเท้า	양말	ถุงเท้าเกาหลี	버선
ถุงมือ	장갑	ที่คาดผม	머리띠
ผ้า	옷감	ผ้าเช็ดตัว	수건
รองเท้า	신발	สำลี	솜
เสื้อชั้นใน	내의	เสื้อ	웃옷
เสื้อกล้าม	런닝셔츠	เสื้อเกาหลี	저고리
เสื้อคลุมเกาหลี	두루마기	เสื้อผ้า	의복
หมวก	모자		

2. 식생활 관련 어휘

กระเทียม	마늘	กล้วย	바나나
ก๋วยเตี๋ยวเย็น	냉면	กะหล่ำปลี	양배추
กับข้าว	반찬	การปรุงอาหาร	요리
กุ้ง	새우	เกลือ	소금
แกง	국	แกงกิมจิ	김치찌개
แกงซี่โครง	갈비탕	แกงเผ็ด	매운탕
ไก่ตุ๋นโสม	삼계탕	ไข่ไก่	달걀
ขนม	과자	ขนมเค้ก	케이크
ขนมต็อก	떡	ขนมปัง	빵

ขนมปังกรอบ	비스킷	ข้าวต้ม	죽
ข้าวบาร์เล่ย์	보리	ข้าวเปล่า	밥
ข้าวโพด	옥수수	ข้าวสาร	쌀
ข้าวสาลี	밀	ขิง	생강
เครื่องปรุงอาหาร	양념	แครอท	당근
ช็อกโกแลต	초콜릿	ชาข้าวบาเล่ย์	보리차
ซุป	수프	ซ้อส	소스
ซ้อสพริก	고추장	ซี่โครงวัว	소갈비
ซี่โครงหมู	돼지갈비	ต้นหอม	파
เต้าเจี้ยว	된장	เต้าหู้	두부
เต้าหู้อ่อน	순두부	แตงกวา	오이
แตงโม	수박	ถั่ว	콩
ถั่วแดง	팥	ถั่วลิสง	땅콩
นม	우유	น้ำ	물
น้ำข้าวต่าง	숭늉	น้ำชา	차
น้ำต้มกระดูก	육수	น้ำตาล	설탕
น้ำปลา	간장	น้ำผึ้ง	꿀
น้ำมัน	기름	น้ำส้ม	식초
เนยแข็ง	치즈	เนื้อ	고기
เนื้อไก่	닭고기	เนื้อเป็ด	오리고기
เนื้อย่างเกาหลี	불고기	เนื้อวัว	쇠고기

เนื้อแห้ง	말린 고기	บะหมี่	국수
บุหรี่	담배	ปลา	생선
ปลาน้ำจืด	민물고기	ปลาเผา	생선구이
ปู	게	ผลไม้	과일
ผัก	채소	ผัก (จากภูเขา)	나물
ผักกาดขาว	배추	ผักกาดหอม	상추
ผักขม	시금치	ผักดอง	김치
ผักแนงอี	냉이	พริก	고추
พริกไทย	후추	พืชผล	곡식
พุทรา	대추	ฟักทอง	호박
มะเขือ	가지	มะเขือเทศ	토마토
มะนาว	레몬	มันเทศ	고구마
มันฝรั่ง	감자	มัสตาร์ด	겨자
ลูกเกาลัด	밤	ลูกพลับ	감
ลูกพลัม	자두	ลูกพีช	복숭아
ลูกสาลี่	배	ลูกแอปเปิ้ล	사과
สตรอเบอรี่	딸기	ส้ม	귤
สับปะรด	파인애플	สาหร่าย	김
ไส้กรอก	소시지	หมู	돼지고기
หอมใหญ่	양파	หอยนางรม	굴
หัวไช่เท้า	무	หัวผักกาด	무

เห็ด	버섯	เหล้า	술
องุ่น	포도	อาหาร	음식
อาหารเกาหลี	한식	อาหารจีน	중식
อาหารชุดเกาหลี	백반	อาหารญี่ปุ่น	일식
อาหารผงกะหรี่	카레요리	อาหารฝรั่ง	양식
ไอศครีม	아이스크림		

3. 주거생활 관련 어휘

กำแพง	담	โกดัง	창고
ชั้นบน	위층	ชั้นล่าง	아래층
ตึก	건물	ตู้ใส่รองเท้า	신발장
น้ำประปา	수돗물	บ่อน้ำ	우물
บันได	계단	ประตู	문
ผนัง	벽	พื้น	바닥
พื้นกระดาน	마루	เพดาน	천장
สนาม, ลาน	마당	สวนหย่อม	뜰, 정원
เสา	기둥	หน้าต่าง	창
ห้อง	방	ห้องเก็บของ	광, 창고
ห้องครัว	부엌	ห้องน้ำ	화장실
ห้องพัก	거실	ห้องรับแขก	응접실

4. 생활용품 관련 어휘

กรรไกร	가위	กระจกเงา	거울
กระดาษ	종이	กระดาษชำระ	휴지
กระดุม	단추	กระเป๋า	가방
กระเป๋าเงิน	지갑	กระโปรง	치마
กล่อง	상자	กล่องดินสอ	필통
กล้องถ่ายรูป	사진기	กระทะ	프라이팬
กางเกงใน	팬티	กาน้ำ	주전자
กาว	풀	เก้าอี้	의자
แก้ว	컵	ขนมปัง	빵
ขวด	병	ขวาน	도끼
หัตถกรรม	수공예품	ของเล่น	장난감
ขัน	바가지	เข็ม	바늘
เข็มขัด	벨트	เขียง	도마
ครก	절구	ค้อน	망치
เครื่องคิดเลข	계산기	เครื่องชั่งน้ำหนัก	저울
เครื่องซักผ้า	세탁기	เครื่องปรับอากาศ	에어컨
เครื่องปั้นดินเผา	도자기	เครื่องไฟฟ้า	전기제품
เครื่องเรือน	가구	เครื่องสำอาง	화장품
โคมไฟ	전기 스탠드	เงิน	은

จาน	접시	แจกัน	꽃병
ช้อน	숟가락	ชาม	대접
ชุดรับแขก	응접세트	ชุดว่ายน้ำ	수영복
เชือก	끈	ซอง	봉투
โซฟา	소파	ดอกไม้	꽃
ด้าย	실	ดินสอ	연필
ตะกร้าหวาย	바구니	ตะเกียง	등
ตะเกียบ	젓가락	ตะปู	못
ตะปูควง	나사	ตุ๊กตา	인형
ตุ้มหู	귀걸이	ตู้เย็น	냉장고
ตูเสื้อผ้า	농	ตู้เสื้อผ้า	옷장
เตาแก๊ส	가스렌지	เตาไฟ	난로
เตารีด	다리미	เตียง	침대
โต๊ะหนังสือ	책상	โต๊ะอาหาร	상
ถ้วย	잔	ถังขยะ	쓰레기통
ถังน้ำ	물통	ถาด	쟁반
ถ่าน	숯	ถ้วย	사발, 잔
ถุงเท้า	양말	ทอง	금
ทองแดง	구리	ที่กรองน้ำ	정수기
ที่โกนหนวด	면도기	ที่เขี่ยบุหรี่	재떨이
ไขควง	드라이버	ที่นั่ง	자리

ที่เปิดกระป๋อง	깡통따개	ที่เปิดขวด	병따개
โทรทัศน์	텔레비전	โทรศัพท์	전화
นม	우유	นาฬิกา	시계
นาฬิกาข้อมือ	손목시계	น้ำเต้า	조롱박
น้ำประปา	수도	น้ำหมึก	잉크
น้ำหอม	향수	บันไดสำหรับปีน	사다리
เบาะ	쿠션	ปฏิทิน	달력
ปรอท	체온계	ปากกา	만년필
ปากกาลูกลื่น	볼펜	แปรง	솔
แปรงสีฟัน	칫솔	ผงซักฟอก	가루비누
ผนัง	벽	ผ้าขี้ริ้ว	걸레
ผ้าเช็ดจาน	행주	ผ้าเช็ดตัว	수건
ผ้าปูโต๊ะ	책상보	ผ้าปูที่นอน	시트
ผ้าพันแผล	붕대	ผ้ามัดของ	보자기
ผ้าม่าน	커튼	ผ้าห่ม	이불
ผ้าไหม	비단	ฝา	덮개
พรมปูพื้น	양탄자	พัด	부채
พัดลม	선풍기	ไฟฉาย	손전등
ไฟฟ้า	전기	มีด	칼
มีดพับ	접는 칼	ไม้กวาด	빗자루
ไม้บรรทัด	자	ไม้ขีดไฟ	성냥

ไม้แขวนเสื้อ	옷걸이	ไม้จิ้มฟัน	이쑤시개
ยา	약	ยาแก้ปวด	진통제
ยาแก้หวัด	감기약	ยาฆ่าแมลง	살충제
ยางลบ	지우개	ยาลดไข้	해열제
ยาสีฟัน	치약	ร่ม	우산
รองเท้าคัทชู	구두	รองเท้าแตะ	슬리퍼
โรงรถ	차고	เลื่อย	톱
วิทยุ	라디오	แว่นตา	안경
สบู่	비누	สมุดบันทึก	수첩
สร้อยข้อมือ	팔찌	สร้อยคอ	목걸이
สว่าน	송곳	สำลี	탈지면
สิ่งของ	물건	เส้นยาง	고무줄
เสื้อกันฝน	비옷	เสื้อแขนสั้น	반소매
แสตมป์	우표	หมวก	모자
หม้อ	냄비	หมอน	베개
หม้อหุงข้าว	냄비, 솥	หมากฝรั่ง	껌
หลอดไฟ	전구	หวี	빗
ห้องครัว	부엌	ห้องอาหาร	식당
แหวน	반지	ไห	단지/독
อัญมณี	보석	อ่างล้างหน้า	세면기

1. 사회조직 관련 어휘

กรุงโซล	서울	เขต, อำเภอ	구, 군
ครอบครัว	가정	ค่ายทหาร	군대
จังหวัด	도	ชนบท	시골
ชมรม	계	ชาติ	국가
ชาติพันธุ์	민족	ต่างจังหวัด	지방
ตำบล	면	ที่ทำงาน	직장
เทศบาล	시	บริษัท	회사
บ้านเกิด	고향	บ้านเมือง	나라
ประเทศ	나라	เผ่า	종족
เพื่อนบ้าน	이웃	ภูมิภาค	지역
เมืองใหญ่	대도시	รัฐบาล	정부
โลก	세계	สภาผู้แทนราษฎร	국회
สังคม	사회	อำเภอ	읍
หมู่บ้าน	마을	หมู่บ้านชาวประมง	어촌
องค์การ	기구, 단체		

2. 제도, 풍습, 국경일 관련 어휘

กฎเกณฑ์	기준	กฎหมาย	법
การทักทาย	인사	การนัดหมาย	약속
การเมือง	정치	การเลือกตั้ง	선거
การไหว้บรรพบุรุษ	제사	กิจกรรม	행사
ของขวัญ	선물	ความลับ	비밀
งาน	일	งานฉลอง	잔치
งานศพ	장례	เทศกาล	명절
ประเพณี	전통	ประวัติศาสตร์	역사
มารยาท	예절	ระบบ	제도
ลัทธิ	이념	วันเกิด	생일
วันขึ้นปีใหม่	설날	วันนักขัตฤกษ์	국경일
วันไหว้พระจันทร์	추석	ศาสนา	종교
ศีลธรรม	도덕	สงคราม	전쟁
สมรส	결혼 (혼인)		

휴일/국경일 관련 어휘

วันขึ้นปีใหม่	신년	1월 1일
วันเด็ก	어린이날	5월 5일 (한국)
วันพ่อแม่	어버이날	5월 8일 (한국)
วันครู	스승의 날	5월 15일 (한국)

วันวิสาขบูชา	석가 탄신일	4월 8일 (한국)
วันรัฐธรรมนูญ	제헌절	7월 17일
วันเอกราช	광복절	8월 15일
วันสารท	추석	8월 15일
วันทหาร	국군의 날	10월 1일
วันแห่งชาติ	개천절	10월 3일
วันอักษรเกาหลี	한글날	10월 9일
วันคริสต์มาส	성탄절	12월 25일
วันมาฆบูชา	만불절	3월 15일 (태국)
วันวิสาขบูชา	석가탄신일	6월 15일 (태국)
วันอาสาฬหบูชา	삼보절	8월 15일 (태국)
วันเข้าพรรษา	우안거	8월 16일 (태국)
วันออกพรรษา	출안거	11월 15일 (태국)
วันสงกรานต์	쏭끄란	4월 13일 (태국)
วันแม่แห่งชาติ	어머니날	8월 12일 (태국)
วันพ่อแห่งชาติ	아버지날	12월 5일 (태국)

3. 교통과 통신 관련 어휘

(1) 교통 관련 어휘

การเดินทาง	여행	เกวียน	수레

เครื่องบิน	비행기	จักรยาน	자전거
ถนน	거리, 도로	ถนนหลวง	국도
ทาง	길, 도로	ทางรถไฟ	철도
ป้ายรถเมล์	정류장	รถทัวร์	고속버스
รถเท็กซี่	택시	รถบัส	버스
รถไฟ	기차	รถไฟใต้ดิน	지하철
รถยนต์	자동차	เรือ	배
สถานี	역	สนามบิน	공항
สะพาน	다리	สัญญาณไฟ	신호등

교통표지판 관련 어휘

ชิดขวา	우측통행	ชิดซ้าย	좌측통행
เครื่องทำงาน	공사중	ทางข้ามรถไฟ	철도건널목
ทางโค้ง	커브길	ทางตัน	막다른길
ทางลาด	가파른길	ที่จอดรถ	주차장
รถโรงเรียน	학교차	ระวัง	조심
ระวังเด็ก	어린이조심	ระวังลื่น	미끄럼주의
วันเวย์	일방통행	สัญญาณจราจร	교통신호등
สี่แยก	사거리	หยุด	서시오
ห้ามข้าม	횡단금지	ห้ามจอด	주차금지
ห้ามแซง	추월금지	ห้ามบีบแตร	경적금지

ห้ามผ่าน	통행금지	ห้ามเลี้ยวขวา	우회전금지
ห้ามเลี้ยวซ้าย	좌회전금지	อันตราย	위험

(2) 통신 관련 어휘

การกระจายเสียง	방송	ข้อมูลข่าวสาร	정보
ข่าว	소식	เครื่องแฟกซ์	팩스
จดหมาย	편지	โทรเลข	전보
โทรศัพท์	전화	ธง	깃발
นิตยสาร	잡지	เนื้อข่าว	기사내용
ไปรษณียบัตร	엽서	พัสดุ	소포
สัญญาณ	신호	หนังสือพิมพ์	신문

4. 공공시설, 안내판 관련 어휘

สถานีวิทยุ	라디오 방송국	ธนาคาร	은행
บริษัทหนังสือพิมพ์	신문사	โบสถ์	교회
โบสถ์คาทอลิค	성당	ไปรษณีย์	우체국
ร้านขายยา	약국	ร้านตัดผม	이발소
ร้านเสริมสวย	미장원	ร้านหนังสือ	서점
โรงพยาบาล	병원	โรงภาพยนตร์	극장
วัด	절	ศาล	법원

สถานีตำรวจ	경찰서	สวนสาธารณะ	공원
สำนักพิมพ์	출판사	หน่วยดับเพลิง	소방서
ห้องสมุด	도서관	ห้องอาบน้ำรวม	목욕탕
ห้องอาหาร	식당		

안내판 관련 어휘

กำลังฉายอยู่	상영중	ขยะ	쓰레기
เข้าฟรี	무료입장	เครื่องปรับอากาศทำงาน	냉방중
ฉลอง	경축	ชิดขวา	우측통행
ชิดซ้าย	좌측통행	ดึง	당기시오
ต้อนรับ	환영	เต็ม	만원사례
ถอดหมวก	탈모	ทางขึ้น	올라감
ทางเข้า	입구	ทางลง	내려감
ทางออก	출구	ทางออกฉุกเฉิน	비상구
ที่จำหน่ายตั๋ว	매표소	โทรศัพท์สาธารณะ	공중전화
บริการด้วยตนเอง	셀프서비스	บันได	계단
ประกาศ	공고	ป้ายแท็กซี่	택시정류소
ป้ายรถเมล์	버스정류소	ปิด(ร้าน)	폐점
เปิดใหม่	개점	ผลัก	미시오
ประชาสัมพันธ์	안내	ฟรี	무료

ไม่ว่าง	사용중	ระวัง	조심
ระวังสุนัข	개조심	ลดราคาพิเศษ	세일중
ลิฟท์	승강기	สงบ	정숙
สตาร์ท	출발	สียังไม่แห้ง	페인트조심
สุขาชาย	남자화장실	สุขาหญิง	여자화장실
ห้องน้ำ	화장실	ห้ามส่งเสียง	소란금지

5. 경제 관련 어휘

(1) 경제일반 관련 어휘

การเก็บเงิน	저축	การจ้าง	고용
การจ่าย	지출	การผลิต	생산
การว่างงาน	실업	กำไร	이익
ค่าครองชีพ	물가	ค่าแรงงาน	삯, 임금
งาน	일	เงินกู้	차관
เงินเฟ้อ	인플레이션	เงิน	돈
ดอกเบี้ย	이자	ต้นเงิน	원금
ธุรกิจ	사업	นายจ้าง	고용주
ผู้รับจ้าง	고용인	ราคา	가격
สินค้าขาเข้า	수입품	สินค้าขาออก	수출품
หนี้	빚	หุ้น	주식

อัตราการว่างงาน	실업률	อัตราแลกเงิน	환율
อาชีพ	직업		

(2) 농업 관련 어휘

การเก็บเกี่ยวข้าว	추수	การทำนา	농사
การนวด	타작	เกวียน	달구지
เครื่องไถนา	쟁기	เคียว	낫
ดำนา	모내기	ต้นกล้า	모
ทุ่งเลี้ยงสัตว์	목장	นาข้าว	논
ปุ๋ยธรรมชาติ	퇴비, 거름	พลั่ว	삽
มีดขุดหญ้า	호미	ไร่	밭
วัชพืช	잡초	สวนผลไม้	과수원
เสียม	괭이		

(3) 어업 관련 어휘

ตกปลา	낚시	ตาข่าย	그물
ท่าเรือ	부두	ใบเรือ	돛
ประภาคาร	등대	พาย	노
เมืองท่า	항구	เรือ	배
สมอเรือ	닻	แห	그물
แหล่งปลาชุม	어장		

(4) 상업 관련 어휘

การค้าระหว่างประเทศ	무역	การต่อรอง	홍정
กำไร	이윤	ขาดทุน	손해
ขายปลีก	소매	ขายส่ง	도매
ค้าขาย	장사	ต้นทุน	본전
ตลาด	시장	ร้าน	가게
เศรษฐกิจ	경제		

(5) 공업 관련 어휘

การผลิต	생산	เครื่องยนต์	기계
ช่าง	기술자	เทคนิค	기술
พนักงาน	직공	โรงงาน	공장
วัสดุ	재료	สินค้า	상품
แหล่งผลิต	생산지		

IV 교육 및 예체능에 관한 어휘

1. 교육일반 관련 어휘

การเข้าเรียน	입학	การบ้าน	숙제
การฝึก	훈련	การเรียนหนังสือ	공부
การเรียน	수업	กิจกรรมกีฬา	운동회
กิจกรรมนักเรียน	학예회	คณิตศาสตร์	산수
ความรู้	지식	ชั้นปีที่	학년
ชั้นเรียน	반	ดนตรี	음악
ทัศนศึกษา	견학	โทษ	벌
ธรรมชาติ	자연	นิทรรศการ	전시회
ปัญหา	문제	ปิคนิค	소풍
ปิดเทอม	방학	ฝึกหัด	연습
พลศึกษา	체육	ภาษาประจำชาติ	국어
รางวัล	상	ร้านขายเครื่องเขียน	문방구
โรงเรียน	학교	วิจัย	연구
วิชาการ	학문	วิชาวาดภาพ	미술
วิทยาศาสตร์	과학	วิธีการ	방법
สถาบันการศึกษา	학원	สนามกีฬา	운동장
สอบ	시험	สังคม	사회

สำเร็จการศึกษา	졸업	หนังสือ	책
ห้องเรียน	교실	อนุบาล	유치원

2. 언어 관련 어휘

การแนะนำ	소개	การประกาศ	발표
การอธิบาย	설명	การออกเสียง	발음
ความคิดเห็น	의견, 주장	ความเงียบ	침묵
ความหมาย	의미, 뜻	คำ	낱말, 단어
คำขวัญ	표어	คำตอบ	대답
คำถาม	질문	คำพังเพย	격언
คำศัพท์	낱말, 단어	ตัวอักษร	글자
บทเรียน	교훈	ประโยค	문장
ปริศนา	수수께끼	พจนานุกรม	사전
พูดคนเดียว	독백	ภาษา	언어, 말
ภาษาถิ่น	방언, 사투리	ภาษามาตรฐาน	표준어
ย่อหน้า	문단	เรื่องย่อ	줄거리
เรื่องราว	이야기	ลายมือตัวอักษร	필체
ไวยากรณ์	문법	สนทนา	대화
สุภาษิต	속담	เสียง	소리
หนังสือ	글/글자	อภิปราย	토의

อักษรเกาหลี	한글	อักษรจีน	한자

3. 문학 관련 어휘

ต้นเรื่อง	소재	นวนิยาย	소설
นิทานเด็ก	동화	บทกวี	시
บทประเมิน	비평, 평론	บทละคร	희곡
ผลงาน	작품	เรียงความ	수필
หัวข้อ	주제		

4. 체육, 오락 관련 어휘

กติกา	규칙	กรรมการ	심판
กรรมการใหญ่	주심	กระโดด	높이뛰기
กรีฑา	육상	การแข่งขัน	경기
การแข่งขันกีฬา	체육대회	การเชียร์	응원
การยิงธนู	활쏘기	การละเล่น	놀이
การวิ่ง	달리기	การออกกำลังกาย	운동
ขี่ม้า	승마	ความสนุกสนาน	재미
งานอดิเรก	취미	เจ้าภาพ	개최국
ชิงช้า	그네	ซ่อนหา	숨바꼭질

ตกปลา	낚시	ทีมนักกีฬา	선수단
ทุ่มน้ำหนัก	투포환	เทควันโด	태권도
เทนนิส	테니스	นักกีฬา	운동선수
นักกีฬาทีมชาติ	국가대표선수	บาสเกตบอล	농구
เบสบอล	야구	แบดมินตัน	배드민턴
โบว์ลิ่ง	볼링	ประเภทกีฬา	경기종목
ปิงปอง	탁구	ปีนเขา	등산
ผู้ช่วยกรรมการ	선심	พิธีปิด	폐막식
พิธีเปิด	개막식	ฟันดาบ	펜싱
ฟุตบอล	축구	ภาพยนตร์	영화
มวย	권투	มวยซีรึม	씨름
มวยปล้ำ	레슬링	ยกน้ำหนัก	역도
ยิงธนู	양궁	ยิงปืน	사격
ยิมนาสติก	체조	ยุช	윷
ยูโด	유도	รอบชนะเลิศ	결승전
รอบรองชนะเลิศ	준결승전	รื่นเริง	신명
ละคร	연극	ล่าสัตว์	사냥
ลูกขนไก่	제기	ลูกข่าง	팽이
ลูกเต๋า	주사위	ลูกบอล	공
วอลเล่ย์บอล	배구	ว่ายน้ำ	수영
ว่าว	연	เวที	무대

หมากกระดาน	장기	เหรียญ	메달
เหรียญเงิน	은메달	เหรียญทอง	금메달
เหรียญทองแดง	동메달	ฮอกกี้	하키

5. 음악 관련 어휘

กลอง	북	กลองสองหน้า	장구
การแต่งเนื้อเพลง	작사	การแต่งเพลง	작곡
ขลุ่ย	피리	เครื่องดนตรี	악기
ฆ้องเล็ก	꽹과리	ฆ้องใหญ่	징
จังหวะ	박자	ดนตรีบรรเลง	반주
แตร	나팔	ทำนองเพลง	가락
เนื้อเพลง	가사	โน้ตดนตรี	악보
เปียโน	피아노	พิณ 5 สาย	거문고
พิณเกาหลี	가야금	เพลง	노래
เล่นดนตรี	연주	ออร์แกน	풍금

6. 미술 관련 어휘

การเขียนพู่กัน	서예	แกะสลัก	조각
แท่นรองหมึก	벼루	น้ำมันสี	물감

พู่กัน	붓	ภาพ	그림
ภาพพิมพ์	판화	หมึกจีน	먹

V 자연계에 관한 어휘

1. 천체 관련 어휘

ดวงจันทร์	달	ดวงดาว	별
ดวงอาทิตย์	태양, 해	ดาวพฤหัสบดี	목성
ดาวพุธ	수성	ดาวศุกร์	금성
ดาวเสาร์	토성	ดาวอังคาร	화성
ท้องฟ้า	하늘	โลก	지구
อวกาศ	우주		

2. 지리, 지형 관련 어휘

กรวด	자갈	ก้อนหินใหญ่	바위
เกาะ	섬	คันนา	도랑
ชายทะเล	해변	ดิน	흙
ดิน บก	육지	ตะวันตก	서양

ตะวันออก	동양	ถ้ำ	굴
ทราย	모래	ทะเล	바다
ทะเลสาบ	호수	ทุ่งหญ้า	들
เนินเขา	언덕	ป่า	숲
แผนที่	지도	ฝาย	둑
พื้นดิน	땅	ภูเขา	산
แม่น้ำ	강	ลำธาร	내
สระน้ำ	연못	สันเขา	고개
สิ่งแวดล้อม	환경	หนองน้ำ	늪
หิน	돌	หุบเขา	골짜기

3. 자연현상 관련 어휘

คลื่น	파도	ความร้อน	더위
ความร้อน	열	ความหนาว	추위
ความแห้งแล้ง	가뭄	เงา	그림자
ช่วงเวลาผีตากผ้าอ้อม	노을	แดด	햇볕
ไต้ฝุ่น	태풍	น้ำ	물
น้ำแข็ง	얼음	น้ำค้าง	이슬
น้ำท่วม	홍수	ฝน	비

ฝนไล่ช้าง	소나기	ฝุ่นละออง	먼지
พลัง	힘	ฟ้าร้อง	천둥
ฟ้าแลบ	벼락, 번개	ไฟ	불
ไฟฟ้า	전기	เมฆ	구름
รุ้งกินน้ำ	무지개	ลม	바람
เสียงก้อง	메아리	แสงแดด	빛
หมอก	안개	หิมะ	눈
ออกซิเจน	산소	อากาศ	공기
ไอน้ำ	수증기	ไฮโดรเจน	수소

4. 동물 관련 어휘

กบ	개구리	กระต่าย	토기
ไก่	닭	ไข่	알
งู	뱀	จงอยปาก	부리
จักจั่น	매미	ตั๊กแตน	메뚜기
เต่า	거북이	นกกระเรียน	학
นกบินหลา	까치	นกนางนวล	갈매기
นกนางแอ่น	제비	นกพิราบ	비둘기
ปลาคาร์พ	잉어	ปลาฉลาม	상어
ปลาตะเพียน	붕어	ปลามีกุราจิ	미꾸라지

ปลาวาฬ	고래	ปลาหมึก	오징어
ปลาไหล	장어	ปากปลา	아가미
ปีก	깃, 날개	ปู	게
เป็ด	오리	ผิวหนัง	가죽
ผีเสื้อ	나비	ผึ้ง	벌
แพะ	양	มด	개미
มังกร	용	ม้า	말
แมงมุม	거미	แมลง	곤충, 벌레
แมลงปอ	잠자리	แมลงวัน	파리
แมว	고양이	ยุง	모기
ลิง	원숭이	ลูกไก่	병아리
ลูกอ๊อด	올챙이	วัว	소
สัตว์	짐승	สัตว์ดุร้าย	맹수
สัตว์เลี้ยง	가축	สิงโต	사자
สุนัข	개	เสือ	호랑이
หนอน	벌레	หนู	쥐
หมี	곰	หมู	돼지
หอย	조개	หาง	꼬리
ห่าน	거위		

5. 식물 관련 어휘

ก้าน	줄기	กิ่งไม้	가지
กุหลาบ	장미	เครือ	넝쿨
งอก	싹	เชื้อรา	곰팡이
ดอกมูกุงฮวา	무궁화	ดอกไม้	꽃
ดอกไม้ตูม	봉오리	ดอกไม้ประจำชาติ	나라꽃, 국화
ดอกลิลลี่	백합	ดอกชินดัลแล	진달래
ต้นไผ่	대나무	ต้นเมเปิล	단풍
ต้นไม้	나무	ต้นสน	솔, 소나무
ใบไม้	잎	ใบไม้ร่วง	낙엽
เปลือก	껍질	ผลไม้	과일
มอส	이끼	เมล็ด	씨
รวงข้าว	이삭	ราก	뿌리
เส้นใย	섬유질	หญ้า	잔디
หน่อ	순	หนาม	가시

6. 광물 관련 어휘

เงิน	은	ตะกั่ว	납
ถ่าน	석탄	ทอง	금

ทองแดง	구리	ทองแดง	동
น้ำมัน	석유	เพชร	다이아몬드
เพชรพลอย	보석	สังกะสี	아연
เหล็ก	쇠		

VI 감각과 인식에 관한 어휘

1. 일반부류 관련 어휘

กลิ่น	냄새	ความกว้าง	넓이
ความยาว	길이	ความเร็ว	속도
ความสัมพันธ์	관계	ความสูง	높이
ความหนักเบา	경중, 정도	จำนวน	수
นามธรรม	추상	น้ำหนัก	무게
ปริมาณ	양	ปริมาตร	부피
พื้นที่ว่าง	공간	รสชาติ	맛
ระดับ	정도, 등급	ระยะทาง	거리
เวลา	시간	สี	색
อุณหภูมิ	온도		

2. 공간 관련 어휘

ข้างล่าง	아래	ขั้วโลก	극
ข้างนอก	겉, 밖	ข้างใน	안
ข้างใน	속, 안	ข้างล่าง	밑
ข้างหน้า	앞	จุด	점
ช่องว่าง	사이, 틈	ด้าน	쪽, 면
ด้านขวา	우측, 오른쪽	ด้านข้าง	옆
ด้านซ้าย	좌측, 왼쪽	ด้านนอก	외부, 겉
ด้านบน	위쪽	ตรงกลาง	가운데, 중심
ตะวันตก	서	ตะวันออก	동
ตั้งฉาก	수직	ตำแหน่ง	위치
ใต้	남	ใต้ ล่าง	아래
ทิศทาง	쪽, 방향	แนวตั้ง	세로
แนวนอน	가로	แนวราบ	수평
บน เหนือ	위	ผิว	표면
พื้นฐาน	바탕	รอยแยก	틈
รูปร่าง	모양	ลักษณะภาพ	모양
วงกลม	원	เส้น	선
เส้นผ่าศูนย์กลาง	지름	เส้นรอบวง	둘레
หน้า	앞	หลัง	뒤
เหนือ	북		

3. 시간 관련 어휘

อดีต	과거	เดี๋ยวนี้	지금
ปัจจุบัน	현재	อนาคต	미래

시간

วินาที	초	นาที	분
ชั่วโมง	시간	หนึ่งวัน	하루
สัปดาห์	주	เดือน	달
ปี	해		

하루

รุ่งเช้า	새벽	เช้า	아침
ช่วงเช้า(ก่อนเที่ยง)	오전	เที่ยง	정오
บ่าย	오후	เย็น-ค่ำ	저녁
กลางคืน	밤	เที่ยงคืน	자정
กลางวัน	낮		

날짜

วันนี้	오늘	พรุ่งนี้	내일
มะรืนนี้	모레	วันหนึ่ง	어느날
วันก่อนนี้	요 전날	เมื่อวาน	어제

เมื่อวานซืน	그제		

주

อาทิตย์ที่แล้ว	지난주	อาทิตย์นี้	금주
อาทิตย์นี้	이번주	สัปดาห์หน้า	내주
สัปดาห์หน้า	다음주	ต้นสัปดาห์	주초
สุดสัปดาห์	주말		

요일

วันอาทิตย์	일요일	วันจันทร์	월요일
วันอังคาร	화요일	วันพุธ	수요일
วันพฤหัสบดี	목요일	วันศุกร์	금요일
วันเสาร์	토요일		

달

มกราคม	1 월	กุมภาพันธ์	2 월
มีนาคม	3 월	เมษายน	4 월
พฤษภาคม	5 월	มิถุนายน	6 월
กรกฎาคม	7 월	สิงหาคม	8 월
กันยายน	9 월	ตุลาคม	10 월
พฤศจิกายน	11 월	ธันวาคม	12 월

ต้นเดือน	초순	กลางเดือน	중순
ปลายเดือน	하순	สิ้นเดือน	월말
เดือนที่แล้ว	지난 달	เดือนนี้	이 달
เดือนหน้า	다음 달		

해

ปีที่แล้ว	작년	ปีนี้	올해
ปีหน้า	내년	ต้นปี	연초
ปลายปี/สิ้นปี	연말		

계절

ฤดูใบไม้ผลิ	봄	ฤดูร้อน	여름
ฤดูใบไม้ร่วง	가을	ฤดูหนาว	겨울
หน้าแล้ง	건기	หน้าฝน/ฤดูฝน	우기
หน้าฝนตกหนัก	장마철		

4. 색상 관련 어휘

สีขาว	흰색/백색	สีเข้ม	짙은색
สีเขียวอ่อน	연녹색	สีเขียว	녹색
สีชมพู	분홍색	สีดำ	검은색/흑색

สีแดง	빨강색/적색	สีเทา	회색
สีน้ำเงิน	파랑색/청색	สีน้ำเงินเข้ม	남색
สีน้ำตาล	갈색	สีฟ้า	하늘색
สีม่วง	보라색	สีมืด	어두운색
สีสด	밝은색	สีส้ม	오렌지색
สีเหลือง	노랑색/황색		

5. 수량 관련 어휘

(1) 수 관련 어휘

หนึ่ง	하나	(ครั้ง)ที่หนึ่ง	첫(번)째
สอง	둘	(ครั้ง)ที่สอง	둘째/두번째
สาม	셋	(ครั้ง)ที่สาม	세(번)째
สี่	넷	(ครั้ง)ที่สี่	네(번)째
ห้า	다섯	(ครั้ง) ที่ห้า	다섯(번)째
หก	여섯	(ครั้ง)ที่หก	여섯(번)째
เจ็ด	일곱	(ครั้ง)ที่เจ็ด	일곱(번)째
แปด	여덟	(ครั้ง)ที่แปด	여덟(번)째
เก้า	아홉	(ครั้ง)ที่เก้า	아홉(번)째
สิบ	열	(ครั้ง)ที่สิบ	열(번)째
สิบเอ็ด	열 하나	(ครั้ง)ที่สิบเอ็ด	열 한(번)째

สิบสอง	열 둘	(ครั้ง)ที่สิบสอง	열 두(번)째
สิบสาม	열 셋	(ครั้ง)ที่สิบสาม	열 세(번)째
สิบสี่	열 넷	(ครั้ง)ที่สิบสี่	열 네(번)째
สิบห้า	열 다섯	(ครั้ง)ที่สิบห้า	열 다섯(번)째
สิบหก	열 여섯	(ครั้ง)ที่สิบหก	열 여섯(번)째
สิบเจ็ด	열 일곱	(ครั้ง)ที่สิบเจ็ด	열 일곱(번)째
สิบแปด	열 여덟	(ครั้ง)ที่สิบแปด	열 여덟(번)째
สิบเก้า	열 아홉	(ครั้ง)ที่สิบเก้า	열 아홉(번)째
ยี่สิบ	스물	(ครั้ง)ที่ยี่สิบ	스므(번)째
สามสิบ	서른	(ครั้ง)ที่สามสิบ	서른(번)째
สี่สิบ	마흔	(ครั้ง)ที่สี่สิบ	마흔(번)째
ห้าสิบ	쉰	(ครั้ง)ที่ห้าสิบ	쉰(번)째
หกสิบ	예순	(ครั้ง)ที่หกสิบ	예순(번)째
เจ็ดสิบ	일흔	(ครั้ง)ที่เจ็ดสิบ	일흔(번)째
แปดสิบ	여든	(ครั้ง)ที่แปดสิบ	여든(번)째
เก้าสิบ	아흔	(ครั้ง)ที่เก้าสิบ	아흔(번)째
ร้อย	백	(ครั้ง)ที่ร้อย	백(번)째
พัน	천	(ครั้ง)ที่พัน	천(번)째
หมื่น	만	(ครั้ง)ที่หมื่น	만(번)째

แสน	십만	ล้าน	백만
สิบล้าน	천만	หนึ่งร้อยล้าน	억
ครั้งแรก	처음	ครึ่ง	반
คู่	짝	ตอนกลาง	중간
ตอนสุดท้าย	마지막	ต่อไป	다음
ทั้งหมด	전부	เท่าตัว	배
ปริมาณ	양	ลำดับ	순서, 차례
ส่วน	부분	ส่วนแบ่ง	몫
สุดท้าย	끝		

(2) 단위 관련 어휘

กำ	줌	ขวบ	살
คน	명	ครั้ง	번
คู่	켤레, 쌍	ชั้น	층
ชิ้น	개	ชุด	벌
ตัว	마리	ถุง	자루
ใบ	장	ปี	살, 세
แผ่น	장	ฟอง	개
มัด	단	ลูก	개
เลขหมาย	수	เล่ม	권
เล่ม	자루	ว็อน	원

หน	번	หน้า	쪽
หลัง	채	หอบ	아름
หัว	포기	อึก	모금

6. 추상 명사 관련 어휘

การประเมิน	감상/평가	ความกตัญญู	효
ความจงรักภักดี	충성	ความชั่ว	악
ความดี	선, 덕	ความฝัน	꿈
ความพยายาม	노력	ความไม่เสียแรงเปล่า	보람
ความรัก	사랑	ความรู้สึก	느낌
ความสัมพันธ์	관계	ความสุข	행복
ความหวัง	희망	คุณภาพ	품질
ธรรม	정의	บุญ	복, 덕
บุญคุณ	은혜	วัฒนธรรม	문화
วัตถุประสงค์	목적	สันติภาพ	평화
อิสรภาพ	자유		

제2장

기초 동사

กด	누르다, 억압하다/ 압력 : ความกดดัน, แรงดัน
ก้ม	고개를 숙이다 / (어떤 일에) 전념하다, 몰두하다 : ก้มหน้า
กรน	(코를) 골다
กรอก	기입하다, 작성하다 / 양식을 기입하다 : กรอกแบบฟอร์ม
กระจาย	분포하다 / 방송하다 : กระจายเสียง
กระตุ้น	자극하다
กระโดด	높이 뛰다, 점프하다
กระตือรือร้น	열정적으로 하다, 열심히 하다
กระทบ	부딪치다 / 영향 ผลกระทบ
กระแทก	부딪치다 / 충격 : แรงกระแทก

กระหาย	갈증나다, 갈망하다
กราบ	엎드려 절하다 : กราบไหว้
กลม	둥글다 /둥근, 원형의 세상 참 좁다! : โลกนี้กลม
กลั่น	증류하다, 정제하다
กลับ	돌아가다, 뒤집다
กลัว	무서워 하다, 두려워 하다
กล้า	감히~하다, 강하다 / 용감하다 : กล้าหาญ
กลาย	변화해가다 / กลายเป็น : ~로 (변화)되다
กล่าว	말하다, 언급하다 / พูด, บอก, เล่า, คุย
กลิ้ง	굴리다
กลึง	(선반으로) 둥글게 깎다
กลืน	삼키다
กลุ้ม	고민하다, 걱정되다 / 기분전환하다 : แก้กลุ้ม 심란하다 : กลุ้มใจ
กวน	조려서 굳히다 / 성가시게 굴다, 폐를 끼치다 : รบกวน
กว้าง	넓다
กวาด	(빗자루로) 쓸다
ก่อ	생기게 하다, 일으키다 / 세우다 : ก่อตั้ง 짓다 : ก่อสร้าง
กอง	쌓다 / 더미
กอด	끌어 안다, 포옹하다

กะ	예측하다 / ~와 (함께)
กัก	억류하다, 격리하다
กังวล	걱정하다, 우려하다
กัด	물다 / 부식해들어가다
กัน	막다 / 방수:กันน้ำ 우비: เสื้อกันฝน 예방하다 : ป้องกัน
กั้น	막다, 저지하다
กาง	치다, 펴다, 벌리다 / 우산을 펴다 : กางร่ม
กำกวม	애매하다. 모호하다
กำกับ	감독하다
กำจัด	제거하다
กำหนด	규정하다, 제한하다
กุม	쥐다 / 장악하다
กู้	꾸다, 빌리다 / 만회하다, 회복하다 / ยืม กู้ เช่า
เก่ง	잘하다
เกณฑ์	제한하다, 규정하다
เก็บ	줍다, 모으다, 수집하다
เกรง	두려워 하다, 걱정하다 / 어려워하다, 부담갖다 : เกรงใจ
เกเร	개구지다, 불량기가 있다
เกลียด(ชัง)	싫어하다, 미워하다, 증오하다

เก่า	낡다, 오래되다 / เก่าๆ เป็นสนิม 오래되면 싫증이 난다
เกาะ	들러붙다, 매달리다
เกิด	태어나다, 출생하다 / 발생하다
เกิน	초과하다 / 지나치게 : เกินไป
เกี่ยว	베다, 자르다
แก่	(과일이) 익다, (사람이) 늙다, (색이나 농도가) 짙다
แก้	풀다, 끄르다 / 고치다, 해결하다 / 변명하다 : แก้ตัว 개정하다: แก้ไข / 복수하다 : แก้แค้น
แกล้ง	일부러 ~하다 / 인 체하다
แกะ	새기다, 조각하다 : แกะสลัก
โกน	(털을) 깎다, 자르다 / 면도하다 : โกนหนวด
โกรธ	화를 내다 / โมโห
โกหก	거짓말 하다
ใกล้	가깝다
ไกล	멀다
ขจัด	없애다, 추방하다
ขน	옮기다, 운반하다 / 버스터미널 : บริษัทขนส่ง (บ.ข.ส)
ขม	쓰다

ข่ม	억누르다, 억압하다 / 강간하다 : ข่มขืน 협박하다 : ข่มขู่
ขโมย	훔치다 / 도둑
ขยัน	부지런하다, 열심히~하다
ขยับ	(조금) 움직이다, 조금 이동하다
ขยาย	확대하다, 수식하다 / 사진을 확대하다 : ขยายรูป 사업을 확장하다 : ขยายกิจการ
ขยิบ	윙크하다 : ขยิบตา
ขยี้	문지르다, 비비다
ขรุขระ	평탄하지 않다, 울퉁불퉁하다
ขลาด	겁이 많다 / 겁쟁이 : ขี้ขลาด
ข่วน	긁다, 할퀴다
ขวาง	가로막다, 방해하다
ขอ	요구하다, 부탁하다, 청하다 / 간청하다 : ขอร้อง
ขะมักเขม้น	노력하다
ขัง	가두다, 구금하다 / 고이다 물을 저장하다 : ขังน้ำ 고인물 : น้ำขัง
ขัด	(허리띠를) 묶다 / 광택을 내다 : ยาขัด / 거슬리다 : ขัดหูขัดตา
ขัน	(닭이) 울다 / 간지럽다
ขับ	몰아내다 : ขับไล่ / 운전하다 운전 면허증 : ใบขับขี่
ขาก	뱉다

ขาด	끊어지다 / 결여하다
ข้าม	건너다, 넘다
ขาย	팔다 / 쪽팔리다 : ขายหน้า
ขาว	희다, 하얗다
ขี่	(말, 자전거) 몰거나 타다
ขีด	긋다 / 눈금, 획
ขึ้น	올라가다 / 타다 / 발생하다
ขืน	어기다, 억지로 ~ 하다
ขุด	파다, 발굴하다 : ขุดพบ
ขุ่น	흐리다, 탁하다, / 기분이 우울하다 : อารมณ์ขุ่น / ขุ่นใจ
เข็น	밀어서 앞으로 가게하다 / 휠체어 : รถเข็น
เข้ม	(색이) 짙다 = แก่ / 엄격하다 : เข้มงวด
เข้า	들어가다
เขี่ย	(담뱃재를) 떨다 / 재떨이 : ที่เขี่ยบุหรี่
เขียน	쓰다, 스켓치 하다
เขียว	푸르다
แข็ง	단단하다, 강하다 / 건강하다 : แข็งแรง
แข่ง(ขัน)	겨루다, 경쟁하다
แขวน	걸다, 매달다

ไข	열다 / 풀다
คง	유지하다, 지속하다
คน	뒤섞다, 휘젓다 / 사람
ค้น	찾다, 탐사하다 / 연구하다 : ค้นคว้า
คบ	사귀다, 교제하다
คม	예리하다, 날카롭다
ครึ้ม	기쁘다 / 흐리다
คล่อง	유창하다
คลาน	기다, 기어가다
คล้าย(คลึง)	유사하다, 비슷하다
คลุม	휘감다, 덮어싸다 애매모호하여 분명치가 않다 : คลุมเครือ
ควง	회전시키다, 돌리다
ควบ	합치다, 결합하다
คอย	기다리다
ค่อย	소리가 작다 / 천천히 = ค่อยๆ / 그다지 ~하지 않다 : ไม่ค่อย 점차적으로 되다 : ค่อยเป็นค่อยไป
คัด	베끼다, 고르다
คัน	가렵다
คั้น	짜내다

คับ	좁다, 꼭끼다 / 옷이 꼭 낀다 : เสื้อผ้าคับมาก
คั่ว	(기름없이) 볶다
ค้า	팔다, 장사하다
คาด	예상하다
ค้าน	반대하다, 이의가 있다
คาบ	입으로 물다 / 반도 : คาบสมุทร
ค้ำประกัน	(채무를) 보증하다
คำนวณ	계산하다, 셈하다
คิด	생각하다 / (가격을) 계산하다 먼저 앞뒤를 잘 생각해라 : คิดหน้าคิดหลังก่อน
คีบ	끼우다, 집다
คืน	반납하다, 돌려주다 / 화해하다 : คืนดี
คือ	~이다 / 즉
คุ้น(เคย)	익숙하다, 낯익다
คุม	관리하다, 감독하다
คุ้ม	수지가 맞다
คุย	이야기를 나누다, 대화하다
เค็ม	(맛이) 짜다
เคร่ง(ครัด)	엄격하다
เครียด	긴장하다

เคลื่อน	움직이다, 이동하다
เคลือบ	바르다 / 코팅하다
เคารพ	존경하다
เคาะ	두드리다, 노크하다
เคียง	가깝다, 인접하다
เคี้ยว	씹다
แค้น	분개하다, 앙심을 품다, 원한을 갖다 / 원수 : คู่แค้น
แคบ	좁다, 협소하다
แคะ	(귀를)후비다, 파다
โค้ง	(모양이)굽다, 커브
ใคร่	희망하다, 욕구하다
ฆ่า	죽이다
เฆี่ยน	회초리로 때리다, 채찍을 가하다
งก	지나치게 인색하다
งง	헷갈리다, 어리둥절하다
งด	중지하다, 취소하다
งดงาม	아름답다, 수려하다
งอก	싹이 나다, 발아하다 / 무성하다 : งอกงาม
งอน	토라지다, 삐치다

งาม	아름답다
ง่าย	쉽다, 단순하다
เงียบ	조용하다
โง่	어리석다, 멍청하다, 우둔하다
จงรักภักดี	충성하다
จด	기록하다, 메모하다 / 편지 : จดหมาย 명심하다 :จดจำ
จน	가난하다 / ~할 정도로, ~할 때까지
จบ	마치다, 끝나다 / 졸업하다 : เรียนจบ, จบการศึกษา
จม	(물에) 잠기다, 가라앉다
จริง	진실이다, 진심이다 / 진지하다 : จริงใจ จริงจัง 진지하게 하다 : เอาจริงเอาจัง
จอง	예약하다
จ้อง	응시하다, 바라보다 = มอง / เห็น / จ้อง / ดู / ชม
จอด	주차하다
จัด	장식하다, 꾸미다, 분류하다 / 심하다 / (맛이) 강하다 : รสจัด 처리하다, 관장하다 : จัดการ / 설립하다 : จัดตั้ง
จับ	잡다, 쥐다 / 악수하다 : จับมือ
จาก	헤어지다, 이별하다 / ~로부터
จ้าง	고용하다 고용주 : นายจ้าง 피고용인 : ลูกจ้าง 고용되다 : รับจ้าง

จ่าย	(돈을) 내다, 지불하다
จำ	기억하다 / 추억, 기억 : ความทรงจำ
จำกัด	제한하다, 한정하다
จำนอง	저당잡히다
จำนำ	저당잡다, 담보하다
จำแนก	분류하다 / 구분하다
จำหน่าย	판매하다, 팔다
จิ้ม	찍다, 쑤시다
จืด	(맛이) 심심하다, 싱겁다
จุด	점화하다, 불을 붙이다 / 점 목표, 목적 : จุดมุ่งหมาย / 강점 : จุดเด่น 약점 : จุดอ่อน
จูง	이끌다, 손을 잡고 데리고 가다 / 설득하다 : จูงใจ, ชักจูง
จูบ	키스하다
เจ็บ	아프다
เจริญ	발전하다, 번영하다
เจอ	만나다 / พบ
เจาะ	뚫다 / 구멍을 뚫다 : เจาะรู
เจียว	(음식) 지지다
เจือจาง	희석하다, 묽게하다

แจก	나누다, 분배하다
แจ้ง	알리다, 통보하다 / 신고하다 : แจ้งความ
แจ่ม(ใส)	맑다, 청초하다
โจมตี	공격하다, 습격하다
ฉลอง	경축하다
ฉลาก	추첨하다, (제비)뽑다 / 상표, 라벨
ฉลาด	영리하다, 총명하다
ฉาบ	피막을 입히다, 겉칠하다, 도금하다
ฉีก	찢다
ฉีด	주사놓다, 분사하다, 뿜다
ฉุก (เฉิน)	갑자기 발생하다
เฉย ๆ	가만히 있다, 그냥 / 촌스럽다, 유치하다 : เฉย
เฉลย	설명하다, 해설하다
เฉลิม	축하하다, 경축하다
เฉลี่ย	평균하다, 고르게 나누다
เฉียง	경사지다, 기울다
เฉียบ	예리하다, 뾰족하다 / 총명하다, 영민하다 : เฉียบแหลม 단호하다, 엄격하다 : เฉียบขาด 신속하다, 급성의 : เฉียบพลัน
ชก	(주먹으로) 때리거나 치다

ชง	(커피를) 타다 / 달이다
ชด	배상하다, 보상하다 : ชดเชย
ชน	부딪치다, 충돌하다 / 사람 / 건배 : ชนแก้ว
ชนะ	승리하다, 이기다 / 우승하다 : ชนะเลิศ
ชม	보다, 구경하다 / 칭찬하다 : ชมเชย
ชวน	권하다, 권유하다
ช่วย	돕다, 도와주다
ชอบ	좋아하다 / 부합하다 / 책임지다 : รับผิดชอบ 합법적이다 : ชอบด้วยกฎหมาย 정당하다 : ชอบธรรม
ชักชวน	권하다 / 꾀다
ชัง	싫어하다, 미워하다
ชั่ง	(무게를) 재다, 달다
ชัด(เจน)	분명하다, 명백하다
ชัย(ชนะ)	승리하다, 이기다
ชั่ว	악하다, 나쁘다
ช้า	느리다, 늦다 / 꾸물대다 : ชักช้า 머지않아 : ในไม่ช้า
ชาญ	능숙하다, 숙련되어 있다 / 전문가: ผู้เชี่ยวชาญ
ช้ำ	멍들다
ชำนาญ	숙련되다, 노련하다
ชำร่วย	사례하다, 선문하다 / 답례품 : ของชำร่วย

ชำระ	지불하다 / 깨끗하게 씻다 / 휴지 : กระดาษชำระ
ชิง	다투다, 경쟁하다
ชิด	붙다, 접하다, 접근하다
ชิน	익숙하다
ชิม	맛을 보다, 시식하다
ชี้	(손가락으로) 가르키다 / 삿대질 하다: ชี้หน้า 해명하다, 설명하다 : ชี้แจง
ชื่น	상쾌하다, 즐겁다 / 개운하다, 후련하다 : ชื่นใจ
ชื้น	습하다, 축축하다 / 습도 : ความชื้น
ชุก	매우 많다, 풍부하다 / 비가 많이 내리다 : ฝนชุก
ชุบ	(가루를) 묻히다 / 도금하다
ชุม	모여들다, 운집하다 / 공동체 : ชุมชน
ชุ่ม(ชื้น)	젖다, 적시다
ชู	들어 올리다, 현양하다 / 보신하다 강장제 : ยาชูกำลัง 구명하다 : ชูชีพ 조미료 : ผงชูรส
เช็ด	닦다, 훔치다, 문지르다
เช่า	임차하다, 세내다 / 세를 주다 : ให้เช่า
เชิญ	초청하다, 초대하다
เชื่อ	믿다 : เชื่อถือ 말을 듣다 : เชื่อฟัง 자신을 갖다 : เชื่อมั่น
เชื่อง	길들이다 길들여 지지가 않다 : เลี้ยงไม่เชื่อง

เชื่อม(ต่อ)	잇다, 접합하다, 연결하다
แช่	담그다, 절이다 / 차게 하다 : แช่เย็น
แช่ง	저주하다
ใช่	맞다, 옳다
ใช้	(물건을) 쓰다, 사용하다 / (사람을) 고용하다 / (법안을) 공포(시행)하다 / (빚을) 상환하다 / 생활하다 : ใช้ชีวิต
ไชโย	만세!
ซน	개구지다 / 개구장이 : เด็กซน
ซวย	재수없다
ซ่อน	숨다, 숨기다
ซ่อม	고치다, 수리하다 / 보충하다 / 포크 / 보궐선거 : เลือกตั้งซ่อม
ซอย	(머리를) 다듬어 주다 / 골목길
ซัก	씻다, 세탁하다 / 세제 : ผงซักฟอก, 세탁하여 지우다 : ซักออก 세탁하여 다리다 : ซักรีด 드라이 크리닝 : ซักแห้ง 물세탁 : ซักน้ำ
ซัด	내던지다 / 뿌리다, 살포하다 / (책임을) 전가하다
ซับ	흡수하다, 빨아들이다
ซาบ	스며들다, 베다 감동하다 : ซาบซึ้ง = ประทับใจ
ซ้ำ	되풀이 하다, 반복하다

ซีด	창백하다, 핏기가 없다 얼굴이 창백하다 : หน้าซีด
ซื่อ	솔직하다, 정직하다 / 정직한 : ซื่อสัตย์
ซื้อ	사다, 구입하다
เซ่น(ไหว้)	제사 지내다
เซ็น	서명하다, 날인하다 : เซ็นชื่อ, ลงชื่อ
แซว	놀리다, (장난으로) 괴롭히다
โซ่	사슬
ดม	냄새를 맡다 / 냄새 맡는 약 : ยาดม
ด่วน	급하다
ดอง	절이다, 담그다 / 절인야채 : ผักดอง
ด้อย	열등하다, 못하다, 뒤떨어 지다 우월감 : ปมเด่น 열등감 : ปมด้อย
ดัก	매복하다, 덫을 놓다
ดัง	(소리가) 크다 / 유명하다 : ดังมาก
ดัด	교정하다, 바로잡다 / 반듯하게 펴다 : ดัดให้ตรง 감화시키다 : ดัดสันดาน 각색하다 : ดัดแปลง
ดัน	밀다, 누르다 / 압력 : แรงดัน
ดับ	꺼지다, 끄다 / 불을 끄다 : ดับเพลิง 정전 : ไฟดับ
ด่า	욕하다, 꾸짖다
ดาย	베다 / 제거하다

ดำ	잠수하다 / (벼를) 심다 / (색이) 검다 / 인색하다 : ใจดำ
ดำเนิน	진행하다, 집행하다 / 생활하다 : ดำเนินชีวิต
ดำรง	유지하다, 보존하다 / 맡다, 담당하다
ดิบ	날것이다, 덜익다
ดี	좋다 / 쓸개 잘먹고 잘산다 : อยู่ดีกินดี 훌륭하다 : ดีงาม 뛰어나다 : ดีเด่น
ดีด	(타이핑) 치다 / 타자를 치다 : ดีดพิมพ์ดีด
ดึง	당기다, 끌다 / 끌어 당기다 : ดึงดูด
ดื่ม	마시다 / 음료수 : เครื่องดื่ม
ดื้อ(ด้าน)	고집하다, 고집세다
ดุ(ดัน/ร้าย)	사납다, 흉악하다
ดู	보다, 보이다 무시하다 : ดูถูก 돌보다 : ดูแล 구분하다 : ดูออก 점치다, 운세를 보다 : ดูดวง 볼만하다 : น่าดู
ดูด	들이 마시다 / 빨아들이다
เด็ด	(꽃을) 따다, 뜯다, 재취하다 / 절대로 : โดยเด็ดขาด
เด่น(ชัด)	두드러 지다, 눈에 띄다
เดา	추측하다, 상상하다 알아맞히게 하다 : ให้เดา ให้ทาย
เดิน	걷다 / 작동하다 여행하다 : เดินทาง 산책하다 : เดินเล่น
เดือด	(물이) 끓다 / 곤란하다, 난처하다 : เดือดร้อน

แดง	붉다, 빨갛다
โดด	뛰다 / (수업을) 빼먹다 : โดดร่ม
โดน	당하다, 부딪치다, 접촉하다 그러다가다 당한다 : เดี๋ยวโดน
โดยสาร	(탈것을) 타다
ได้	얻다, 취득하다
ตก	떨어지다, 추락하다 / 빠뜨리다
ตกลง	찬성하다, 동의하다 / 합의사항 : ข้อตกลง
ตบ	(손뼉을) 치다, 두드리다
ต้ม	끓이다, 익히다
ตรวจ	검사하다, 조사하다 / 검진하다 : ตรวจโรค 측량조사하다 : ตรวจวัด 검사하다 : ตรวจสอบ
ตระหนี่	인색하다
ตรึง	(끈으로) 묶다, 고정시키다 / 억제하다, 안정시키다
ตลก	재미있다, 익살맞다
ต่อ	늘이다, 연결하다, 연장하다
ต้อง	맞다, 명중하다/ 닿다, 접촉하다 만지다 : แตะต้อง 원하다 : ต้องการ
ตอน	거세하다 : ตัดตอน
ต้อนรับ	환영하다
ตอบ	답하다 / 보답하다 : ตอบแทน
ต่อย	(주먹으로) 치다, 때리다 / 덤비다

ตะกุกตะกัก	(말을) 더듬거리다 / (길이) 울퉁불퉁하다
ตะโกน	소리지르다, 외치다, 고함치다
ตัก	뜨다, 푸다, 떠내다 / 시주하다 : ตักบาตร / 무릎
ตั้ง	서다, 세우다 / 맞추다, 설정하다 / 결심하다 : ตั้งใจ 설치하다 : ติดตั้ง 정신차리다 : ตั้งสติ 기반을 잡다 : ตั้งหลักฐาน
ตัด	베다 / 단절하다 / 재단하다 / 단념하다 : ตัดใจ 삭제하다 : ตัดออก, ตัดทิ้ง 수술하다 : ผ่าตัด 판정하다 : ตัดสิน
ตัน	속이 막혀 있다, 막히다 / (무게단위) 톤
ตาก	(햇볕에) 쬐다, 널다, 말리다 / (비에) 젖다, (비를) 맞다
ต้าน	막다, 차단하다 / 저항하다 ต่อต้าน : 저항하다, 반항하다
ตาม	뒤쫓다, 추적하다 / 불러오다 / 편한대로 : ตามใจ 여전히, 변함없이 : ตามเคย
ตาย	죽다 / 자살하다 : ฆ่าตัวตาย (감각이) 마비되다 : ตายด้าน 고정되다 : ตายตัว /เสียชีวิต, สิ้นชีพ, ถึงแก่กรรม, มรณภาพ, สวรรณคต
ตำ	찔리다 / 찧다
ต่ำ	낮다, (키가) 작다, (신분이) 비천하다
ติ	지적하다, 트집잡다
ติด	달라 붙다 / 달다, 걸다, 설치하다 / 전염되다(옮다) 연락하다, 교제하다 / 전염되다 : ติดต่อ 교통이 막히다 : รถติด 목이 메이다(걸리다) : ติดคอ

ตี	치다, 털다, 때리다 /
ตึง	팽팽하다, 긴장하다
ตื่น	깨다, 깨닫다, 각성하다 / 흥분하다 : ตื่นเต้น
ตื้น	(물이) 얕다, (생각이) 가볍다
เต้น	뛰다, 고동치다, 춤추다
เต็ม	가득하다, 꽉차다 기꺼이, 흔쾌이 : เต็มใจ 전력을 다해서 : เต็มที่
เตรียม	준비하다, 마련하다
เตะ	(발로) 차다, (향기가 코를) 찌르다
เติบ(โต)	크다, 자라다, 성장하다
เติม	채우다, 더하다 / 충전하다 돈을 충전하다 : เติมเงิน / 기름을 넣다เติมน้ำมัน
เตี้ย	(키가) 작다, 낮다
เตือน	충고하다, 타이르다 / 일깨우다 : ตักเตือน
แตก	깨지다, 부서지다, 파열하다/ 결렬하다, 분열하다 다르다 : แตกต่าง 정통하다 : แตกฉาน
แต่ง	단장하다, 장식하다, 분장하다 / 임명하다 : แต่งตั้ง / 결혼하다 : แต่งงาน / 화장하다 : แต่งหน้า
แตะ(ต้อง)	접촉하다, 닿다 / 부딪히다 : แตะต้อง / 슬리퍼 : รองเท้าแตะ
โต	자라다 / 크다 /거대하다 : ใหญ่โต
ถนอม	소중히 여기다, 아끼다 / (물건을)아껴쓰다 : ทะนุถนอม
ถนัด	숙련되다, 능숙하다

ถวาย	봉헌하다, 헌상하다, 바치다
ถอด	벗다 / 뽑다 / 해임하다 / 해석하다 / 분해하다
ถอน	뽑다 / 철회하다 / 인출하다 : ถอนเงิน 한숨짓다 : ถอนใจ
ถ่อม(ตัว)	겸손하다
ถอย	후퇴하다, 물러나다
ถาม	묻다, 질문하다
ถ่าย	(사진을) 찍다 / 갈아타다 / 배출하다/ 중계하다 : ถ่ายทอด 설사하다 : ถ่ายท้อง / 배수하다 : ถ่ายน้ำ / 복사하다 : ถ่ายเอกสาร / 수혈하다 : ถ่ายเลือด
ถึง	도착하다, 도달하다 / ~에 대하여 말하다 : พูดถึง / ~까지 : จนถึง / 설사 ~하더라도 : ถึงแม้ว่า 돌아가시다 : ถึงแก่กรรม
ถือ	들다 / 믿다 / ~ 로 간주하다 / 건방지다, 오만하다 : ถือตัว
ถูก	닿다, 접촉하다 / 어울리다 / (값이) 싸다 / 맞다, 명중하다 / 올바르다 : ถูกต้อง / 마음에 들다 : ถูกใจ
เถียง	논쟁하다, 언쟁하다 / 말대꾸하다
ไถ	쟁기질하다, 갈다 / 쟁기
ทด	보답하다 / 시험하다 시험하다 : ทดสอบ 실험하다 : ทดลอง 보상하다 : ทดแทน
ทน	참다 / 견디다 : อดทน / 오래쓰다 : ทนทาน

ทบ	접다, 개다 / 복습하다, 되풀이 하다 : ทบทวน
ทรมาน	괴롭다 / 괴롭히다
ทราบ	알다
ทลาย	무너지다, 붕괴하다
ทวน	되풀이 하다, 반복하다 / 역류하다 : ทวนน้ำ
ท่วม	넘치다, 범람하다 / 가득차다, 충만하다 / 홍수 : น้ำท่วม
ท้วม	풍만하다, 포동포동하다, 살찌다
ทอ	짜다, 뜨다 / 비치다, 비추다 / 배합하다 / 뿔로 받다
ท้อ(ใจ)	낙심하다, 주눅들다
ท่อง	거닐다, 배회하다 / 암기하다 / 여행하다 : ท่องเที่ยว
ทอด	튀기다
ทอน	자르다, 찍다 / 줄이다, 삭감하다, 단축하다 거슬러 주다 / 약분하다, 환산하다
ทะเบียน	등기(등록)하다
ทะลุ	관통하다, 꽤뚫다
ทะเลาะ	말다툼하다, 다투다
ทัก	인사하다 : ทักทาย / 반박하다, 이의를 제기하다
ทัน	따라잡다 : ไล่ทัน / (정해진 시간에) 대다 : ทันเวลา / 즉각, 곧바로 : ทันที
ทับ	사선부호 " / "

ทา	바르다, 칠하다
ท้า(ทาย)	도전하다
ทาน	저항하다, 견디다 / 교정하다 : ตรวจทาน / 잡수시다
ทาย	예언하다, 점치다 / 알아 맞히다
ทำ	하다, 행하다 / 만들다 / 마음을 가라앉히다: ทำใจ 처신하다 : ทำตัว ~인 체하다 : ทำเป็น
ทำลาย	파괴하다 / (기록을) 깨다
ทิ้ง	버리다, 포기하다, 남기다
ทุจริต	나쁜 행위를 하다, 불법적 행위를 하다
ทุบ	두드리다, 때리다
เท่า	동등하다, 같다 / 정도 / 배 / 단지 : เท่านั้น ~하는 한 : เท่าที่~
เทิด(ทูน)	숭배하다, 받들다
เที่ยว	여행하다 / 놀러가다
แท้	진실이다
แท้ง	유산하다
แทน	보답하다 : ตอบแทน / ~ 대신에 / 대리인, 대표 : ตัวแทน / ~하기는 커녕, ~는 하지 않고 : แทนที่จะ
แทรก	끼여들다, 삽입하다, 혼합하다 말 참견하다 : พูดแทรก 간섭하다 : แทรกแซง
โทร	전화하다 텔레비전 : โทรทัศน์ / 전화기 : โทรศัพท์ / 전보 : โทรเลข

โทรม	쇠퇴하다, 낡다, 망가지다 집단강간 하다 : โทรมหญิง
นวด	안마하다 / 타작하다 :นวดข้าว
นอน	눕다, 자다
นอบ	몸을 굽혀 예를 표하다 겸손하다, 공손하다 : นอบน้อม
น้อย	적다
นั่ง	앉다
นัด	약속하다 / 약속 / 파업하다 : นัดหยุดงาน
นับ	세다, 헤아리다 / 존경하다, 믿다 : นับถือ
นาน	오래다, 길다
นำ	인도하다, 유도하다 / 선도하다, 앞장서다 : นำหน้า 지도자 : ผู้นำ
นิ่ง	조용하다, 꼼짝 않고 가만히 있다
นิด(หน่อย)	적다, 작다
นิเทศ	전시하다, 설명하다, 분류하다 신문방송학과 : นิเทศศาสตร์
นินทา	흉보다, 비난하다, 비방하다
นิ่ม	연하다, 부드럽다
นิยม	좋아하다 / 성행하다 / ~주의 / สมัยนิยม : 유행
นิรภัย	안전하다 / 금고 : ตู้นิรภัย, 안전띠 : เข็มนิรภัย
นิรันดร์	영원하다

นิ้ว	손가락, 인치
นึก	생각이 떠오르다 / 누군가 했네 : นึกว่าใคร
นึ่ง	(음식을) 찌다
นุ่ง	(바지를)입다
นุ่ม	연하다, 부드럽다
เน้น	강조하다
เน่า	부패하다, 썩다
เนื่อง	연결되다, 관계하다 / 계속해서 : อย่างต่อเนื่อง
แนบ	근접하다 / 첨부하다
แนะ(นำ)	소개하다 / 조언하다
โน้ม	낮게 숙이다 / 추세이다 / 설득하다 : โน้มน้าวใจ
ปก	옹호하다, 보호하다 : ปกป้อง/ 책의 표지
ปกครอง	통치하다 / 지배하다
ปฏิบัติ	집행하다, 실행하다, 실천하다
ปฏิรูป	개량하다 / 혁신하다
ปฏิวัติ	혁명하다 / 산업혁명 : ปฏิวัติอุตสาหกรรม
ปฏิเสธ	거부하다, 거절하다, 부정하다
ปั่น	빻다
ประกวด	겨루다, 경합하다, 경쟁하다
ประกอบ	조립하다 / 만들다 / 참고하다

ประกัน	보증하다, 보장하다
ประกาศ	고시하다, 선고하다, 공포하다
ประจบ	아부하다
ประชด	비꼬다, 빈정대다
ประชุม	회의하다
ประดับ	꾸미다, 치장하다 / 장식품, 장신구 : เครื่องประดับ
ประดิษฐ์	발명하다
ประท้วง	항의하다, 데모하다, 시위하다
ประทับ	살다 / 인상을 받다 : ประทับใจ, 도장을 찍다 : ประทับตรา
ประทาน	(왕이) 선사하다, 하사하다
ประพันธ์	(시를) 짓다, 창작하다
ประมาณ	어림잡다, 계량하다, 측정하다 / 대략
ประมาท	(ประ-หมาด) 주의를 게을리 하다, 경시하다
ประเมิน	어림잡다 / 평가, 실사
ประยุกต์	응용하다 -활용하다 : ประยุกต์ใช้
ประเวณี	성교하다
ประสงค์	희망하다, 바라다 = ความปรารถนา, ความหวัง 목적, 목표 : จุดประสงค์, เป้าหมาย, วัตถุประสงค์, จุดมุ่งหมาย
ประสบ	만나다, 조우하다 / 경험 ประสบการณ์

ประสาท	수여하다 / 신경 5감 : หู / ตา / จมูก / ปาก / ผิว สัมผัส 육감 : สัมผัสที่ 6
ประหยัด	절약하다 = ทุ่น
ประหลาด	이상하다, 기괴하다 -괴물 : สัตว์ประหลาด
ปรับ	벌하다, 조절하다 -개선하다 : ปรับปรุง
ปรากฏ	나타나다, 출현하다 / 현상 : ปรากฏการณ์
ปราบ	제압하다, 평정하다 -제압하다 : ปราบปราม
ปราศัย	연설하다, 강연하다
ปรึกษา(หารือ)	상담하다, 조언을 구하다
ปรุง	맛을 내다 -가공하다 : ปรุงแต่ง
ปลด	석방하다, 방면하다 (유의어) = ปล่อย, พ้น, ออกจาก, หนีจาก
ปล้น	탈취하다, 약탈하다 -강간하다 : ปล้นสวาท
ปลอด	~에서 면제되다 -안전하다 : ปลอดภัย
ปลอบ	위로하다 / 달래다 : ปลอบใจ
ปลอม	가짜이다 / 위장하다 : ปลอมตัว 유사품 : ของปลอม
ปล่อย	방치하다, 풀어놓다
ปลิว	흩날리다/ ใบปลิว 전단지
ปลื้ม(ใจ)	기쁘다
ปลุก	깨우다 / 일깨우다 : ปลุกใจ

ปลูก	심다, 재배하다 / 건설하다 : ปลูกสร้าง
ปวด	아프다 / 배가 아프다: ปวดท้อง
ป่วย	병이 나다, 병을 앓다
ปอก	벗기다 / 껍질을 벗기다 : ปอกเปลือก
ป้อง(กัน)	막다, 방어하다
ป้อน	먹이다, 먹여주다
ปัก	꽂다, 박다 / 마음에 새겨넣다 : ปักใจ
ปั่น	회전하다 -머리가 돌 정도로 바쁘다 : ยุ่งจนหัวปั่น
ปั้น	빚다, 반죽하여 모양을 만들다 / 동상 : รูปปั้น, รูปหล่อ
ปิ้ง	굽다
ปิด	닫다, 폐쇄하다 / 붙이다
ปีน	(산에) 오르다, 기어 오르다
ปู	깔다 / 게
เป็น	~이다 / ~로서 / ~ 할 줄 안다
เปรียบ(เทียบ)	비교하다, 견주어보다 유리하다 : ได้เปรียบ 불리하다 : เสียเปรียบ 이기적이다 : เอาเปรียบ
เปรี้ยว	시다, 시큼하다
เปล่า	텅비다 / 헛되이 : เปล่า ๆ
เปลี่ยน	변하다 / 교환하다 / 변화하다 : เปลี่ยนแปลง

เป่า	(입으로)불다 / 공기를 뿜어내다 : เป่าลม
เปิด	열다, 켜다 / 공개하다, 폭로하다, 밝히다 : เปิดเผย
เปื้อน	더러워지다, 얼룩지다 / 앞치마 : ผ้ากันเปื้อน
แปรง	솔질을 하다 / 칫솔 : แปรงสีฟัน
แปล	번역하다, 해석하다
แปลก	이상하다, 특이하다
(ตัด)แปะ	오려서 붙이다
โปร่ง	맑다, 청명하다
ผลัก	밀다
ผลัด	교대하다, 연장하다
ผลิ	발아하다, 새싹이 나오다
ผลิต	생산하다, 만들다 / 생산품 : ผลิตภัณฑ์
ผสม	혼합하다, 섞다
ผ่อง	오점이 없다, 새하얗다
ผ่อน	긴장을 풀다, 쉬다 / 할부로 지불하다 완화하다 : ผ่อนคลาย / 쉬다 : พักผ่อน
ผอม	여위다, 날씬하다, 홀쭉하다
ผัด	볶다
ผ่า	자르다, 쪼개다 / 수술하다 : ผ่าตัด
ผ่าน	지나다, 통과하다 / 홍정하다

ผาย	배출(방출)하다 - 인공호흡하다 : ผายปอด
ผิด	어기다 / 틀리다 실망하다 : ผิดหวัง 약속을 어기다 : ผิดนัด 오해하다 : เข้าใจผิด
ผุ	낡다, 썩다 / 부식하다 : ผุพัง
ผูก	묶다, 매다 / 변비 : ท้องผูก
เผชิญ	상대하다, 마주치다 / 직면하다 : เผชิญหน้า
เผ็ด	맵다
เผา	태우다, 굽다
แผ่	넓히다, 확대하다
ฝัง	묻다, 매장하다
ฝ่า(ฝืน)	거역하다 / 위반하다, 어기다
ฝาก	맡기다, 위탁하다 / 예금하다 : ฝากเงิน
ฝาด	떫다
ฝึก(ฝน)	연습, 훈련하다
ฝืน	마지 못해 ~하다, 억지로 ~하다 / 마음에 거슬리다 : ฝืนใจ
เฝ้า	지키다, 간수하다 / 집을 지키다 : เฝ้าบ้าน
พ่น	분출하다, 내뿜다
พ้น	벗어나다, 면하다 / 꺼져버려! : ไปให้พ้น
พนัน	도박하다

พบ	만나다, 발견하다
พยาบาล	간호하다 / 병원 : โรงพยาบาล
พยายาม	노력하다
พลาด	잘못하다 / 실패하다 / 기회를 놓치다 : พลาดโอกาส
พลิก	뒤집다, 젖히다
พอ	충분하다, 족하다, 적당하다 / 마음에 들다 : พอใจ
พอง	팽창하다, 부풀다 / 뻥튀기 : ข้าวพอง
พัก(ผ่อน)	쉬다, 휴식하다
พัง	붕괴되다, 무너지다 / 망가지다
พัฒนา	개발하다, 발전하다
พัด	부채질하다 / 불다 선풍기 : พัดลม 바람이 불다 : ลมพัด
พัน	감다 / (숫자) 1000 붕대를 감다 : พันแผล
พับ	접다 / (옷을) 개다
พา	거느리다, 이끌다, 데리고 (가다/오다) / 유괴하다 : ลักพา
พาย	노를 젓다
พิง	기대다
พิจารณา	검토하다, 숙고하다
พิมพ์	인쇄하다

พิเศษ	특별하다, 예외적이다 / (음식의) 곱배기
พิสูจน์	증명하다
พึ่ง	의지하다 / 방금, 막
พูด	말하다 / 언행 : การพูดจาและการกระทำ
เพราะ	(소리) 감미롭다, 듣기 좋다 / ~때문에
เพลิดเพลิน	즐겁다.
เพลีย	탈진하다, 피로하다, 힘이 없다
เพาะ(ปลูก)	파종하다, 배양하다
เพิ่ม	증가하다, 첨가하다 / 추가하다, 보충하다 : เพิ่มเติม
แพ้	지다, 패하다
แพง	비싸다
แพร่(หลาย)	퍼지다, 확산하다, 유행하다
ไพเราะ	듣기 좋다, 감미롭다
ฟอก	세탁하다, 표백하다
ฟ้อง	고소하다, 고발하다
ฟัง	듣다 / 알아 듣다 : ฟังออก
ฟัน	이, 치아 / 칼로 내리치다
ฟื้น	소생하다, 부활하다 / 회복하다, 복구하다 : ฟื้นฟู
ฟุ่มเฟือย	풍부하다, 부유하다 / 낭비하다, 사치하다
ภักดี	충성하다

ภาวนา	기도하다, 염원하다
มอง	바라보다, 응시하다
มอบ	주다, 선사하다 / (소, 말) 입마개, 재갈
มั่น	견고하다, 확실하다 안정되다 : มั่นคง 확신하다 : มั่นใจ
มัว	흐리다, 희미하다
มา	오다 마중나오다 : มารับ 전송하다: มาส่ง
มาก	많다
มี	소유하다, 존재하다 사람이 있다 : มีคน 가치있다 : มีค่า 나이가 있다 : มีอายุ 매력적이다 : มีเสน่ห์
มึน	어지럽다, 현기증이 나다
มืด	어둡다
เมา	취하다 / 차멀미하다 : เมารถ
เมื่อย	저리다, 아프다, 뻐근하다
โม้	허풍을 떨다, 과장하여 말하다 / 허풍쟁이 : ขี้โม้
โมโห	화를 내다
ยก	들어 올리다 / 예를 들다 :ยกตัวอย่าง / 취소하다: ยกเลิก 높이 받들다 : ยกย่อง 제외하다 : ยกเว้น
ยอด	최고이다, 탁월하다 : ยอดเยี่ยม / 정상, 꼭대기
ยอน	삽입하다, 넣다

ย้อน	되돌리다
ยอม	인정하다, 승락하다, 받아들이다 / 패배를 인정하다 : ยอมแพ้
ย่อม	당연하다, 마땅하다
ย้อม	염색하다
ย่อย	소화하다 / 미세하다 / 음식을 소화하다 : ย่อยอาหาร
ยับ	주름지다, 구겨지다
ยั่ว	유발하다, 약올리다 / 유혹하다 : ยั่วยวน
ยาก(จน)	빈곤하다, 가난하다
ย่าง	굽다, 바베큐하다
ย้าย(ออก)	옮기다, 이사하다
ยาว	길다, 오래되다
ย้ำ	강조하다, 반복하다
ยิง	쏘다, 사격하다
ยิ้ม	미소짓다
ยึด	꽉 붙잡다, 점령하다 / 신봉하다 : ยึดถือ
ยืด	늘어나다 (말이) 장황하다 : ยืดเยื้อ
ยื่น	건네다, 제출하다
ยืม	꾸다, 빌리다
ยุ่ง	바쁘다 / 끼어들다 / 일이 바쁘다 : งานยุ่ง

ยุบ	축소하다, 해산하다, 폐지하다
เย็น	서늘하다, 시원하다 / 저녁 / 진정하다 : ใจเย็น
เย็บ	꿰매다, 봉합하다
เยอะ(แยะ)	많다
เยี่ยม	방문하다 / 최고다, 빼어나다
เยือน	방문하다
แย่	나빠지다, 곤란하다
แยก	나누다, 분류하다, 분할하다
แย้ง	모순되다
โยน	던지다
รด	물을 주다, 물을 뿌리다
รบ	전투하다, 싸우다 / 폐를 끼치다: รบกวน / 졸라대다 : รบเร้า
ร่วง	떨어지다, (낙엽이) 지다, (머리털이) 빠지다
รวบ	모으다, 합하다
รวม	합하다, 모이다
ร่วม	참여하다, 협동하다 / 공동의 마음을 합하다, 협심하다 : ร่วมใจ 협력하다 : ร่วมมือ
รวย	부유하다
รหัส	비밀, 암호

รอ	기다리다
รอง	밑에 깔다, 받치다 / 차순위, 부 / 구두 : รองเท้า
ร้อง	외치다 / 노래하다 / 울다 : ร้องไห้ 청원하다, 탄원하다: ร้องเรียน, 호소하다 : เรียกร้อง
รอด	벗어나다
ร้อน	덥다, 뜨겁다
ระงับ	저지하다, 제지하다 / 진정제 : ยาระงับประสาท
ระบาด	분산하다, 확산하다 - 유행병 : โรคระบาด
ระบาย	(물을) 배수하다 / (색을) 칠하다
ระบุ	명시하다, 기록하다
ระเบิด	폭발하다, 터지다
ระมัด(ระวัง)	주의하다, 유의하다, 조심하다
ระลึก	기억하다, 기념하다, 기리다 기념품 : ของที่ระลึก
รัก	사랑하다
รักษา	치료하다, 지키다, 유지하다
รังเกียจ	싫어하다, 혐오하다
รังแก	괴롭히다
รัด	조르다, 매다 / 줄이다, 긴축하다
รับ	받다, 응하다 고용되다 : รับจ้าง 이어 받다 : รับช่วง 시중들다, 떠받치다 : รับใช้ (말로) 약속하다 : รับปาก 보장하다 : รับรอง

รั่ว(ไหล)	새다 / 누설되다
รา	곰팡이 / 정지하다, 그만두다 곰팡이 피다 : ราขึ้น
ร่า(เริง)	쾌활하다, 매우 기쁘다
ราด	끼얹다, 뿌리다
ราบ	평평하다 / 순조롭다 : ราบรื่น
ร้าย	나쁘다, 사납다
รำ	춤추다 / 귀찮다, 성가시다 : รำคาญ
ร่ำรวย	부유하다
รีด	다리다, 다림질 하다
รีบ	서두르다
รื้อ	헐다, 철거하다
รุกราน	침입하다, 침공하다
รุนแรง	격렬하다, 맹렬하다, 급진적이다
รู้	알다 / (사람을) 알다: รู้จัก 깨닫다 : รู้ตัว / 알아듣다: รู้เรื่อง
รู้สึก	느끼다, 감지하다
รูด	잡아 당겨 빼다
เร็ว	빠르다, 이르다
เริ่ม	시작하다, 개시하다
เรียก	부르다

เรียง	늘어세우다, 나열하다
เรียน	배우다, 학습하다 / 알리다, 말씀드리다
ไร้	빈곤하다 / 결핍하다
ลง	내려가다, 내리다 착수하다 : ลงมือ 벌주다 : ลงโทษ
ลด	줄이다, 감소하다, 경감하다
ลบ	닦다, 지우다 / 마이너스, 뺄셈 말소하다, 취소하다 : ลบล้าง
ล้ม	넘어지다, 자빠지다 파산하다 : ล้มละลาย 오뚜기 : ตุ๊กตาล้มลุก
ลวก	(끓는 물에) 데치다 / 반숙하다
ลวง	속이다 / 꾀다 (หลอกลวง)
ล่วง	지나다, 앞서다 미리 앞서 알다 : ล่วงรู้ 미리, 앞서 : ล่วงหน้า
ล่อ	유혹하다 / 현혹시켜 속이다 : ล่อลวง
ล้อ	놀리다, 조소하다, 비웃다 / 놀리다 : ล้อเล่น 말-농담 : พูดเล่น
ลอก	복사하다, 베끼다 / 컨닝하다
ล็อค	채우다, 잠그다
ลอง	시도하다, 해보다
ล้อมรอบ	둘러싸다, 에워싸다
ลอย	뜨다, 부상하다 / 마음이 들뜨다 : ใจลอย
ละเลย	간과하다, 방치하다, 내버려두다 / 직무유기 : หน้าที่ละเลย

ละลาย	녹다, 용해되다
ละเอียด	(가루가) 곱다, 세밀하다
ลัก	몰래 ~하다 / 훔치다
ลัด	가볍게 툭치다 / 지름길로 가다 지름길 : ทางลัด 속성으로 배우다 : เรียนลัด
ลับ	갈다, 연마하다 / 숨다 / 비밀 : ความลับ
ลา	당나귀 / 떠나다, 작별하다 안녕! : ลาก่อน 퇴직하다 : ลาออก
ล่า	퇴각하다, 후퇴하다 / 사냥하다 / 최근의 : ล่าสุด 더디다 : ล่าช้า
ล้า	뒤처지다 / 시대에 뒤처지다 : ล้าสมัย
ลาก	끌다, 당기다
ล้าง	씻다, 세척하다 / 소멸시키다 / 현상하다 : ล้างรูป 치욕을 씻다 : ล้างอาย
ลามก	외설스럽다, 음탕스럽다
ลำบาก	어렵다, 곤란하다
ลึก	깊다
ลื่น	미끄럽다
ลืม	잊다, 망각하다 / (눈을) 뜨다 : ลืมตา
ลือ	소문나다
ลุก	일어나다, 발기하다 / 타오르다
ลุย	짓뭉개다, 쳐부수다

ลูบ	쓰다듬다, 어루 만지다
เล่น	놀다, 장난치다 / (운동이나 연주를) 하다 농담반 진담반 : พูดที่เล่นที่จริง
เลย	통과하다, 지나다
เลวร้าย	좋지 않다, 나쁘다
เล่า	말하다, 진술하다 / 들려주다 : เล่าให้ฟัง
เลิก	끊다, 그만두다 / 끝나다, 끝내다
เลีย	핥다
เลี่ยง	피하다, 회피하다
เลี้ยง	돌보다, 기르다 / 접대하다, 한턱내다
เลียน(แบบ)	흉내내다, 모방하다
เลี่ยน	느끼하다
เลี้ยว	돌다, 회전하다
เลือก(สรร)	고르다, 선출하다 / 선거하다 : เลือกตั้ง
เลื่อน	움직이다, 이동하다 / 진급하다, 승진하다 / (시간을) 연기하다
เลื่อย	(톱으로) 자르다, 톱질하다
แล	보다
แลก	바꾸다, 교환하다 환전하다 : แลกเงิน 교환하다 : แลกเปลี่ยน
แล้ง	마르다, 가뭄들다
แลบ	(혀를) 내다, 내밀다 / (번개가) 치다 : ไฟแลบ

แล้ว	끝나다, 완료하다 / 그리고 나서
โล่ง	한숨 돌리다, 후련하다
ไล่	뒤쫓다 / 쫓아 버리다 : ไล่ออก / 해고하다
วัด	재다, 측정하다
ว่า	말하다 / 타이르다, 꾸짖다
ว้าเหว่	쓸쓸하다, 고독하다
วาง	내려놓다, 두다 / 규정하다 / 마음 놓다, 안심하다 : วางใจ 계획을 수립하다 : วางแผนการ 손을 놓다 : วางมือ 착수하다 : ลงมือ
ว่าง	(시공간이) 비다, 공허하다 / 한가하다
วาด	그리다
ว่ายน้ำ	헤엄치다, 수영하다
วิเคราะห์	관찰하다, 분석하다, 분해하다
วิ่ง	달리다, 뛰다 / 마라톤 : วิ่งทน
วิจารณ์	논평하다, 비평하다 / 판단력 : วิจารณญาณ
วิเศษ	우수하다, 탁월하다
วุ่น	바쁘다, 분주하다 / 복잡하다, 혼란하다 : วุ่นวาย
เว้น	제거하다, 선별하다, 빠트리다, 간격을 두다 칸을 띄우다 : เว้นวรรค 제외하다 : เว้นแต่, ยกเว้น
เวียน	주위를 돌다, 회전하다 / (머리가) 어지럽다 : เวียนหัว

แว่นตา	안경
แวะ	들르다
ไว้	두다, 해두다 / (머리를) 기르다 / 신뢰하다 : ไว้ใจ
ศักดิ์สิทธิ์	신성하다, 영험하다
เศร้า	상심하다, 슬퍼하다
สกปรก	더럽다, 불결하다
ส่ง	보내다, 파견하다 / 촉진하다, 진흥하다 : ส่งเสริม
สงบ	고요하다, 조용하다
สงวน	지키다, 보존하다
สงสัย	의심하다, 의혹을 갖다
สงสาร	불쌍하다
สด	신선하다, 선명하다 상쾌하다 : สดชื่น 청명하다 : สดใส
สนใจ	관심을 갖다
สนทนา	대화하다
สนอง	회답하다, 보답하다 / 부응하다
สนับสนุน	지원하다, 지지하다, 후원하다
สนุก	재미있다
สบาย	편안하다 : สบายใจ / 쉽다, 용이하다

สม	적합하다, 어울리다 마땅하다 : สมควร 합리적이다, 이치에 맞다 : สมเหตุ สมผล 꼴좋다 : สมน้ำหน้า 소원을 이루다 : สมหวัง 실망하다 : ผิดหวัง
สมบูรณ์	완벽하다
สมรส	결혼하다
สมัคร	지원하다, 가입하다 아마추어의 : สมัครเล่น (회사에) 지원하다 : สมัครงาน
สม่ำเสมอ	일정하다, 고르다 / 항상, 언제나
สร้าง	세우다, 건립하다 / 자수성가하다 : สร้างตัว
สรุป	결론짓다, 요약하다
สลบ	정신을 잃다, 기절하다
สละ	포기하다 / 희생하다 : เสียสละ
สละสลวย	수려하다, 미려하다
สลับ	뒤섞이다, 엇갈리다 복잡하게 엉켜 있다 : สลับซับซ้อน
สลาย	녹다, 용해되다,
สวดมนต์	염불하다, 주문을 외다
สวน	심문하다, 수사하다 / 정원, 공원, 뜰 엇갈리다 : สวนทาง 공원 : สวนสาธารณะ 정원 : สวนหย่อม
สวม	입다

สวย	예쁘다, 아름답다
สว่าง	밝다, 환하다
ส่อ	나타내다, 표시하다, 비치다
ส่อง	비추어 보다, 비치다
สอด	삽입하다, 끼워넣다 일치하다, 부합하다 : สอดคล้อง
สอน	가르치다
สอบ	시험보다, 응시하다 / 조사하다 시험에 합격하다 : สอบได้ 시험에 떨어지다 : สอบตก
สะดวก	편리하다
สะท้อน	반영하다, 반사되어 비치다, 역행하다
สะพาย	어깨에 걸치다
สะสม	수집하다, 모으다
สะอาด	깨끗하다, 청결하다
สั่ง	명령하다, 주문하다 - 훈육하다 : สั่งสอน 처방전 : ใบสั่งยา
สังกัด	소속하다, 관할하에 있다
สังเกต	관찰하다, 주목하다 / 주시하다 : สังเกตุการณ์
สั่น	흔들리다, 떨다, 진동하다
สั้น	짧다
สับ	잘게 썰다 혼란하다, 복잡하다 : สับสน

สาธิต	시범을 보이다 / 시범학교, 부속학교 : โรงเรียนสาธิต
สาปแช่ง	저주하다
สาบาน	선서하다, 맹세하다
ส่าย	좌우로 흔들다
สารภาพ	자백하다, 고백하다
สำคัญ	중요하다
สำนึก	뉘우치다, 자각하다
สำรวจ	조사하다, 탐사하다
สำรอง	예비해두다, 준비해두다
สำเร็จ	완성하다, 성공하다 완제품 : สำเร็จรูป 성공하다 : ประสบความสำเร็จ
สิ้น	끝내다, 다하다 / 절망하다 : สิ้นหวัง
สี	닦다 / 색 / 마찰하다 : เสียดสี
สึก	마모되다
สืบ	전하다, 찾다 / 계승하다 : สืบทอด 심문하다 : สืบสวน 수사관 : นักสืบ
สุก	익다, 성숙하다
สุข	행복하다
สุภาพ	예의 바르다 / 신사 : สุภาพบุรุษ, 숙녀 : สุภาพสตรี
สุ่ม	무작위로 고르다 : สุ่มเลือก

สู้	싸우다, 저항하다 / 필사적으로 싸우다 : สู้ตาย
สูง	높다
สูญ	없어지다, 상실하다 / 멸종되다 : สูญพันธ์
เสนอ	제안하다 / 보도하다, 소식을 전하다 : เสนอข่าว
เสมอ	똑같다, 비기다 / 항상, 늘
เสร็จ	끝내다, 마치다
เสริม	강화하다, 보강하다 / 미용실 : ร้านเสริมสวย
เสรี	자유롭다 / 자유 : เสรีภาพ
เสีย	파손되다, 상하다 / 잃다, 손해보다 / 지불하다 유감이다 : เสียใจ 애석하다 : เสียดาย 순결을 잃다 : เสียตัว 체면을 잃다 : เสียหน้า 손해를 입다 : เสียหาย
เสียดสี	마찰하다 / 비꼬다, 빈정대다
เสียบ	찔러 넣다 / 전기 플러그를 꽂다 : เสียบปลั๊ก
เสื่อม	퇴보하다, 쇠퇴다다 질이 떨어지다 : เสื่อมคุณภาพ 몰락하다 : เสื่อมโทรม
แสง	빛
แสดง	표시하다, 표현하다, 나타내다
แสบ	따끔따끔 아프다, 쓰리다, 쓰라리다
แสวง	뒤쫓다, 추구하다 : แสวงหา
ใส	맑다, 투명하다
ใส่	입다, 걸치다, 넣다, 뿌리다, 채우다

หด	오므라들다, 수축하다
หนวก	들리지 않다, 거슬리다 / 귀에 거슬리다 : หนวกหู
หนา	두껍다
หนาว	춥다
หนี	달아나다, 도망가다
หนีบ	끼다
ห่ม	덮다 / 이불 : ผ้าห่ม
หมด	다하다, 끝나다, 소진되다 / 모두, 완전히
หมอบ	엎드리다, 웅크리다
หมัก	담가두다, 발효시키다
หมั้น	약혼하다 / 약혼자 : คู่หมั้น
หมาย	뜻하다 : หมายความ, ความหมาย
หมุน	돌다, 회전하다 순환, 유통 : หมุนเวียน 자금을 회전시키다 : หมุนเงิน
หยอด	집어넣다, 조금씩 떨어 뜨려 넣다
หย่อน	집어넣다 / 늦추다, 경감하다
หย่า	이혼하다
หยาบ	거칠다, 난폭하다, 천하다
หยิก	꼬집다 / 곱슬곱슬 하다
หยิ่ง	건방지다, 오만하다, 자만하다

หยิบ	집다, 줍다
หยุด	멈추다 / 쉬다 / 일을 쉬다, 파업하다 : หยุดงาน
หรูหรา	화려하다, 호화롭다
หลง	빠지다, 있다, 도취하다 자아도취되다 : หลงตัวเอง 속임수에 넘어가다 : หลงเชื่อ 길을 잃다 : หลงทาง
หลบ	피하다, 도피하다 / 탈세하다 : หลบภาษี
หลวม	헐렁하다, 느슨하다
หล่อ	주조하다 / 잘생기다 : รูปหล่อ
หลอก	속이다
หลับ	(눈을) 감다, 자다 / 눈을 감다 : หลับตา 눈을 뜨다 : ลืมตา
หลีก	피하다 / (길을) 터주다 회피하다 : หลีกเลี่ยง
หลุด	빠지다, 풀어주다 끈이 풀어지다 : หลุดเชือก
หวง	보호하다, 소중히 여기다
ห่วง	근심하다, 걱정하다 : ห่วงใย
หวัง	희망하다, 기대하다
หวัด	(글씨가) 고르지 못하다, 갈겨쓰다 / 감기
หวาน	(맛이) 달다
ห่อ	포장하다 / 푸대, 보따리

หอม	향기롭다 / 볼에 뽀뽀하다 : หอมแก้ม / 파 : ต้นหอม, 양파 : หัวหอม /
หัก	부러지다, 꺾이다 / 체념하다 : หักใจ 배반하다 : หักหลัง 굴절하다 : หักเห
หัด	훈련하다, 연습하다
หัน	향하다, 전향하다
หั่น	(잘게) 썰다
หัวเราะ	웃다 / 미소짓다 : ยิ้ม
หา	찾다, 구하다 / 못찾다 : หาไม่เจอ 선거유세하다 : หาเสียง 돈을 벌다 : หาเงิน
หารือ	논의하다, 협상하다 ปรึกษาหารือ
ห่าง	떨어져 있다, 흩어져 있다 멀리 떨어져 있다 : ห่างไกล
ห้าม	금하다 / 브레이크 : ห้ามล้อ
หาย	없어지다, 사라지다
หาร	나누다
หิว	배고프다
หึง	질투하다, 시샘하다 / 부러워 하다 : อิจฉา
หุง	(밥을) 짓다 : หุงข้าว
เห็น	보다, 보이다 / 여기다 이기적이다 : เห็นแก่ตัว 동정하다 : เห็นใจ 동의하다 : เห็นด้วย
เหนียว	끈끈하다, 질기다, 찰지다 / 인색하다

เหนื่อย	피곤하다
เหม็น	냄새가 고약하다
เหมา	(차를) 대절하다 / 모두 합해서 계산하다 / 전부 사버리다 : ซื้อเหมา
เหมาะ	적합하다, 알맞다 : เหมาะสม
เหมือน	닮다, 같다
เหยียบ	밟다
เหลือ	남다 / 너무, 매우 / 지나치다 : เหลือเกิน 분에 넘치다 : เหลือตัว
เหลือง	노랗다
เห่า	짖다 / 코브라 : งูเห่า
เหี่ยวแห้ง	시들다, 마르다 / 생기가 없다
แห้ง	마르다, 건조하다 : แห้งแล้ง
แหลม	뾰족하다 / 총명하다 / 반도 / 황금반도 : แหลมทอง
โหดร้าย	잔인하다, 흉악하다
ให้	주다 / ~하게 하다 / ~에게 / 용기를 주다 : ให้กำลังใจ 아이구! : ให้ตายซิ
ใหญ่	크다
ใหม่	새롭다
ไหม้	불에 타다
ไหล	흐르다 / 물이 안 나오다 : น้ำไม่ไหล

ไหว	진동하다 / 참을 수 있다
ไหว้	합장배례하다
อด(ทน)	참다, 견디다 생각을 금할 수 없다 : อดคิดไม่ได้
อธิบาย	설명하다
อธิษฐาน	기도하다, 기원하다
อนุญาต	허가하다, 승락하다
อนุมัติ	인가하다
อนุรักษ์	보호하다, 보존하다 / 보수적이다
อภิปราย	토론하다, 토의하다
อม	입속에 물다 / 사탕 : ลูกอม
อยาก	바라다
อยู่	살다, 있다
อร่อย	맛있다
อวด	자랑하다, 뽐내다
อ้วน	뚱뚱하다
ออก	나오다 운동하다 : ออกกำลังกาย 아이를 낳다 : ออกลูก
อ่อน	약하다, 연하다 상냥하다 : อ่อนหวาน / 연약하다 : อ่อนแอ
อัด	누르다, 압축하다 / 공기를 압축하다 : อัดลม
อัศจรรย์	기이하다, 신기하다

อ้าง(อิง)	인용하다 / 핑계대다 / 이핑계 저핑계 : อ้างนี้อ้างโน้น
อาเจียน	토하다
อ่าน	읽다
อาบ	목욕하다, 바르다
อาย	부끄럽다
อาศัย	거주하다, 체류하다 / 의존하다 주소 : ที่อยู่อาศัย
อาสา	자발적으로 나서다 / 자원하다 : อาสาสมัคร
อำนวย	제공하다 /집행하다 / 편의를 제공하다 : อำนวยความสะดวก
อิจฉา	부러워하다, 시기하다, 샘내다
อิ่ม	배부르다 만족하다 : อิ่มใจ 포만하다 : อิ่มตัว
อิสระ	자유롭다 / 자유 : อิสรภาพ
อุ่น	따뜻하게 하다, 덥히다 / 따듯하게 데워 주세요 : อุ่นให้หน่อย
อุบัติ	발생하다 / 우발사고 : อุบัติเหตุ
อุปมา	비유하다
อุ้ม	들어 안다 / 끌어안다 : กอด
เอา	가지다, 취하다 진심으로 하다 : เอาจริงเอาจัง / 극복하다, 이기다 : เอาชนะ
เอื้อเฟื้อ	호의를 나타내다, 배려하다

แอบ	숨다, / 몰래~하다
โอน	전환하다, 이양하다
ไอ	기침하다 / 가스

제3장

기초 문형

-(으) 러 가다/오다

대응어 ไปเพื่อ.../มาเพื่อ...

용 법 주어 다음에 동사선행어 ไป 또는 มา가 오고 다음에 전치사 เพื่อ가 온 뒤에 본동사가 온다.

S+ไป(เพื่อ)++V / S+มา(เพื่อ)+V

학교에 한국어를 공부하러 갑니다.
ไปโรงเรียนเพื่อเรียนภาษาเกาหลี

동생은 도서관에 책을 읽으러 갑니다.
น้องไปห้องสมุดเพื่ออ่านหนังสือ

엄마는 부엌에 물을 끓이러 오십니다.
แม่มาที่ครัวเพื่อต้มน้ำ

사무실에 선생님을 만나러 갑니다.
ไปที่แผนกเพื่อพบอาจารย์

꽃집에 장미꽃을 사러 갑니다.
ไปร้านดอกไม้เพื่อซื้อดอกกุหลาบ

* 전치사 เพื่อ 가 생략될 수도 있는데, 이때는 연계동사구문이 되며 장소는 장소부사구를 이끄는 ที่의 뒤에 나타난다.

학교에 한국어를 공부하러 갑니다.
ไปเรียนภาษาเกาหลีที่โรงเรียน

동생은 도서관에 책을 읽으러 갑니다.
น้องไปอ่านหนังสือที่ห้องสมุด

-아/어 가지고

대응어 เลย.../ก็เลย.../แล้วก็.../แล้วก็...ด้วย

용 법 문장연결 접속사가 사용되는데 원인이나 이유를 나타내는 경우에는 เลย 또는 ก็เลย에 대응되고, 사건의 시간적 연계를 나타내는 경우에는 แล้วก็... 또는 แล้วก็...ด้วย에 대응된다. 이때, เลย 또는 ก็เลย 는 후행문의 주어 다음에 위치하며 후행문의 주어가 선행문의 주어와 동일한 경우에는 생략될 수 있다.

[S+V]+[S+เลย/ก็เลย+V]

그는 너무 기뻐 가지고 말이 안 나왔다.
เขาดีใจเกินไป ก็เลยพูดไม่ออก

돈이 없어 가지고 여행을 못 갔어요.
ไม่มีเงิน ก็เลยไปเที่ยวไม่ได้

[S+V]+แล้วก็+V+(ด้วย)

어머니가 음식을 만들어 가지고 할아버지께 갖다 드렸다.
แม่ทำอาหาร แล้วก็นำไปให้คุณปู่ด้วย

나무를 집어 가지고 불을 피웁니다.
หยิบไม้มา แล้วก็จุดไฟ

숙제를 해 가지고 오세요.
ทำการบ้าน แล้วก็นำมาด้วยนะ

-와/과 (같이)

대응어 กับ/ด้วยกันกับ...

용 법 절과 명사를 연결시켜주면서 선행절에 의해 기술되는 사건내용에 '동반' 또는 '참여'의 의미를 나타낸다.

S+V+กับ/ด้วยกันกับ+N

동생과 같이 영화를 보러 갔어요.
ไปดูหนังกับน้อง

어제 누구와 같이 식사했어요?
เมื่อวานทานข้าวกับใคร

그 사람과 같이 어울리면 안 돼요.
คบกับเขาไม่ได้

작년에 가족과 같이 해외로 여행을 갔다왔어요.
ปีที่แล้วไปเที่ยวต่างประเทศด้วยกันกับครอบครัวมา

할아버지와 같이 등산했습니다.
ปีนเขาด้วยกันกับคุณปู่

-거나

대응어 หรือ/หรือไม่ก็

용 법 두개의 절을 연결하면서 양자택일의 의미를 나타낸다. 선행절의 주어와 후행절의 주어가 같을 경우에 후행절의 주어는 생략될 수 있다.

[S+V]+หรือ/หรือไม่ก็+[S+V]

주말에 친구를 만나러 가거나 영화를 본다.
สุดสัปดาห์จะไปพบเพื่อนหรือไปดูหนัง

나는 시간이 있을 때 책을 읽거나 음악을 감상한다.
เมื่อมีเวลาว่างฉันอ่านหนังสือหรือไม่ก็ฟังดนตรี

너는 시장에 갈 거야 아니면 도서관에 갈 거야?
เธอจะไปตลาดหรือว่าจะไปห้องสมุด

오늘 저녁 때 축구를 하거나 농구를 해야지.
เย็นนี้ จะเล่นฟุตบอลหรือไม่ก็บาสเกตบอล

다음 달에 아르바이트를 하거나 지방에 갈 것이다.
เดือนหน้าจะทำงานพิเศษหรือไม่ก็จะไปต่างจังหวัด

-거니와

대응어 นอกจาก...แล้ว ยัง...ด้วย

용 법 문장 연결 접속사로 นอกจาก...으로 유도되는 선행문에 나타내는 내용 외에도 ยัง...으로 유도되는 후행문에 나타내는 내용이 더 있음을 표현한다. 이때 นอกจาก...은 แล้ว가 호응하고 ยัง은 ด้วย가 호응한다.

นอกจากจะ[S+V]+แล้ว+ยัง+[S+V]+ด้วย

그 사람을 만날 시간도 없거니와 만나서 할 말도 없습니다.
นอกจากจะไม่มีเวลาที่จะพบเขาคนนั้นแล้ว ยังไม่มีเรื่องที่จะคุยด้วย

이 하숙집은 방이 깨끗하거니와 무엇보다도 주인이 마음이 좋습니다.
นอกจากบ้านเช่าหลังนี้จะสะอาดแล้ว ยิ่งกว่าสิ่งอื่นใด เจ้าของก็ใจดีด้วย

교수님은 정직하시거니와 마음도 좋으십니다.
อาจารย์นอกจากจะซื่อสัตย์แล้ว ก็ใจดีด้วย

아버지는 부지런하시거니와 인간관계도 좋으시다.
คุณพ่อนอกจากจะขยันแล้ว ยังมีมนุษยสัมพันธ์ดีด้วย

지배인은 똑똑하거니와 모든 일을 다 잘한다.
ผู้จัดการนอกจากจะฉลาดแล้ว ยังทำงานทุกอย่างเก่งด้วย

-ㄴ/는 거 아니에요?

대응어 ไม่เป็นการ(สิ่ง)...หรือ

용 법 주어가 앞에 나오고 ไม่เป็นการ(สิ่ง)으로 연결된다. 의문문이므로 문장 끝머리에 의문어조사 หรือ가 위치한다. 구어체로 쓰일 때에는 동사 앞에 부정소와 뒤에 หรือเนี่ย 또는 동사의 뒤에 หรือเปล่า เนี่ย 를 쓰기도 한다.

S+ไม่เป็นการ(สิ่ง)+V+หรือ / S+ไม่+V+หรือเนี่ย /
S+V+หรือเปล่าเนี่ย

지금까지 일하는데 너무 무리한 거 아니에요?
ตอนนี้ก็ยังคงทำงานเนี่ยนะ ไม่เป็นการหักโหมเกินไปหรือ

생일 선물로는 너무 비싼 거 아니에요?
สำหรับของขวัญวันเกิดนั้น ไม่เป็นสิ่งที่แพงเกินไปหรือ

이 일은 너무 어려운 거 아니에요.
งานนี้ ไม่ใช่เป็นสิ่งที่ยากเกินไปหรือ

이 옷은 너무 비싼 거 아니에요.
เสื้อผ้าตัวนี้ ไม่แพงเกินไปหรือเนี่ย

이 방법은 너무 어려운 거 아니에요.
วิธีนี้ ยากเกินไปหรือเปล่าเนี่ย

-(으)ㄹ 거야 말거야?

대응어 จะ.....หรือไม่.....

용 법 선행문과 후행문 사이에 หรือไม่가 들어가 선택의문문을 만든다. 이때 선행문의 주어 다음에 จะ가 들어가며 선행문 주어와 후행문 주어가 일치되는 경우에 후행문 주어는 생략된다. 또는 문장의 마지막에 หรือเปล่า를 사용하여 선택의문문을 만들 수 있다. 구어체에서는 답변을 재촉하는 뉘앙스로 หรือไง(หรืออย่างไร)를 사용하기도 한다.

S+จะ+V+หรือไม่+V / S+V+หรือเปล่า

내일 교수님께 음식을 만들어 드리고 싶은데 도와줄 거야 말거야?
พรุ่งนี้ฉันอยากจะทำอาหารให้อาจารย์ เธอจะช่วยหรือไม่ช่วย

다음 주에 방콕에 가서 한국어 책을 살 거야 말거야?
อาทิตย์หน้า ไปกรุงเทพฯ จะซื้อหรือไม่ซื้อหนังสือเกาหลี

이번 주말에는 핫야이에 갈 거야 말거야?
วันสุดสัปดาห์นี้ จะไปหาดใหญ่หรือเปล่า

수업시간 후에 같이 도서관에 숙제를 하러 갈 거야 말거야?
หลังเลิกเรียนจะไปทำการบ้านที่ห้องสมุดด้วยกันหรือเปล่า

지금 난 배고픈데 넌 같이 밥을 먹으러 갈 거야 말거야?
ตอนนี้ฉันหิวข้าวน่ะ เธอจะไปกินข้าวด้วยกันหรือไง

-거든요

대응어 ก็เพราะ...น่ะสิ/ก็เพราะ...น่ะ

용 법 인과관계를 나타내는 구문으로 선행문 다음에 접속사 ก็เพราะ로 연결되는 후행문이 나오고 문장 끝에 어조사 น่ะสิ 또는 น่ะ(ครับ/ค่ะ)가 붙는다.

[S+V]+ก็เพราะ+[S+V]+น่ะ(สิ)

어제 밤에는 4시간이나 텔레비전을 봤어요. 아주 재미있었거든요.
เมื่อคืนดูโทรทัศน์ตั้ง 4 ชั่งโมง ก็เพราะสนุกมากน่ะ(สิ)

지금 한국어를 공부합니다. 한국어를 아주 좋아하거든요.
ตอนนี้เรียนภาษาเกาหลี ก็เพราะชอบภาษาเกาหลีมากน่ะ(สิ)

어제 학교에 안 왔어요. 머리가 아팠거든요.
เมื่อวานไม่มาโรงเรียน ก็เพราะปวดหัวน่ะ(สิ)

김치를 많이 먹었어요. 아주 맛있었거든요.
กินกิมจิมาก ก็เพราะอร่อยมากน่ะ(สิ)

오늘 기분이 좋습니다. 애인과 같이 식당에서 점심을 먹었거든요.
วันนี้อารมณ์ดี ก็เพราะได้ไปทานข้าวเที่ยงกับแฟนน่ะ(สิ)

-는 건가? -니 어쩌겠나?

대응어 เหรอ...ก็... จะทำยังไงได้ล่ะ

용 법 선행문 끝머리에 เหรอ가 오고 ก็ 뒤로 원인이나 이유를 나타내는 후행문이 연결된다. 그리고 전체 문장 끝에 จะทำยังไงได้ล่ะ로 마무리 된다.

[S+V]+เหรอ+ก็+[S+V]+จะทำยังไงได้ล่ะ

내가 원해서 하는 건가? 그가 애원하니 어쩌겠나?
เป็นสิ่งที่ฉันต้องการทำเหรอ ก็เขามาขอร้อง จะทำยังไงได้ล่ะ

그 사람이 공부를 하기 싫어서 휴학한 건가? 생활 형편이 어려우니 어쩌겠나?
เขาพักการเรียนเพราะไม่ชอบเรียนเหรอ ก็สภาพชีวิตเขาลำบาก จะทำยังไงได้ล่ะ

그 친구는 열심히 공부를 안 해서 시험을 떨어진 건가? 머리가 나쁘니 어쩌겠나?
เพื่อนคนนั้นสอบตกเพราะไม่ขยันเรียนเหรอ ก็สมองไม่ดี จะทำไงได้ล่ะ

내가 그 사람을 사랑하는 건가? 도와 줄 사람이 없으니 어쩌겠나?
ฉันรักคนนั้นเหรอ ก็ไม่มีคนช่วย จะทำยังไงได้ล่ะ

그 사람이 회의하기 싫어서 자주 늦게 오는 건가? 일이 많으니 어쩌겠니?
เขามาสายบ่อยๆ เพราะไม่ชอบเข้าประชุมเหรอ ก็งานมันเยอะ จะทำยังไงได้ล่ะ

- (으) 건가요?

대응어 …หรือเปล่า(ล่ะ) / หรือไงล่ะครับ/ค่ะ

용 법 선택 의문문형태로 문장 끝머리에 หรือเปล่าล่ะ 또는 구어체에서는 หรือไงล่ะ가 사용된다

[S+V]+หรือเปล่าล่ะ / หรือไงล่ะ

이번 설날에 섬에 가실 건가요?
วันตรุษจีนปีนี้จะไปเที่ยวเกาะหรือเปล่า(ล่ะ)

한국에 공부하러 갈 건가요?
คุณจะไปเรียนต่อที่เกาหลีหรือเปล่า(ล่ะ)

영화배우를 만나면 싸인해달라고 할 건가요?
ถ้าคุณเจอดารา คุณจะขอลายเซ็นเขาหรือเปล่าล่ะ

그가 담배도 피워도 말리지 않을 건가요?
ถึงเขาจะสูบบุหรี่ แต่คุณจะไม่ห้ามเขาหรือไงล่ะ

아드님이 원하면 결혼시킬 건가요?
ถ้าลูกชายต้องการ แล้วจะให้แต่งงานหรือไงล่ะ

- (으)ㄴ/는 걸 보니까

대응어 ดูจากที่…แล้ว/ดูจาก…แล้ว คงจะ…

용 법 ดูจากที่ 다음에 한국어의 선행문 내용을 나타내는 문장이 오고 แล้ว로 마무리한 다음에 한국어의 후행문 내용이 담긴 문장이 뒤따르게 된다.
이때 선행문이 원인을 나타내고 후행문이 결과를 나타내는 경우가 많다.

ดูจากที่+[S+V]+แล้ว+[S+V]

저 사람의 코가 빨간 걸 보니(까) 술을 꽤 많이 마신(좋아하는) 것 같아요.
ดูจากที่จมูกของคนนั้นแดงแล้ว ดูเหมือนว่าเขาชอบดื่มเหล้ามากสุดๆ

자꾸 목이 마른 걸 보니 음식을 너무 짜게 먹었나 봐요.
ดูจากที่คอแห้งบ่อยๆ แล้ว คงจะกินอาหารเค็มเกินไป

문이 잠긴 걸 보니 집안에 아무도 안 계시는 것 같군요.
ดูจากที่ประตูล็อคแล้ว ดูเหมือนว่าคงไม่มีใครอยู่ในบ้านนะ

무슨 좋은 일이 있는 것 같아요. 흥얼거리는 걸 보니...
ดูเหมือนว่าจะมีเรื่องอะไรดีๆ ดูจากที่ฮัมเพลง...

요즘 낮에 늘 집에 있는 걸 보니 회사를 그만 두었나 봐요.
ดูจากที่หมู่นี้ตอนกลางวันมักจะอยู่บ้าน น่าจะลาออกจากบริษัทแล้ว

-(으)ㄴ 걸 보니까 -(으)려나 봐요

대응어 (เพราะ)เห็น... (งั้น)...น่าจะ...

용 법 (เพราะ)เห็น 다음에 한국어의 선행문 내용이 나오고 이어서 น่าจะ로 연결된 다음 한국어 후행문 내용이 뒤따른다. 인과관계를 나타내는 경우가 대부분이다.

(เพราะ) เห็น+[S+V]+S+น่าจะ+V

가: 날씨가 왜 이렇지요?
ทำไมอากาศเป็นอย่างนี้ล่ะ

나: 글쎄요. 구름이 잔뜩 낀 걸 보니까 소나기가 오려나 봐요.
ไม่รู้สิ เห็นเมฆปกคลุมไปทั่ว งั้นฝนไล่ช้างก็น่าจะตก

가: 옆집 사람들이 왜 왔다갔다하지요?
ทำไมคนข้างบ้านไปมาๆ ล่ะ

나: 사람들이 짐을 싸는 걸 보니까 이사하려나 봐요.
เห็นเขาเก็บข้าวของ น่าจะย้ายบ้าน

-(으)ㄹ걸요

대응어 คงจะ... มั้ง

용 법 คงจะ 다음에 추측하는 내용이 나오고 끝에 มั้ง으로 마무리한다.

S+คงจะ+V+มั้ง

그는 지금 집에 도착했을 걸요.
ตอนนี้ เขาคงจะถึงบ้านแล้วมั้ง

성원이는 이젠 취직했을 걸요.
ตอนนี้ซองวอน คงจะได้งานทำแล้วมั้ง

선생님들은 재미있게 여행하고 계실 걸요.
อาจารย์ทั้งหลาย คงจะกำลังเที่ยวอยู่อย่างสนุกมั้ง

할머니께서 지금 혼자 생활하고 계실 걸요.
ตอนนี้คุณย่าคงจะใช้ชีวิตอยู่คนเดียวมั้ง

옛 남자 친구는 지금 결혼했을 걸요.
ตอนนี้แฟนเก่าคงจะแต่งงานแล้วมั้ง

-는 것보다 -는 게 좋지

대응어 ...ดีกว่า...นะ

용 법 비교구문으로 선행문이 나오고 ดีกว่า로 연결된 다음에 후행문이 따르고 어조사 นะ로 끝난다. 이때, 비교 대상인 한국어의 선행절이 태국어에서는 어순이 바뀌어 ดีกว่า 다음에 나타난다.

[S+V]+ดีกว่า+[S+V]+นะ

아파서 평생 고생하는 것보다 수술해서 완전히 고치는 게 좋지.
การผ่าตัดแล้วรักษาให้หายดีกว่าไม่สบายแล้วลำบากไปตลอดชีวิตนะ

감기에 걸려 고생하는 것보다 돈이 들어도 난방을 하는 게 좋지.
แม้ว่าจะใช้เงินในการซื้อเครื่องทำความอุ่นก็ดีกว่าลำบากเพราะเป็นหวัดนะ

부장님에게서 꾸중을 듣는 것보다 열심히 일을 하는 게 좋지.
ตั้งใจทำงานดีกว่าถูกผู้จัดการใหญ่ตำหนินะ

괴롭게 혼자서 있는 것보다 애인이 있는 게 좋지.
มีแฟนดีกว่าอยู่คนเดียวอย่างทรมานนะ

비만증에 걸려 고생하는 것보다 밥을 굶는 게 좋지.
ยอมอดอาหารดีกว่าลำบากกับการเป็นโรคอ้วนนะ

-(으)ㄹ 겸해서

대응어 ขณะเดียวกันก็...ด้วย/...ด้วย และ...ด้วย

용 법 선행문이 나오고 ขณะเดียวกันก็로 후행문이 연결된 다음에 ด้วย로 마무리 하거나 선행문과 후행문의 동사구에 모두 ด้วย가 뒤따르고 이 두 가지 동작을 등위접속사 และ로 연결하는 구문을 사용한다.

[S+V]+ขณะเดียวกัน+[S+V]+ด้วย
[S+V]+ด้วย+และ+[S+V]+ด้วย

살도 뺄 겸 건강을 위해서 운동을 시작했어요.
เพื่อสุขภาพจึงเริ่มออกกำลังกาย ขณะเดียวกันก็ลดน้ำหนักด้วย

너도 볼 겸 소식도 알 겸해서 겸사겸사해서 왔어.
แวะเวียนมาเฉยๆ จะได้พบเธอด้วย ขณะเดียวกันก็ได้รู้ข่าวคราวด้วย

책을 읽고 친구도 만날 겸해서 도서관에 가는 학생이 있어요.
มีนักเรียนที่ไปห้องสมุดเพราะอ่านหนังสือและขณะเดียวกันก็พบเพื่อนด้วย

은행에 가서 돈도 찾을 겸 해서 외출하려고 합니다.
ตั้งใจจะออกไปข้างนอก ก็จะได้ไปถอนเงินที่ธนาคารด้วย

구경도 할 겸 기분 전환도 할 겸해서 여행을 떠났어요.
ออกมาเที่ยวเพราะจะเที่ยวด้วยและเปลี่ยนบรรยากาศด้วย

-는 경향이 있다

대응어 มีแนวโน้มว่า...

용 법 มีแนวโน้มว่า 다음에 주어와 술어 구조를 갖춘 명사절이 나오며 후행절은 의미에 따라 조동사 จะ를 쓰는 경우가 많다.

มีแนวโน้ม+[S+V]

요즘은 사람들이 늦게 결혼하는 경향이 있어요.
เดี๋ยวนี้มีแนวโน้มว่าหลายๆ คนจะแต่งงานช้า

요즘 동생은 일찍 자는 경향이 있어요.
ช่วงนี้มีแนวโน้มว่าน้องจะนอนเร็ว

내년에 경제 상황이 좋아지려는 경향이 있다.
ปีหน้ามีแนวโน้มว่าเศรษฐกิจจะดีขึ้น

현대인은 건강을 중요시하는 경향이 있어요.
คนปัจจุบันนี้มีแนวโน้มว่าให้ความสำคัญกับเรื่องสุขภาพ

-는 게 다 뭐예요

대응어 อะไรล่ะ...

용 법 อะไรล่ะ 다음에 부정하는 내용이 담긴 문장이 나오는데 이때 주어는 상황이나 문맥에 따라 생략될 수 있다.

อะไรล่ะ+[S+V]

가: 데이트 즐거우셨어요?
ออกเดทสนุกไหม

나: 즐거운 게 다 뭐예요. 바람맞았어요.
สนุกอะไรล่ะ ถูกหลอกให้รอเก้อ

가: 그 영화가 재미있었지요?
หนังเรื่องนั้นสนุกใช่ไหม

나: 재미있는 게 다 뭐예요. 지루해서 잠만 잤어요.
สนุกอะไรล่ะ น่าเบื่อก็เลยหลับอย่างเดียว

가: 오늘 시험을 봤지요?
วันนี้มีสอบใช่ไหม

나: 시험을 본 게 다 뭐예요. 선생님은 한국에 갔어요.
สอบอะไรล่ะ อาจารย์ไปเกาหลี

가: 김밥 맛있었어요?
ข้าวห่อสาหร่ายอร่อยไหม

나: 맛있는 게 다 뭐예요. 다 상했어요.
อร่อยอะไรล่ะ บูดหมดแล้ว

가: 여행 재미있었어요?
เที่ยวสนุกไหม

나: 재미있는 게 다 뭐예요. 돈이 없어서 못 갔어요.
สนุกอะไรล่ะ ไม่มีเงินก็เลยไม่ได้ไป

-게 되다

대응어 ได้...

용 법 ได้ 다음에 동사가 연결되어 동사가 나타내는 행위나 사건이 이루어짐 또는 기회를 획득함을 나타낸다.

S+ได้+V

오늘 나는 한국 사람을 보게 되었다.
วันนี้ฉันได้เห็นคนเกาหลี

그 파티에서 내가 요리하게 되었다.
ในงานเลี้ยงนั้นฉันได้ทำอาหาร

주말에 설악산에서 가게 되었다.
เมื่อวันหยุดสุดสัปดาห์ฉันได้ไปภูเขาซอรัก

이번 달부터 중국어를 공부하게 되었다.
ตั้งแต่เดือนนี้เป็นต้นไป ได้เรียนภาษาจีน

-게 마련이다

대응어 ...เป็นธรรมดา

용 법 당연한 내용을 담은 문장이 나오고 끝머리에 เป็นธรรมดา로 마무리 된다.

[S+V]+เป็นธรรมดา

피곤하면 짜증이 나게 마련이에요.
ถ้าเหนื่อยก็จะเกิดอาการหงุดหงิดเป็นธรรมดา

아이들은 크면서 철이 들게 마련이니까 걱정하지 마세요.
เมื่อเด็กโตก็จะรู้ประสาเป็นธรรมดา เพราะฉะนั้นอย่ากังวลไปเลยนะ

공부 많이 하면 많이 알게 마련이에요
เรียนมาก ก็จะรู้มากเป็นธรรมดา

3년씩이나 한국어를 배웠으면 말할 수 있게 되기 마련이에요.
เรียนภาษาเกาหลีมาตั้ง 3ปี ก็พูดได้เป็นธรรมดา

아드님이 직접 돈을 벌게 되면 저축하기 마련이니까 돈에 대해 불평하지 마세요.
ลูกชายหาเงินได้เอง แล้วก็เก็บออมไว้เป็นธรรมดา เพราะฉะนั้นอย่าบ่นเรื่องเงินเลย

-게 하기도 하고 -게 하기도 하다

대응어 ทำให้.. ด้วย และ(ก็)ทำให้... ด้วย

용 법 선행문의 주어가 나오고 ทำให้ 다음에 목적절이 뒤따른 다음에 ด้วย로 마무리된다. 이어서 และ(ก็)로 연결되면서 ทำให้에 의해 유도되는 목적절이 다시 나오고 ด้วย로 마무리된다.

S+ทำ+[S+V]+ด้วย+และก็ทำใ+[S+V]+ด้วย

옛 친구와의 만남이 우리를 들뜨게 하기도 하고 슬프게 하기도 해요.
การพบเพื่อนเก่า ทำให้เรารู้สึกตื่นเต้นด้วย และก็ทำให้เศร้าใจด้วย

날씨가 우리를 우울하게 하기도 하고 상쾌하게 하기도 해요.
อากาศทำให้เรารู้สึกหดหู่ด้วย และก็ทำให้ร่าเริงด้วย

운동은 우리를 건강하게 하기도 하고 즐겁게 하기도 합니다.
การออกกำลังกายทำให้เราสุขภาพแข็งแรงด้วย และก็ทำให้เพลิดเพลินด้วยนะ

홍수가 주민들을 불편하게 하기도 하고 병들게 하기도 해요.
น้ำท่วมทำให้ประชาชนไม่สะดวกด้วย และทำให้เจ็บป่วยด้วย

전쟁은 사람을 고생하게 하기도 하고 목숨을 잃게 하기도 합니다.
สงครามทำให้คนลำบากด้วย และก็ทำให้เสียชีวิตด้วย

-(으)ㄹ게요/ -(으)ㄹ거예요

대응어 จะ... /ตั้งใจจะ...

용 법 주어 다음에 미래 또는 의지를 나타내는 조동사 จะ 또는 ตั้งใจจะ가 오고 다음에 본동사가 나온다.

S+จะ+V / ตั้งใจจะ+V

이번에 시험을 잘 못 봤는데 다음 번에 열심히 시험 공부할게요.
ครั้งนี้ทำข้อสอบไม่ได้ คราวหน้าจะขยันอ่านหนังสือสอบ

저녁에 김밥을 먹을게요. 오늘은 한국음식을 먹고 싶어요.
ตอนเย็นจะขอกินข้าวห่อสาหร่าย วันนี้อยากกินอาหารเกาหลี

저는 바다에 가고 싶어요. 그래서 다음 방학에 푸껫에 갈 거예요.
ฉันอยากไปทะเล ฉะนั้นปิดเทอมคราวหน้าจะไปภูเก็ต

내일 엄마의 생신인데 제가 엄마께 치마를 사 드릴 거예요.
พรุ่งนี้เป็นวันเกิดของแม่ ดิฉันจะซื้อกระโปรงให้คุณแม่

저는 가을 동화 드라마가 아주 재미있다고 생각해요. 그래서 다음 주말에 다시 볼 거예요.
ฉันคิดว่าหนังเรื่องเพลงรักในสายลมหนาวสนุกมาก วันสุดสัปดาห์หน้าจะดูอีกครั้ง

* 한국어의 -(으)ㄹ 게요 는 1인칭 주어의 의지를 나타내는 것으로, 2인칭이나 3인칭 주어에는 사용되지 않는다.

-고 나면

대응어 (ถ้า)...เสร็จ...แล้ว...

용 법 ถ้า 다음에 선행문의 주어와 동사가 나오고 เสร็จ으로 마무리한 다음에 문장 접속사 แล้ว로 연결된다. 그리고 나서 후행문의 주어와 동사가 나온다.

(ถ้า)+[S+V]+เสร็จ+แล้ว+[S+V]

밥을 먹고 나면 뭘 할 거예요?
(ถ้า)กินข้าวเสร็จแล้ว จะทำอะไรดี

책을 다 읽고 나면 커피숍에 갈래요?
(ถ้า)อ่านหนังสือเสร็จแล้ว ไปร้านกาแฟกันดีไหม

일을 끝내고 나면 시장에 갈까?
(ถ้า)ทำงานเสร็จแล้ว เราไปตลาดกันดีไหม

시험이 끝나고 나면 졸업여행 같이 갈까?
(ถ้า)สอบเสร็จแล้ว ไปเที่ยวฉลองจบการศึกษาด้วยกันดีไหม

나와 헤어지고 나면 누구랑 사귀게 될까?
(ถ้า)เลิกกับผมแล้ว จะไปคบกับใครหนอ

-고 말고요

대응어 ...แน่ซิ

용 법 확신하는 내용을 담은 문장 끝머리에 แน่ซิ가 온다. 이 때 술어는 동작성 동사나 상태성 동사 모두 사용할 수 있다.

[S+V]+แน่ซิ

가고말고요.
ไปแน่ซิ

싸고말고, 거저야.
ราคาถูกแน่ซิ,เหมือนของฟรีเลย

한국 노래가 듣기 좋고말고요.
เพลงเกาหลีน่าฟังแน่ซิ

만나고말고요.
เจอแน่ซิ

그 음식을 먹고말고요.
กินอาหารนั้นแน่ซิ

-고 말다

대응어 สุดท้ายก็...

용 법 선행문 다음에 สุดท้ายก็가 오고 '결국' '마침내'와 호응되는 내용의 후행문이 나온다.

[S+V]+สุดท้าย+[S+V]

좋다는 약은 다 써 봤는데 결국 돌아가시고 말았어요.
ยาที่ว่าดีก็ใช้ทุกอย่างแล้ว แต่สุดท้ายก็เสียชีวิต

모든 선수들이 열심히 했지만 우리 팀이 지고 말았어요.
นักกีฬาทุกคนพยายามอย่างเต็มที่ แต่สุดท้ายทีมเราก็แพ้

꾸중을 많이 듣고 결국 울고 말았어요.
ถูกตำหนิเยอะมาก สุดท้ายก็เลยร้องไห้

밥을 먹고 싶지 않았는데 맛있어 보여서 먹고 말았어요.
ไม่อยากจะกินข้าว แต่ดูน่าอร่อย สุดท้ายก็เลยกิน

나쁜 짓을 많이 해서 결국 다른 데로 옮기고 말았어요.
ทำสิ่งไม่ดีไว้มาก สุดท้ายก็เลยย้ายไปที่อื่น

-고 보니

대응어 พอ…แล้ว…ก็รู้ว่า

용 법 พอ 다음에 선행문이 오고 แล้ว로 마무리한 다음에 ก็รู้ว่า로 연결되어 후행문이 뒤따라 나온다.

พอ+[S+V]+แล้ว ก็รู้ว่า+[S+V]

듣고 보니 이 선생님 말이 맞는 것 같아요.
พอฟังแล้ว ก็รู้ว่าคำพูดของคุณลี ดูเหมือนจะถูก

처음에는 모르는 사람인 줄 알았는데 알고 보니 내 동생 친구였어요.
ตอนแรกคิดว่าเป็นคนไม่รู้จัก แต่พอดูแล้วก็รู้ว่าเป็นเพื่อนของน้องชายฉัน

생각하고 보니 엄마의 말이 맞아요.
พอคิดดูแล้ว ก็รู้ว่าคำพูดของแม่ถูกต้อง

시험을 보고 보니 더 열심히 공부해야 한다는 걸 알았어요.
พอสอบเสร็จแล้ว ก็รู้ว่าจะต้องขยันเรียนอีก

자주 이야기를 하고 보니 그가 좋아졌어요.
พอได้คุยบ่อยๆ ก็รู้ว่าได้ชอบเขาเข้าแล้ว

-고 얼마나 -었는지 모른다

대응어 ก็…ไม่รู้สักเท่าไร/ไม่รู้ว่า…สักเท่าไร

용 법 원인을 나타내는 선행문이 나오고 ก็로 연결되면서 주로 상태성동사가 사용된 후행문이 나온다. 이때 후행문은 결과를 나타내는 경우가 많으며 ไม่รู้สักเท่าไร로 마무리 된다.

[S+V]+ก็+[S+V]+ไม่รู้สักเท่าไร

테니스를 치고 처음에는 얼마나 팔이 아팠는지 모릅니다.
ช่วงแรกที่เล่นเทนนิสนั้น เจ็บแขนไม่รู้สักเท่าไร

그 책을 읽고 얼마나 감동을 받았는지 몰라요.
อ่านหนังสือนั้น แล้วรู้สึกซึ้งใจไม่รู้สักเท่าไร

한국어 시험을 보고 얼마나 실망했는지 몰라요.
พอสอบภาษาเกาหลีแล้ว รู้สึกว่าผิดหวังไม่รู้สักเท่าไร

합격 통지서를 받고 얼마나 기뻤는지 몰라요.
พอได้รับใบผลการสอบผ่าน ก็ไม่รู้ดีใจสักเท่าไร

남자친구와 헤어지고 얼마나 슬펐는지 몰라요.
พอเลิกกับแฟนแล้ว ก็ไม่รู้ว่าเสียใจสักเท่าไร

-고 있다

대응어 กำลัง... / ...อยู่ / กำลัง...อยู่

용 법 진행상의 의미를 나타내는 문장으로 동사 앞에 전치조동사 กำลัง을 삽입하거나 동사 뒤에 후치조동사 อยู่를 삽입한다. 혹은 앞뒤에 กำลัง과 อยู่ 모두 삽입할 수 있다.

S+กำลัง+V+อยู่

지금까지 뭘 하고 있어요?
ทำอะไรอยู่จนถึงตอนนี้

버스를 기다리고 있을 때 갑자기 소나기가 쏟아졌어요.
ตอนที่รอรถเมล์อยู่ จู่ ๆ ฝนไล่ช้างก็กระหน่ำลงมา

선생님께서 전화하셨을 때 제가 자고 있었습니다.
ตอนที่อาจารย์โทรศัพท์มา ผมกำลังนอนอยู่

작년 이맘 때 그는 취업을 준비하고 있었을 겁니다..
ช่วงเวลานี้ ปีที่แล้ว เขาคงกำลังเตรียมตัวหางานทำอยู่

좀 전에 숙제를 하고 있었죠?
เมื่อกี้นี้ กำลังทำการบ้านอยู่ใช่ไหม

-고 해서

대응어 ...ก็เลย

용 법 인과관계를 나타나는 구문으로 원인을 나타내는 선행문에 이어 ก็เลย가 나오고 후행문으로 이어진다. 후행문의 주어가 형태적으로 나타나는 경우에는 주어 다음에 ก็เลย가 위치한다.

[S+V]+[S+ก็เลย+V]

외롭고 해서 술 한잔했습니다.
เหงา ก็เลยดื่มเหล้า

두 사람은 취미도 같고 해서 자주 만나요.
สองคนนั้น มีงานอดิเรกเหมือนกัน ก็เลยเจอกันบ่อย

값도 싸고 해서 볼펜을 여러 자루 샀어요.
ปากการาคาถูก ก็เลยซื้อหลายด้าม

배가 많이 고프고 해서 밥을 많이 먹었어요.
หิวมาก ก็เลยกินข้าวเยอะ

-고자 하다

대응어 ประสงค์จะ.../ต้องการจะ...

용 법 ประสงค์은 격식체 표현으로, 주어 다음에 ประสงค์ 을 앞세운 동사가 나온다. 미래시제를 나타내는 경우가 많으므로 조종사 จะ가 결합하여 ประสงค์จะ형태로 나타나는 경우가 많다. 구어체인 경우, กะว่าจะ 등을 사용하기도 한다.

S+ประสงค์+(จะ)+V

우리도 경제 성장을 이루고자 한다.
พวกเราก็ประสงค์จะให้เศรษฐกิจเจริญเติบโต

이 일을 끝내고 쉬고자 한다.
เมื่อเสร็จงานนี้แล้ว ประสงค์จะพักผ่อน

사장님과 이야기하고자 합니다.
ประสงค์จะคุยกับผู้จัดการ

앞으로 잘 살고자 열심히 노력하겠습니다.
จะพยายามเพราะต้องการจะมีชีวิตที่ดีในภาคหน้า

장학금을 받고자 해서 열심히 공부합니다.
ประสงค์จะได้รับทุนการศึกษา จึงขยันเรียน

-곤 하다

대응어 มักจะ...

용 법 경향 또는 빈도의 의미를 나타내는 표현으로, 주어 다음에 전치조동사 มักจะ가 오고 다음에 동사가 나온다.

S+มักจะ+V

어렸을 때는 날마다 설악산에 놀러가곤 했어요.
ตอนที่เป็นเด็กนั้น มักจะไปเที่ยวภูเขาซอรักทุกวัน

시간만 있으면 영화관에 가곤 했어요.
ถ้ามีเวลา ก็มักจะไปโรงภาพยนตร์

주말에 바다에 가곤 했다.
สุดสัปดาห์มักจะไปทะเล

너무 피곤하지 않으면 운동하곤 했어요.
ถ้าไม่เหนื่อยเกินไป ก็มักจะออกกำลังกาย

책을 읽으면 잠들곤 했다.
อ่านหนังสือแล้วก็มักจะหลับ

그거 보세요.

대응어 เห็นไหมล่ะ...

용 법 자신의 주장을 옳았음을 다시 한 번 확인하는 내용으로 เห็นไหมล่ะ 다음에 자신이 앞서 주장한 내용이 나온다.

เห็นไหมล่ะ+[S+V]

가: 댕 씨가 결혼해서 벌써 아이도 있대요.
มีคนบอกว่า คุณแดงแต่งงานแล้วก็มีลูกแล้วด้วย

나: 그거 보세요. 제 말이 맞지요?
เห็นไหมล่ะ ฉันพูดถูกใช่ไหมล่ะ

가: 공부를 하면 할수록 재미가 붙어요.
ยิ่งเรียน ก็ยิ่งรู้สึกสนุกมากขึ้น

나: 그거 보세요. 시작이 힘들지 조금만 하면 재미있을 거라고 했잖아요.
เห็นไหมล่ะ บอกแล้วไงว่า เหนื่อยเฉพาะช่วงแรก แต่พอเรียนไปสักพักก็จะรู้สึกสนุก

가: 야, 쏨차이! 그 둘 서로 헤어졌대.
นี่สมชาย มีคนบอกว่าสองคนนั้นเลิกกันแล้ว

나: 그거 보세요. 말했잖아. 헤어졌다고.
เห็นไหมล่ะ ก็บอกแล้วไง ว่าเลิกกันแล้ว

가: 몬뜨리선생님은 정말 친절해요.
อาจารย์มนตรีใจดีจริงๆ

나: 그거 보세요. 처음 봤을 때 무서울 것 같은데 친할수록 정말 친절해요
เห็นไหมล่ะ ตอนแรกดูเหมือนจะดุ แต่ยิ่งสนิทกันก็ยิ่งใจดีมาก ๆ

가: 야, 오늘 남자친구하고 헤어졌어. 날 사귀면서 다른 여자와도 사귀고 있었던 거야. 이제는 알았어. 진짜 나쁜 놈.
นี่..วันนี้เลิกกับแฟนแล้วนะ ตอนที่คบกับฉันเขาก็คบกับผู้หญิงอื่นด้วย แต่ตอนนี้รู้แล้วล่ะ เป็นผู้ชายเลวจริงๆ

나: 그거 봐. 나쁜 놈이라고 말했잖아. 그러니까 사귀지 마!
널 사랑하면서 다른 여자하고도 사귄 거야. 어떻게 그럴 수가 있어?
เห็นไหมล่ะ บอกแล้วไงว่าเป็นคนเลว อย่าไปคบ ตอนที่รักเธอไปก็คบผู้หญิงคนอื่นไปด้วย ทำยังงี้ได้ไงเนอะ

그건 그렇고

대응어 ว่าแต่(ว่า)... / (เมื่อ)ว่าไปแล้วก็

용 법 선행문이 나오고 '말하다, 생각하다' 의 의미를 가진 동사 ว่า 에 이어 역접의 의미를 나타내는 접속사 แต่(ว่า)로 후행문과 연결된다. 또는 '말하는 김에' 의 뉘앙스를 지닌 (เมื่อ)ว่าไปแล้วก็를 사용해 문장을 연결할 수도 있다.

[S+V]+ว่าแต่(ว่า)+[S+V]

가: 오늘 저녁에 회식이 있습니다.
วันนี้มีนัดทานอาหารเย็น

나: 그건 그렇고 아까 그 서류는 결재 났어요?
ว่าแต่ว่า เอกสารเมื่อกี้อนุมัติแล้วหรือยัง

가: 이번에 들어간 회사는 내 적성에 잘 맞는 것 같아요.
บริษัทที่เข้าไปครั้งนี้ ดูเหมือนว่าจะตรงกับความถนัดของฉันมาก

나: 그건 그렇고 대우는 괜찮아요?
ว่าแต่ สวัสดิการดีไหม

가 :그 호텔의 서비스는 최고로 좋아요.
การบริการของโรงแรมนั้นดีสุดๆ

나: 그건 그렇고 숙박비는 어때요?
ว่าแต่ว่า ค่าที่พักเป็นอย่างไร

가: 거기는 음식이 너무 맛있어요.
ที่นั่นมีอาหารอร่อยเหลือเกิน

나: 그건 그렇고 거기 경치는 아름다워요 ?
เมื่อว่าไปแล้วก็วิวสวยหรือเปล่า

가 :내 친구는 너무 귀엽고 마음씨가 좋은 사람이에요.
เพื่อนของฉันน่ารักมาก และเป็นคนใจดี

나: 그건 그렇고 공부를 잘 해요?
ว่าแต่ว่า เรียนเก่งไหม

그건…시대의 이야기죠.

대응어 (นั่น)เป็นเรื่องเล่าของสมัย...

용 법 선행문 다음에 (นั่น)เป็นเรื่องเล่าของสมัย...로 연결된다.

[S+V]+(นั่น)เป็นเรื่องเล่าของสมัย+[S+V]/N

가: 스승은 그림자도 밟으면 안 된다면서요?
ไหนบอกว่า ห้ามเหยียบแม้แต่เงาของอาจารย์ไง

나: 그건 스승을 하늘같이 여기던 시대의 이야기죠.
เป็นเรื่องเล่าในสมัยที่เคยเชิดชูครูเท่ากับท้องฟ้าน่ะ

가: 옛날에 부모님이 늙으시면 산에 버렸다면서요?
ไหนบอกว่า สมัยก่อน ถ้าพ่อแม่แก่ให้ทิ้งที่ภูเขา

나: 그건 고려시대의 이야기죠. 그런데 사실이 아니에요.
นั่นเป็นเรื่องเล่าในสมัยโครฺยอน่ะ แล้วก็ไม่ใช่ความจริงด้วย

그러고 보니 / 그래서 그런지 (어쩐지)

대응어 อย่างนี้นี่เอง / ว่าแล้ว(เชียว) / มิน่าล่ะ ถึง...

용 법 선행문이 나오고 อย่างนี้นี่เอง, ว่าแล้ว(เชียว) 또는 มิน่าล่ะ 등의 감탄사가 쓰인 후에 ถึง으로 연결되는 다음 후행문이 나온다.

[S+V]+อย่างนี้นี่เอง+ถึง+[S+V]

가: 김 교수님 아드님이에요.
เป็นลูกชายอาจารย์คิมครับ

나: 그러고 보니 아버지와 꼭 닮았군요.
อย่างนี้นี่เอง ถึงหน้าเหมือนพ่อเป๊ะ

가: 지난 주에 학기말 시험이 끝났어요.
สัปดาห์ที่แล้วสอบปลายภาคเสร็จแล้ว

나: 그러고 보니 도서관에 빈자리가 많군요.
ว่าแล้วเชียว ห้องสมุดถึงมีที่นั่งว่างมาก

가: 내 남자친구는 다른 여자 친구가 생겼어요.
แฟนฉันมีผู้หญิงอื่นแล้ว

나: 그러고 보니 요즘 기운이 없어 보이는군요.
อย่างนี้นี่เอง ช่วงนี้ถึงดูห่อเหี่ยวไป

가: 나는 그 사람과 헤어졌어요.
ฉันเลิกกับคนนั้นแล้ว

나: 어쩐지... 그래서 그 사람 얼굴을 제대로 쳐다보지 못했군요.
มิน่าล่ะ เธอจึงไม่มองหน้าเขาเลย

가: 왜 과자를 안 먹어?
ทำไมไม่กินขนมล่ะ

나: 요즘 살을 빼고 싶어서 안 먹어요.
ช่วงนี้ต้องการลดน้ำหนัก ก็เลยไม่กิน

가: 그러고 보니 너는 별로 먹지를 않는구나.
มิน่าล่ะ เธอถึงไม่ค่อยจะกิน

그러는 -은/는 왜

대응어 (ถ้าอย่างนั้น)แล้วทำไม... ล่ะ

용 법 선행문이 나오고 문장연결 접속사 ถ้าอย่างนั้น과 แล้ว로 이어지면서 ทำไม 다음 후행문이 나온다. 그리고 후행문 끝은 ล่ะ로 마무리 된다.

[S+V]+(ถ้าอย่างนั้น)แล้วทำไม+[S+V]+ล่ะ

가: 그 친구는 세미나에서 발표를 하면 큰 도움이 될 거래.
เพื่อนคนนั้นบอกว่าถ้านำเสนอผลงานที่งานสัมมนา ก็จะช่วยได้เยอะ

나: 그러는 친구는 왜 이번 세미나에서 발표를 안 해?
ถ้าอย่างนั้น แล้วทำไมเพื่อนไม่นำเสนอผลงานการสัมมนาครั้งนี้บ้างล่ะ

가: 몸이 해롭다는데 담배 좀 끊으세요.
เลิกสูบบุหรี่เถอะ มันทำลายสุขภาพน่ะ

나: 그러시는 몬뜨리씨는 왜 몸에 해로운 술을 끊지 못해요?
ถ้าอย่างนั้น แล้วทำไมคุณมนตรีไม่เลิกดื่มเหล้าที่มีโทษต่อร่างกายสักทีล่ะ

가: 그 사람은 너무 잘 생겼어요.
คนนั้นหล่อเหลือเกิน

나: 그러는 너는 왜 그분을 좋아하지 않아?
แล้วทำไมเธอไม่ชอบเขาล่ะ

가: 잘 생겼는데 성격이 나빠요. 그래서 안 좋아해요.
หล่อแต่นิสัยไม่ดี ก็เลยไม่ชอบ

가: 이 과목은 너무 중요해요.
วิชานี้สำคัญมาก

나: 그러는 넌 왜 열심히 공부하지 않아?
แล้วทำไมเธอไม่ตั้งใจอ่านล่ะ

가: 야채는 몸에 좋아요.
ผักมีประโยชน์ต่อร่างกาย

나: 그러는 넌 왜 야채를 안 좋아해?
แล้วทำไมเธอไม่ชอบกินผักล่ะ

그러자면

대응어 ถ้าจะทำเช่นนั้น / ถ้าเช่นนั้น...

용 법 선행문이 나오고 문장 연결접속사 ถ้า(จะทำ)เช่นนั้น으로 연결된 후행문이 이어진다.

[S+V]+ถ้าเช่นนั้น+[S+V]+ล่ะ

가: 대도시의 주택 문제는 빨리 해결되어야 해요.
ปัญหาเรื่องที่อยู่อาศัยในเมืองใหญ่ จะต้องรีบแก้ไขโดยเร็ว

나: 그러자면 대도시로의 인구 집중 문제부터 풀어야 해요.
ถ้าจะทำเช่นนั้น เราก็ต้องเริ่มที่แก้ไขปัญหาความแออัดของประชากรในเมืองใหญ่ก่อน

가: 주말에 기차편으로 부산에 가려고 해요.
วันหยุดตั้งใจจะไปพูซานด้วยรถไฟ

나: 그러자면 미리 예매해야지요.
ถ้าเช่นนั้น ก็ต้องจองตั๋วลองหน้าก่อนสิ

가: 그 사람에게 고백해 봐.
ก็ลองบอกรักเขาดูสิ

나: 그러자면 용기가 있어야 하는데 난 못해. 난 여자이니까.
ถ้าจะทำเช่นนั้น ต้องมีความกล้าหาญ แต่ทำไม่ได้หรอก เพราะฉันเป็นผู้หญิง

가: 이번 방학엔 난 미국에 가고 싶은데.
ปิดเทอมนี้ ฉันอยากไปอเมริกาอ่ะ

나: 그러자면 먼저 아르바이트를 해야 돼.
ถ้าเช่นนั้น ก็ต้องหางานพิเศษทำก่อน

가: 저는 한국 신문을 읽고 싶어요.
ผมอยากจะอ่านหนังสือพิมพ์เกาหลี

나: 그러자면 한글을 익혀야 해요.
ถ้าจะทำเช่นนั้น ก็ต้องเรียนอักษรฮันกึลก่อน

그런 줄도 모르고 괜히

대응어 ไม่รู้มาก่อนเลย... ไม่น่า...เลย

용 법 화자가 몰랐던 내용을 담은 선행문 다음에 ไม่รู้มาก่อนเลย가 나오고 ไม่น่า로 시작되는 후행문이 나온다. 후행문 내용은 선행문의 내용을 미처 몰라 화자가 잘못 실행한 시행착오의 내용이 담기는 것이 보통이다. 후행문 끝머리는 เลย로 마무리 된다.

[S+V]+ถ้าเช่นนั้น+[S+V]+ล่ะ

가: 그 가게는 배달도 해줘요.
ร้านนั้นมีบริการส่งถึงที่ด้วย

나: 그런 줄도 모르고 괜히 무거운 걸 혼자 들고 왔군요.
ไม่รู้มาก่อนเลย ไม่น่าถือของหนักๆ มาคนเดียวเลยน่ะ

가: 조금 있으면 세일이니까 컴퓨터를 싸게 살 수 있어요.
อีกสักพักจะลดราคาแล้ว จะได้ซื้อคอมพิวเตอร์ในราคาถูกแล้วนะ

나: 그런 줄도 모르고 괜히 일찍 샀네요.
ไม่รู้มาก่อนเลย ไม่น่ารีบซื้อเลย

가: 이 가게는 음식이 아주 맛있어요.
ร้านนี้อาหารอร่อยมาก

나: 그런 줄도 모르고 괜히 다른 가게에서 먹었어요.
ไม่รู้มาก่อนเลย ไม่น่าไปกินที่ร้านอื่นเลย

가: 넌 그 사람하고 사귀고 있니?
เธอกำลังคบคนนั้นเหรอ

나: 그래!
ใช่

가: 그런 줄도 모르고 괜히 그 사람을 오랫동안 좋아했잖아.
ไม่รู้มาก่อนเลย ไม่น่าไปชอบเขาอยู่เป็นเวลานานเลย

나: 나는 다이아나 백화점에서 물건을 샀어요.
ฉันซื้อของที่ห้างไดอาน่า

가: 그런 줄도 모르고 괜히 시장에 갔네요.
ไม่รู้มาก่อนเลย ไม่น่าไปตามที่ตลาดเลย

그렇게 하면 ...

대응어 ถ้าทำอย่างนั้นก็...

용 법 선행문이 나오고 ถ้าทำอย่างนั้นก็로 이어지면서 후행문이 따라 나온다. 구어체의 경우는 แล้ว 로 간단히 연결하기도 한다.

[S+V]+ถ้าทำอย่างนั้นก็+[S+V]

교통이 복잡하니까 지하철을 탑시다. 그렇게 하면 늦지 않을 겁니다.
การจราจรติดขัด ไปรถไฟใต้ดินกันเถอะ ถ้าทำอย่างนั้นเราก็จะไปทัน

좋은 아들이 되세요. 그렇게 하면 부모님도 우리를 사랑하실 겁니다.
จงเป็นลูกที่ดี ถ้าทำอย่างนั้นพ่อแม่ก็จะรักพวกเรา

열심히 훈련하세요. 그렇게 하면 다음에 유명한 선수가 될 겁니다.
กรุณาขยันฝึกซ้อม ถ้าทำอย่างนั้น ต่อไปก็จะเป็นนักกีฬาที่มีชื่อเสียง

열심히 공부하세요. 그렇게 하면 성공합니다.
ขยันเรียนซะ แล้วจะประสบความสำเร็จ

살을 빼세요. 그렇게 하면 날씬해질 거예요.
ลดความอ้วนซะ แล้วเธอก็จะหุ่นดี

그럴수록

대응어 นั่นแหล่ะยิ่ง.... ขึ้นอีก

용 법 선행문이 나오고 นั่นแหล่ะยิ่ง으로 이어지면서 후행문이 따라 나온다. 후행문은 ขึ้นอีก으로 마무리 된다.

[S+V]+นั่นแหล่ะยิ่ง+[S+V]+ขึ้นอีก

가: 장학금을 받았으니 이제 좀 놀러 가야겠어요.
ได้ทุนการศึกษาแล้ว ฉะนั้นตอนนี้จะต้องไปเที่ยว

나: 그럴수록 더 열심히 공부해야 해요.
นั่นแหล่ะยิ่งต้องขยันเรียนขึ้นอีก

가: 이젠 운전에 자신이 있어요.
ตอนนี้มีความมั่นใจในการขับรถแล้ว

나: 그럴수록 조심해서 운전하세요.
นั่นแหล่ะ ยิ่งต้องขับรถระวังขึ้นอีก

가: 이 과목은 너무 어려워요.
วิชานี้ยากมาก

나: 그럴수록 더 열심히 공부하고 책을 많이 읽어야 해요.
นั่นแหละ ยิ่งต้องขยันเรียนและอ่านหนังสือมากขึ้นอีก

그렇다고 -(으)ㄹ 수는 없잖아요.

대응어 แต่ถึงกระนั้น/ถึงอย่างนั้น/ถึงยังไง ก็ไม่สามารถ...(ได้)นี่

용 법 선행문이 나오고 문장연결 접속사 แต่ถึงกระนั้น으로 이어지면서 후행문의 주어+ไม่สามารถ+후행문 동사+(ได้)นี่ 형태로 나타난다.

[S+V]+แต่ถึงกระนั้น ก็+[S+ก็ไม่สามารถ+V+(ได้)นี่]

가: 요리하기가 정말 싫어요.
ไม่ชอบทำอาหารจริงๆ เลย

나: 그렇다고 늘 외식을 할 수는 없잖아요.
แต่ถึงกระนั้นก็ไม่สามารถออกไปทานอาหารข้างนอกตลอดนี่ครับ

가: 자동차가 필요하시면 하나 사야죠.
ถ้าจำเป็นก็ต้องซื้อรถสักคัน

나: 그렇다고 대출을 받아서 살 수는 없잖아요.
แต่ถึงกระนั้น ก็ไม่สามารถกู้เงินเป็นหนี้มาซื้อได้นี่

가: 이 사람을 정말 싫어해요.
ไม่ชอบคนนี้จริงๆ เลย

나: 그렇다고 피할 수 없잖아요. 그 사람은 우리 과장인데.
แต่ถึงยังไงก็เลี่ยงไม่ได้นี่ ก็เขาเป็นผู้จัดการแผนกเรา

가: 집에 돌아가고 싶어요.
อยากกลับบ้าน

나: 그렇다고 돌아갈 수도 없어요. 요즘 공부할 게 많아서요.
แต่ถึงอย่างนั้นก็กลับไม่ได้ เพราะช่วงนี้เรียนหนักมาก

가: 나는 그 사람을 너무 좋아해요.
ฉันชอบคนนั้นมากเหลือเกิน

나: 그렇다고 해도 그분은 여자 친구가 있어서 사귈 수도 없잖아요.
แต่ถึงอย่างนั้นก็ไม่สามารถคบได้เพราะเขามีแฟนแล้ว

그렇지 않아도 -(으)려던 참이다

대응어 ...อยากจะ/กำลังจะ.....อยู่พอดีเลย

용 법 전치조동사 อยากจะ 또는 กำลัง(คิด)จะ+동사+อยู่พอดีเลย의 형태로 나타나게 된다.

[S+อยากจะ/กำลังจะ+V]+อยู่พอดีเลย

어서 오세요. 그렇지 않아도 제가 한 번 찾아가려던 참이었습니다.
เชิญค่ะ ฉันอยากจะไปหาสักครั้งอยู่พอดีเลย

웬 꽃이에요? 그렇지 않아도 꽃을 사려던 참이었는데.
ดอกไม้อะไรเหรอเนี่ย ฉันกำลังจะซื้อดอกไม้อยู่พอดีเลย

그렇지 않아도 그 영화를 이번 주말에 보려던 참이에요.
กำลังคิดจะไปดูหนังเรื่องนั้นสุดสัปดาห์นี้พอดีเลย

그렇지 않으면

대응어 ถ้าไม่อย่างนั้นก็ / ไม่งั้นก็...

용 법 선행문 다음에 문장연결접속사 ถ้าไม่อย่างนั้นก็가 나오고 이어서 후행문이 나온다. 구어체에서는 줄여서 ไม่งั้นก็를 사용하기도 한다.

[S+V]+ถ้าไม่อย่างนั้นก็/ไม่งั้นก็+[S+V]

빌어간 돈 빨리 갚아요. 그렇지 않으면 이자를 맞게 지불해야 해요.
เงินที่ยืมไปนั้นรีบคืนนะ ถ้าไม่อย่างนั้นต้องจ่ายดอกเบี้ยให้ครบ

빨리 뛰어가세요. 그렇지 않으면 분명히 학교에 늦어요.
รีบวิ่งไปสิ ถ้าไม่อย่างนั้นต้องไปเรียนสายแน่ๆ

공부를 열심히 해야 합니다.. 그렇지 않으면 분명이 시험 성적이 떨어질 거예요.
ต้องขยันอ่านหนังสือ ถ้าไม่อย่างนั้นคะแนนสอบจะแย่ลงแน่นอน

이번 방학에는 바다 아니면 폭포에 가고 싶어요. 그렇지 않으면 대신에 외국에 놀러가고 싶어요.
ปิดเทอมนี้ อยากจะไปทะเล ไม่ก็ไปน้ำตก ไม่งั้นก็อยากจะไปเที่ยวต่างประเทศแทน

시간이 없으니까 택시 타고 갑시다. 그렇지 않으면 늦어요.
ไม่มีเวลา เราขึ้นแท็กซี่กันเถอะ ไม่งั้นจะสาย

그러고 보니

대응어 พอดูๆ ก็...

용 법 선행문이 나오고 พอดูๆ ก็로 연결되어 후행문이 나온다.

[S+V]+พอดูๆ ก็+[S+V]

가: 나 어때요? 날씬해졌지?
ฉันดูเป็นไงบ้าง ผอมลงไหม

나: 그러고 보니 날씬해졌네.
พอดูๆ ก็ผอมลงนะ

가: 난 잘생겼지 ?
ผมหล่อใช่ไหม

나: 그러고 보니 잘생겼네.
พอดูๆ ก็หล่อนะ

가: 나와 그사람은 결혼할 거예요.
ฉันกับเขาจะแต่งงานกัน

나: 그러고 보니 둘이 어울리네요.
พอดูๆ ทั้งสองคนก็เหมาะสมกันดีนะ

가: 난 머리를 잘랐는데 어때요? 예쁘지?
ฉันตัดผมน่ะ เป็นยังไงบ้าง สวยไหม

나: 그리고 보니 예뻐.
พอดูๆ แล้ว ก็สวยนะ

가: 난 뚱뚱해졌지?
ฉันอ้วนขึ้นไหม

나: 그리고 보니 뚱뚱해졌네, 많이 먹지 마세요.
พอดูแล้ว ก็อ้วนขึ้นนะ อย่ากินมากสิ

글쎄, -다는 말(씀)이겠지

대응어 เหรอ, ...ก็คงจะเป็นการบอกว่า ... / ก็คงหมายถึงว่า....

용 법 선행문이 나오고 เหรอ로 받은 다음에 ก็คงจะเป็นการบอกว่า 또는 ก็คงหมายถึงว่า.... 로 후행문이 이어지는데 [S+V] 형태의 보충어절이 나오며, 보충어절의 문말에는 보통 นะสิ, ละมั้ง 등의 어미가 쓰인다.

[S+V]+เหรอก็คงจะเป็นการบอกว่า+[S+V]

가: 아들이 있으면 제주도 여행, 딸이 있으면 해외 여행을 한대요.
ถ้ามีลูกชายก็จะไปเที่ยวเกาะเชจู ถ้ามีลูกสาวก็จะไปเที่ยวต่างประเทศ

나: 글쎄, 아들이 없다고 실망하지 말라는 말이겠지.
เหรอ,ก็คงจะเป็นการบอกว่าถึงไม่มีลูกชายก็ไม่ต้องผิดหวังน่ะซิ

가: 훌륭한 남자의 뒤에는 반드시 훌륭한 여자가 있다는 말이 있대요.
มีคำกล่าวที่ว่า ผู้ชายที่มีเกียรติ จะต้องมีผู้หญิงที่เก่งกาจอยู่เบื้องหลัง

나: 글쎄, 그만큼 여자의 영향을 많이 받는다는 말이겠지.
เหรอ,ก็คงจะหมายถึงว่า ผู้หญิงมีอิทธิพลมากในระดับหนึ่งละมั้ง

글쎄, 뭐랄까?

대응어 อืม จะพูดยังไงดีล่ะ/จะบอกว่าไงดีล่ะ

용 법 선행문 다음에 อืม과 จะพูดยังไงดีล่ะ 또는 จะบอกว่าไงดีล่ะ로 연결된 다음에 후행문이 나온다.

[S+V]+จะพูดยังไงดีล่ะ/จะบอกว่าไงดีล่ะ+[S+V]

가: 어제 회의 분위기가 어땠어요?
เมื่อวานบรรยากาศการประชุมเป็นยังไงบ้าง

나: 글쎄, 뭐랄까? 이번 사업에 성공을 해서 그런지 회의가 아니라 축제 분위기 같았어요.

อืม จะพูดยังไงดีล่ะ, เพราะธุรกิจครั้งนี้ประสบความสำเร็จลุล่วงไปได้ด้วยดีรึเปล่านะ ครั้งนี้ก็เลยเหมือนไม่ใช่การประชุม แต่เหมือนบรรยากาศงานฉลองมากกว่า

가: 김 선생님 부인이 정말 예쁘시지요?

ภรรยาของอาจารย์คิม สวยมากๆ เลยใช่ไหม

나: 글쎄, 뭐랄까? 한국여자의 고전적인 미와 서구적인 미가 합쳐진 것 같아요.

อืม จะบอกยังไงดีล่ะ ดูเหมือนว่าเป็นการผสมผสานกันของความงามดั้งเดิมของผู้หญิงเกาหลีกับความงามแบบตะวันตก

가: 왜 남자친구하고 헤어졌어? 지금 다 잊었어? 이제는 사랑하지 않아?

เลิกกับแฟนทำไมเหรอ ตอนนี้ลืมได้แล้วหรือยัง ตอนนี้ไม่รักแล้วหรือ

나: 글쎄, 뭐랄까? 사랑하긴 하지만 잊어야 돼. 잊지 않으면 마음 아픈 사람은 나야.

อืม จะพูดยังไงดีล่ะ รักอ่ะนะ แต่จะต้องลืมให้ได้ ถ้าลืมไม่ได้ คนเจ็บก็คือฉันเอง

가: 네 여자 친구가 예쁘다던데 그게 정말이야?

เขาบอกว่าแฟนแกสวย จริงหรือเปล่า

나: 글쎄, 뭐랄까? 얼굴은 보통인데 성격은 좋은 것 같아.

อืม จะพูดไงดีล่ะ หน้าตาก็ธรรมดานะ แต่รู้สึกว่านิสัยดี

가: 한국어가 어려워요?
ภาษาเกาหลียากไหม

나: 글쎄, 뭐랄까? 열심히 공부하면 어렵지 않을 것 같아요.
อืม จะพูดไงดีล่ะ ถ้าขยันก็ดูเหมือนจะไม่ยากนะ

-기 마련이다

대응어 เป็นธรรมดาที่...

용 법 เป็นธรรมดาที่ 다음에 당연한 내용을 담은 문장이 나온다.

เป็นธรรมดาที่+[S+V]

가을에는 눈이 많이 오기 마련입니다.
ในฤดูหนาว เป็นธรรมดาที่หิมะตกหนัก

좋은 일을 하면 칭찬을 받기 마련입니다.
ทำสิ่งที่ดีแล้ว เป็นธรรมดาที่ได้รับคำชม

날씨가 덥기 때문에 물을 많이 마시기 마련입니다.
เพราะอากาศร้อน เป็นธรรมดาที่จะดื่มน้ำเยอะๆ

건강해야 행복하기 마련입니다.
หากสุขภาพแข็งแรง เป็นธรรมดาที่จะมีความสุข

열심히 하는 사람이 당연히 공부 잘하기 마련입니다.
คนที่ขยันเรียน เป็นธรรมดาที่จะเรียนเก่ง

-기 위해서

대응어 เพื่อ...

용 법 선행문이 나오고 เพื่อ로 연결되어 목적이나 의도를 나타내는 내용의 후행문이 나온다.

[S+V]+เพื่อ+[S+V]

생일을 축하하기 위해서 카드를 보냈어요.
ส่งการ์ดเพื่อแสดงความยินดีในวันเกิด

살기 위해서 먹습니다.
กินเพื่ออยู่

내일 일찍 일어나 위해서 오늘 일찍 잡니다.
วันนี้เข้านอนเร็วเพื่อจะได้ตื่นเช้าในวันพรุ่งนี้

그는 돈을 벌기 위해서 외국으로 갔습니다.
เขาไปต่างประเทศเพื่อหาเงิน

그는 가이드가 되기 위해서 외국어를 공부합니다.
เขาเรียนภาษาต่างประเทศเพื่อเป็นมัคคุเทศก์

-기 전에

대응어 ก่อน...

용 법 ก่อน 다음에 선행문과 후행문이 연이어 나온다. 선행문의 주어와 후행문의 주어가 일치하게 되면 후행문의 주어는 생략된다.

ก่อน+[S+V]+[S+V]

학교에 가기 전에 아침 밥을 먹어요.
กินอาหารเช้าก่อนไปโรงเรียน

잠을 자기 전에 우유를 마시는 것을 잊지 마세요.
ก่อนนอนอย่าลืมดื่มนมนะ

밖에 나가기 전에 문을 닫으세요.
ก่อนออกไปข้างนอก ปิดประตูด้วยนะ

영화를 보기 전에 밥을 같이 먹을까요?
ก่อนไปดูหนัง ไปกินข้าวด้วยกันไหม

그가 여기에 오기 전에 너희들은 무엇을 했니?
ก่อนเขามาที่นี่ พวกเธอทำอะไรกัน

-기가 어렵다

대응어 การ...ยาก/ยากที่จะ...

용 법 주어가 명사화소에 의해 명사화 된 구문으로 การ+동사 형태로 나타나고 술어로 이어진다.

การ+V+ยาก

옛날에는 외국에 가기가 어려웠습니다.
ในอดีตการไปต่างประเทศนั้นยาก

이 문제를 해결하기가 아주 어려워요.
การแก้ปัญหานี้ยากมาก

밖에 나가기가 어려웠어요.
การออกไปข้างนอกยาก

그 사람과 일하기가 어렵습니다.
ยากที่จะทำงานร่วมกับคนนั้น

이번 만찬회에 참석하기가 어렵다.
ยากที่จะเข้าร่วมงานเลี้ยงตอนเย็นครั้งนี้

-기는 -지만

대응어 ...ก็...อ่ะนะ แต่.....

용 법 선행문의 주어와 동사 다음에 อ่ะนะ로 마무리 되고 역접 접속사 แต่로 연결되어 선행문과 대립되는 의미를 지닌 후행문이 나온다.

[S+V]+อ่ะนะ แต่+[S+V]

급하기는 급하지만 너무 서두를 필요는 없어요.
ด่วนก็ด่วนอ่ะนะ แต่ไม่จำเป็นต้องรีบมาก

일을 빨리 하긴 하지만 실수가 많아요.
ทำงานเร็วอ่ะนะ แต่ข้อผิดพลาดมาก

똑똑하기는 똑똑하지만 허풍을 떨어요.
ฉลาดก็ฉลาดอ่ะนะ แต่ขี้โม้

예쁘기는 예쁘지만 마음이 나빠요.
สวยก็สวยอ่ะนะ แต่ใจร้าย

이 가수는 노래를 잘 부르기는 잘 부르지만 얼굴이 못 생겼어요.
นักร้องคนนี้น่ะร้องเพลงเพราะมากอ่ะนะ แต่หน้าตาไม่ดีเลย

-기는 하지만

대응어 ก็...อยู่หรอก แต่...

용 법 주어 다음에 ก็가 나오고 술어가 나와 문장이 이루어지면서 끝머리에 อยู่หรอก이 오며, 후행문은 선행문에 반하는 내용이 따른다.

S+ก็+V+อยู่หรอก แต่+[S+V]

한국 음식이 맛있기는 하지만 방콕에서 먹으면 너무 비싸다.
อาหารเกาหลีก็อร่อยดีอยู่หรอก แต่กินที่กรุงเทพ แพงเกินไป

그 여자가 예쁘기는 합니다만 성격이 별로 좋지 않습니다.
ผู้หญิงคนนั้นก็สวยดีอยู่หรอก แต่นิสัยไม่ค่อยดีเท่าไร

박 교수님은 태국말을 잘 하기는 하십니다만, 저희는 여성 통역사를 원합니다.
อาจารย์ปาร์กก็พูดภาษาไทยเก่งอยู่หรอก แต่ทางเราต้องการล่ามผู้หญิง

이 만화책을 읽어보면 재미있기는 하지만 내용이 너무 폭력적이다.
หนังสือการ์ตูนนี้อ่านแล้วก็สนุกดีอยู่หรอก แต่เนื้อหาก้าวร้าวเกินไป

-기는 고사하고

대응어 อย่าว่าแต่...เลย

용 법 อย่าว่าแต่ 다음에 선행문의 주어와 동사가 나오고 เลย로 마무리 된다. 후행문은 แค่로 시작되어 부정하고자 하는 화제가 명사형으로 나오고 ก็로 연결된 후에 부정소 ไม่와 결합된 술어가 나온다.

อย่าว่าแต่+[S+V]+เลย+(แค่+[N+ก็+V])

요리를 만들기는 고사하고 밥을 지을 줄도 모른다.
อย่าว่าแต่ทำอาหารเลย แค่หุงข้าวก็ทำไม่เป็น

동생에게 선물을 사주기는 고사하고 돈 1 바트도 안 줘요.
อย่าว่าแต่ซื้อของขวัญให้น้องเลย แค่เงินสักบาทก็ไม่ให้

자동차를 운전하기는 고사하고 자전거도 탈 줄 몰라요.
อย่าว่าแต่ขับรถยนต์เลย แค่รถจักรยานก็ปั่นไม่เป็น

아름다운 집이 있기는 고사하고 먹을 밥도 없어요.
อย่าว่าแต่มีบ้านที่สวยงามเลย แค่ข้าวที่จะกินก็ยังไม่มี

한국에 놀라가기는 고사하고 태국에 안 놀러가요.
อย่าว่าแต่ไปเที่ยวเกาหลีเลย แค่ในประเทศไทยก็ยังไม่ได้ไปเที่ยว

-기는요?

대응어 ...ที่ไหนกัน/...อะไรกัน

용 법 반문하는 내용을 지닌 문장의 주어와 술어 다음에 ที่ไหนกัน 또는 อะไรกัน이 나온다,

S+V+ที่ไหนกัน/อะไรกัน

가: 그 친구는 만나던 사람하고 헤어졌어요?
เพื่อนคนนั้นเลิกกับคนที่เคยคบกันแล้วหรือ

나: 헤어지기는요. 아직도 만나는 걸요.
เลิกที่ไหนกัน ยังคบกันอยู่เลย

가: 목소리가 참 고우시네요.
เสียงนุ่มนวลจริงๆ นะ

나: 곱기는요.
นุ่มนวลที่ไหนกัน

가: 그 친구의 성격이 좋죠?
เพื่อนคนนั้นนิสัยดีใช่ไหม

나: 좋기는요.
ดีอะไรกัน

가: 노래를 잘 하시네요.
ร้องเพลงเก่งนะ

나: 잘 하기는요.
เก่งอะไรกัน

가: 당신은 정말 예쁘네요.
คุณสวยจริงๆ

나: 예쁘기는요.
สวยที่ไหนกัน

-기도 하다

대응어 ...ด้วยเหมือนกัน/...บ้างเหมือนกัน

용 법 부가적으로 얻을 수 있거나 행할 수 있는 내용을 담은 문장의 끝머리에 ด้วยเหมือนกัน 또는 บ้างเหมือนกัน이 오면서 문장이 완성된다.

S+V+...ด้วยเหมือนกัน/...บ้างเหมือนกัน

가끔 밥을 해 먹기도 합니다.
ทำอาหารกินบ้างเหมือนกัน

아기를 보고 안아 주기도 했어요.
เห็นเด็กแล้วก็กอดบ้างเหมือนกัน

어머니가 한국 음식을 만들기도 합니다.
คุณแม่ทำอาหารเกาหลีด้วยเหมือนกัน

여기에서 태국 전통 집을 구경할 수 있기도 합니다.
ที่นี่สามารถชมเรือนไทยโบราณได้เหมือนกัน

학교에 가면 옛 친구를 만날 수 있기도 해요.
ไปโรงเรียนแล้วก็ได้พบเพื่อนเก่าด้วยเหมือนกัน

-기란

대응어 การ...นั้น

용　법 주어나 화제가 절의 형태로 나타나는 경우에 이를 명사화시키기 위해 절의 앞머리에 명사화소 การ을 붙이고 นั้น으로 닫은 다음에 이를 주어로 삼고 이어서 술어가 나와 문장을 완성한다.

[การ+S+V+นั้น]+V

외국어를 배우기란 쉬운 일이 아니야.
การเรียนภาษาต่างประเทศนั้น ไม่ใช่เรื่องง่ายๆ

부모님을 모시기란 참으로 힘든 일입니다.
การดูแลพ่อแม่นั้น เป็นเรื่องที่ลำบากจริงๆ

삶의 질을 높이기란 어려운 것이 아니야.
การทำให้คุณภาพชีวิตที่ดีขึ้นนั้น ไม่ใช่เรื่องยาก

한 사람을 사랑하기란 어려운 일이 아닙니다.
การรักใครสักคนนั้น เป็นเรื่องที่ไม่ยาก

-기란 여간 -ㄴ/는 일이 아니에요.

대응어 การ...เป็นเรื่อง/สิ่งที่... ไม่ใช่น้อยเลย

용 법 명사화소 การ 다음에 주어 술어 구조를 갖춘 절이 나오고 이를 주어로 삼아 술어가 나온다. 술부에서 เป็นเรื่องที่ 또는 เป็นสิ่งที่ 다음에 선행명사 เรื่อง/สิ่ง을 수식해주는 형용사절이 나온다.

[การ+S+V]+เป็นเรื่อง(สิ่ง)ที่+[S+V]

복잡한 시간에 지하철을 타기란 여간 괴로운 일이 아니에요.
การขึ้นรถไฟใต้ดินในชั่วโมงเร่งด่วน เป็นสิ่งที่ทรมานไม่ใช่น้อยเลย

남의 물건을 빌려 쓰기란 여간 신경 쓰이는 일이 아니지요.
การยืมสิ่งของของคนอื่นใช้ เป็นเรื่องที่ต้องใส่ใจไม่ใช่น้อยเลย

그 일을 하기란 여간 노력이 필요한 일이 아니지요.
การทำงานชิ้นนั้นเป็นเรื่องที่ต้องพยายามไม่ใช่น้อยเลย

한국어를 공부하기란 여간 어려운 일이 아니에요.
การเรียนภาษาเกาหลีเป็นเรื่องที่ยากไม่ใช่น้อยเลย

자식을 잘 키우기란 여간 힘든 일이 아니다.
การเลี้ยงดูลูกเป็นคนดีเป็นเรื่องที่ลำบากไม่ใช่น้อยเลย

-기로 하다

대응어 ตั้งใจจะ... / ตกลง(ที่)จะ

용 법 주어 다음에 의지 또는 미래를 나타내는 ตั้งใจจะ 또는 합의를 나타내는 ตกลง(ที่)จะ가 나오고 동사가 나와 술어를 완성한다.

S+ตั้งใจจะ+V

이번 학기는 좀 쉬면서 여기 저기 여행을 하기로 했습니다.
เทอมนี้ หยุดพักผ่อน ขณะเดียวกันก็ตั้งใจว่าจะไปเที่ยวที่นั่นที่โน่น

내년에 그 여자랑 결혼하기로 했습니다.
ปีหน้าตั้งใจจะแต่งงานกับผู้หญิงคนนั้น

언제 취직하기로 했어요?
ตั้งใจจะทำงานเมื่อไร

우리 대학교는 쏭클라대학교와 협정을 맺기로 했어요.
มหาวิทยาลัยของเราตกลงที่จะทำสัญญาความร่วมมือกับ

มหาวิทยาลัยสงขลานครินทร์

* ตกลง 의 경우, ตกลงว่า ... (... 하기를 합의하다, 동의하다) 의 의미로 사용되면서 [ตกลง+S+จะ+V] 의 문형으로 나타나기도 한다.

누가 먼저 발표하기로 했습니까?
ตกลงใครจะรายงานเป็นคนแรก

이번에는 누가 가기로 했습니까?
ตกลงว่า ใครจะไปคราวนี้

-기로는 -를 따를 -가 없다

대응어 สำหรับการ...ไม่มีอะไรเหมาะสมไปกว่า.../ไม่มีอะไรสู้...ได้เลย

용 법 สำหรับการ 다음에 실행할 내용을 나타내는 어구가 나오고 이어서 ไม่มีอะไรเหมาะสมไปกว่า 다음에 방법이나 수단을 나타내는 내용이 명사형으로 연결되거나 또는 ไม่มีอะไรสู้ 뒤에 명사가 나오고 ได้เลย를 사용한다.

สำหรับการ+V+ไม่มีอะไรเหมาะสมไปกว่า+N
สำหรับการ+V+ไม่มีอะไรสู้+N+ได้(เลย)

가: 내일 등산 갈 건데, 뭘 입고 가야할 지 모르겠어요.
พรุ่งนี้จะไปปีนเขา แต่ไม่รู้ว่าจะต้องใส่ชุดอะไร

나: 활동하기 편하기로는 바지와 운동화를 따를 게 없지요.
สำหรับการทำกิจกรรมสะดวกสบายนั้น ไม่มีอะไรเหมาะสมไปกว่ากางเกงและรองเท้าผ้าใบ

가: 장학금을 타려고 하는데, 어떻게 공부해야 될 지 모르겠어요.
อยากจะได้ทุนการศึกษา แต่ไม่รู้ว่าจะต้องเรียนอย่างไรดี

나: 성적을 높이기로는 그저 열심히 공부하는 것을 따를 게 없지요.
สำหรับการทำให้เกรดสูงขึ้น ไม่มีอะไรดีไปกว่าการขยันเรียน

가: 부산에 가려는데, 뭘 타고 가는 게 좋을까요?
อยากจะไปพูซาน แต่จะนั่งอะไรไปดีล่ะ

나: 빠르고 편하기로는 비행기를 따를 게 없지요.
สำหรับความความสะดวกและรวดเร็วแล้ว ไม่มีอะไรสู้เครื่องบินได้เลย

-기만 하다

대응어 ...ลูกเดียว(เลย)/...อย่างเดียว(เลย)

용 법 행위나 행동을 나타내는 문장 끝머리에 ลูกเดียว 또는 อย่างเดียว가 오면서 문장이 마무리 되며 강조를 위하며 문장 말미에 부사 เลย가 사용되곤 한다.

[S+V]+ลูกเดียว/อย่างเดียว (เลย)

말은 안 하고 울기만 합니다.
ไม่พูดร้องไห้ลูกเดียวเลย

값을 물어 보기만 했다.
ถามราคาลูกเดียว

머리가 너무 아파서 누워만 있었어요.
ปวดหัว เลยนอนลูกเดียว

듣지 않고 말하기만 합니다.
ไม่ฟัง พูดอย่างเดียวเลย

공부해야 한다. 놀기만 하지 마라.
ต้องเรียนหนังสือนะ อย่าเอาแต่เล่นอย่างเดียวสิ

-기만 하면 되다

대응어 เพียงแค่...เท่านั้นก็พอ

용 법 เพียงแค่ 다음에 상태 또는 동작을 나타내는 내용이 동사 형태로 나오고 เท่านั้นก็พอ로 문장이 마무리 된다.

เพียงแค่ +V+เท่านั้นก็พอ

주사를 맞고 약을 타기만 하면 돼요.
เพียงแค่ฉีดยาและรับยาเท่านั้นก็พอ

여자는 예쁘기만 하면 된다고 생각하지요?
คิดว่าผู้หญิงเพียงแค่สวยเท่านั้นก็พอใช่ไหม

사람들은 돈이 많이 있기만 하면 된다고 생각해요.
คนทั้งหลายคิดว่าเพียงแค่มีเงินมากเท่านั้นก็พอ

자동차가 튼튼하기만 하면 되지.
รถยนต์เพียงแค่แข็งแกร่งเท่านั้นก็พอสิ

좋은 친구가 있기만 하면 돼요.
เพียงแค่มีเพื่อนดีเท่านั้นก็พอ

-기에 달려 있다

대응어 ขึ้นอยู่กับ....

용 법 ขึ้นอยู่กับ 다음에 조건을 충족시킬 수 있는 내용이 명사형으로 나온다.

ขึ้นอยู่กับ+N

이번 일의 성공 여부는 우리들이 노력하기에 달려 있어요.
งานนี้จะสำเร็จหรือไม่ ขึ้นอยู่กับความพยายามของพวกเรา

그거야 마음먹기에 달려 있지요.
สิ่งนั้นน่ะ ขึ้นอยู่กับความตั้งใจจริงของเรา

그 남자와 결혼 문제는 부모님의 대답하기에 달려 있어요.
เรื่องแต่งงานกับผู้ชายคนนั้น ขึ้นอยู่กับคำตอบของพ่อแม่

이번 달의 월급이 모자라고 안 모자라고는 돈을 쓰기에 달려 있어요.
เงินเดือนเดือนนี้จะพอหรือไม่พอ ขึ้นอยู่กับการใช้เงิน

집과 여자는 가꾸기에 달려 있다고 한다.
เขาว่ากันว่า บ้านกับผู้หญิงขึ้นอยู่กับการตกแต่ง

- 기에는

대응어 สำหรับ...นั้น

용　법 สำหรับ 다음에 실행할 내용이 명사형으로 오고 지시형용사 นั้น으로 닫아서 화제가 되고 다음에 주어와 술어가 나온다. 또는 สำหรับ이 이끄는 화제 명사구를 후치하여 표현하기도 하는데 이때에는 นั้น은 생략한다.

สำหรับ+N+นั้น+[S+V]

간단히 운동하기에는 조깅이 제일 좋은 것 같아요.
สำหรับการออกกำลังกายที่ง่ายๆ นั้น การวิ่งน่าจะดีที่สุด

혼자 먹기에는 양이 좀 많은 것 같아요.
สำหรับการกินคนเดียวนั้น ดูเหมือนว่าปริมาณจะมากไป

이 집은 혼자 살기엔 너무 커요
บ้านนี้ใหญ่เกินไปสำหรับการอยู่คนเดียว

이 음식은 단 것 싫어하는 사람이 먹기엔 달다.
อาหารนี้หวานไปสำหรับคนที่ไม่ชอบหวานจะกิน

이 치마는 학생이 입기엔 너무 짧아요.
กระโปรงตัวนี้ สั้นไปสำหรับนักเรียนจะใส่

-기엔 -지 않아요?

대응어 สำหรับการ...นั้น ไม่...หรือ/...ไม่ใช่หรือ

용 법 สำหรับ 다음에 명사화소 การ에 의해 명사화된 명사형이 나오고 นั้น으로 닫아서 화제가 된 다음 후행문에 부정형의 의문문이 따르는데, 이때 ไม่... หรือ 를 사용하거나 ....ไม่ใช่หรือ를 사용한다.

สำหรับการ+V+ไม่+V+หรือ / V+ไม่ใช่หรือ

농담이라고 하기엔 좀 지나치지 않아요?
สำหรับการจะบอกว่าเป็นการพูดเล่นนั้น ไม่รุนแรงไปหน่อยหรือ

그 사람이랑 사귀기엔 좀 어렵지 않아요?
สำหรับการคบกับคนนั้น ไม่ยากไปหน่อยหรือ

네 말대로 따라하기엔 좀 곤란하지 않니?
สำหรับการทำตามคำพูดของเธอ ไม่ลำบากไปหน่อยหรือ

그렇게 하기엔 위험하지 않아요?
สำหรับการทำเช่นนั้น เสี่ยงเกินไปไม่ใช่หรือ

한국말을 가르치기엔 실력이 좀 모자라지 않아요?
สำหรับการสอนภาษาเกาหลีนั้น ขาดความสามารถไปหน่อยไม่ใช่หรือ

* 구어체에서는 선행문의 สำหรับการ.... นั้น 구문을 생략하는 경우가 많다.

농담이라고 하기엔 좀 지나치지 않아요?
จะบอกว่าพูดเล่น ไม่รุนแรงไปหน่อยหรือ

그렇게 하기엔 위험하지 않아요?
ทำอย่างนั้น ไม่เสี่ยงเกินไปเหรอ

-길래

대응어 พอ...ก็เลย/เพราะ...ก็เลย

용 법 원인이나 이유를 나타내는 내용이 พอ 다음에 나오고 ก็เลย로 연결된 다음에 결과를 나타내는 내용으로 연결되어 전체 문장은 인과 관계를 나타내게 된다.

พอ+[S+V]+(S)+ก็เลย+V

그 사람이 주소를 묻길래 가르쳐 주었습니다.
พอคนนั้นถามที่อยู่ ก็เลยบอกให้

버스가 오길래 손을 들어 세웠습니다.
พอรถเมล์มา ก็เลยโบกมือให้รถหยุด

그 사람이 손을 흔들길래 나도 흔들었을 뿐이야.
พอเขาโบกมือ ฉันก็เลยโบกมือตอบเท่านั้น

그 학생이 책 살 돈이 없길래 도와 주었어.
เพราะนักเรียนคนนั้นไม่มีเงินซื้อหนังสือ ก็เลยได้ช่วยเหลือ

다리가 아프길래 쉬었다가 올라갔습니다.
เพราะปวดขา ก็เลยพักก่อนแล้วค่อยขึ้นไป

-는 길에

대응어 ระหว่างทางที่

용 법 ระหว่างทางที่ 다음에 주어와 술어가 나오고 그 다음에 행한 내용이 절의 형태로 나타나게 된다.

ระหว่างทางที่+[S+V]+[S+V]

집에 가는 길에 친구 기숙사에 들렀다.
ระหว่างทางที่กลับบ้าน ได้แวะหอพักของเพื่อน

시장에 가는 길에 약국에서 약을 샀다.
ระหว่างทางที่ไปตลาด แวะซื้อยาที่ร้านขายยา

기숙사에 가는 길에 선생님을 만났다.
ระหว่างทางที่กลับหอพัก ได้พบกับอาจารย์

교실에 오는 길에 후배를 만났다.
ระหว่างทางที่มาห้องเรียน ได้เจอรุ่นน้อง

방콕에 가는 길에 자동차가 고장났다.
ระหว่างทางที่ไปกรุงเทพฯ รถยนต์เกิดเสีย

-(으)ㄹ까 말까 하다

대응어 จะ...ดีหรือไม่...ดีนะ

용 법 주어 다음에 จะ 가 나오고 그 다음에 선택 사항이 나온다. 그리고 나서 ดีหรือไม่ 다음에 또 다른 선택사항이 나오고 끝머리에 ดีนะ로 마무리 된다.

(S)+จะ+V+**ดีหรือไม่**+V+**ดีนะ**

내년 한국에 한국어를 공부하러 갈까 말까 해요.
ปีหน้าจะไปเรียนที่ประเทศเกาหลีดีหรือไม่ไปเรียนดีนะ

다음 주말에 집에 돌아갈까 말까 해요.
สุดสัปดาห์หน้าจะกลับบ้านดีหรือไม่กลับดีนะ

유진에게 이 새 옷을 팔아줄까 말까 해요.
จะขายเสื้อใหม่ตัวนี้ให้ยูจินดีหรือไม่ขายดีนะ

나는 친구에게 선물을 사줄까 말까 해요.
ฉันจะซื้อของขวัญให้เพื่อนดีหรือไม่ซื้อดีนะ

내일 파티에 갈까 말까 해요.
พรุ่งนี้จะไปงานเลี้ยงดีหรือไม่ไปดีนะ

-(으)ㄹ까 봐

대응어 กลัว(ว่า)...เลย

용 법 문장 첫머리에 กลัว(ว่า)로 시작되어 우려하는 내용이 나온 후, 후행문의 주어 뒤에 เลย가 나오고 술어가 뒤따른다.

S+กลังว่า+[S+V]

야단맞을까 봐 집에 못 들어가니?
กลัวว่าจะโดนดุ เลยไม่ได้เข้าบ้านเหรอ

구두가 비쌀 까봐 값을 묻지 않았습니다.
กลัวว่าราคารองเท้าจะแพง เลยไม่ได้ถามราคา

도둑맞을 까봐 조심했어요.
กลัวว่าจะถูกขโมย เลยต้องระวัง

비가 올 까봐 집에 빨리 돌아가야 되겠습니다.
กลัวฝนจะตก เลยจะต้องรีบกลับบ้าน

-(으)ㄹ 까요?

대응어 ...กัน(ดี)ไหม/...ดีไหม

용 법 상대방의 의사를 타진하는 내용이 주어 술어 구조를 갖춘 절의 형태로 나타나고 끝머리에 กัน(ดี) ไหม 또는 ดีไหม 등으로 마무리 된다.

[S+V]+กัน(ดี)ไหม/ดีไหม

무엇을 좀 먹을까요?
จะกินอะไรกันหน่อยไหม

우리 같이 한국에 갈까요?
เราไปที่เกาหลีด้วยกันไหม

우리 최교수님께 의논해 볼까요?
เราลองปรึกษาอาจารย์เชวฺกันดีไหม

내가 택시를 탈까요?
ให้ฉันนั่งรถแท็กซี่ดีไหม

내가 노래를 한 곡 부를까요?
ให้ฉันร้องเพลงสักเพลงหนึ่งดีไหม

-(으)ㄹ까 하다

대응어 กะว่า...

용 법 문장 앞머리에 주어가 나오고 กะว่า로 연결되어 추측 또는 실행하고자 계획한 내용이 절의 형태로 나타난다.

(S)+กะว่า+[S+V]

이번 주말에는 집에서 쉴까 합니다.
สุดสัปดาห์นี้กะว่าจะพักผ่อนอยู่ที่บ้าน

책을 읽을까 하고 도서관에 갔습니다.
กะว่าจะอ่านหนังสือจึงไปที่ห้องสมุด

비가 올까 해서 우산을 가져왔습니다.
กะว่าฝนจะตก ก็เลยเอาร่มมาด้วย

여행을 갈까 하고 서울역에 나왔습니다.
กะว่าจะไปเที่ยว จึงมาที่สถานีโซล

그 친구와 의논할까 했지만 미덥지 않습니다.
กะว่าจะปรึกษาเพื่อน แต่พึ่งไม่ได้

-깨나

대응어 ค่อนข้าง...

용 법 ค่อนข้าง 다음에 술어가 나오면서 언급하는 내용에 대해 화자가 많다고 평가는 하는 태도를 나타낸다.

S+ค่อนข้าง+V

내 남자친구는 돈깨나 있다.
แฟนของฉันค่อนข้างมีเงิน

저의 언니는 영어깨나 합니다.
พี่สาวของฉันพูดภาษาอังกฤษค่อนข้างเก่ง

이 회사는 다른 회사보다 수입깨나 올린다.
บริษัทนี้มีผลกำไรค่อนข้างมากกว่าบริษัทอื่น

한국에서 온 여자는 태국음식깨나 좋아한다.
ผู้หญิงที่มาจากเกาหลีค่อนข้างชอบอาหารไทย

-(으)ㄴ 끝에

대응어 หลังจาก... จน(ในที่สุด)...(ได้แล้ว)

용 법 หลังจาก 다음에 주어 술어 구조를 갖춘 절의 형태가 나와 선행된 사건이 기술되고 나서 접속사 จน(ในที่สุด)의 뒤에 결과가 되는 후행 사건이 기술되며 문장의 말미에 ได้แล้ว를 쓰기도 한다.

> หลังจาก+[S+V]+จน(ในที่สุด)+[S+V]+ (ได้แล้ว)

우리는 서로 사실을 이야기한 끝에 화가 풀어졌다.
หลังจากที่เราได้พูดความจริงกัน จนหายโกรธกัน

교수님하고 상의한 끝에 논문을 쓰는 방법을 깨달았다.
หลังจากปรึกษากับอาจารย์ จนในที่สุดประจักษ์ถึงวิธีการเขียนวิทยานิพนธ์

일 년 넘게 자료를 수집한 끝에 이제 보고서를 작성하기 시작했다.
หลังจากเก็บข้อมูลมา 1 ปีกว่า จนในที่สุด เริ่มเขียนรายงานได้แล้ว

책을 오랜 기간 수정한 끝에 출판사로 넘겨주었다.
หลังจากแก้ไขหนังสือมาเป็นเวลานาน จนในที่สุดก็ส่งให้สำนักพิมพ์ได้แล้ว

-(으)나 - (으)나

대응어 ....ก็ดี....ก็ดี ก็...

용 법 두 가지 조건 모두를 수용하는 내용으로 첫 번째 조건 다음에 ก็ดี가 나오고 두 번째 조건 다음에 역시 ก็ดี가 나온다. 그리고 나서 주어 다음에 ก็가 나오고 술어로 연결된다.

[S+V]+ก็ดี+[S+V]+ก็ดี S+ก็+V

비가 오나 눈이 오나 매일 출근한다.
ฝนตกก็ดีหิมะตกก็ดี ก็มาทำงานทุกวัน

앉으나 서나 그녀 생각뿐입니다.
นั่งก็ดี ยืนก็ดี ก็คิดถึงเพียงแต่ผู้หญิงคนนั้น

김치를 먹으나 김밥을 먹으나 다 좋아요.
กินกิมจิก็ดี กินข้าวห่อสาหร่ายก็ดี ผมก็ชอบทั้งนั้น

만화를 보나 게임을 하나 별로 재미가 없어요.
ดูการ์ตูนก็ดี เล่นเกมส์ก็ดี ไม่ค่อยสนุก

고기를 먹으나 야채를 먹으나 매일 운동해야 해요.
กินเนื้อก็ดี กินผักก็ดี ต้องออกกำลังกายทุกวัน

-나 다름없다

대응어 ไม่ต่างกันกับ..../ไม่ต่างอะไรกับ...

용 법 주어 술어 다음에 ไม่ต่างกันกับ 또는ไม่ต่างอะไรกับ이 나오고 그 다음에 명사형으로 보충어가 나온다.

[S+V]+ไม่ต่างกันกับ/ไม่ต่างอะไรกับ+N

그분이 그렇게 말한 건 거절한 것이나 다름없지요.
การที่ท่านพูดเช่นนั้น ไม่ต่างกับการปฏิเสธสิ

잘 고르면 중고차도 새 차나 다름없이 깨끗하고 튼튼해요.
ถ้าเลือกดีๆ รถมือสองก็แข็งแรงและสะอาดไม่ต่างกับรถใหม่

이 학생은 선생님 생각과 다름없는 좋은 생각을 가지고 있어요.
นักศึกษาคนนี้มีความคิดที่ดีไม่ต่างกับอาจารย์

이 소식은 그냥 소문이나 다름없지요.
ข่าวนี้ก็ไม่ต่างอะไรกับข่าวลือสิ

한국어 공부하기는 일본어와 다름없이 어렵지요.
การเรียนภาษาเกาหลีนั้น ก็ยากไม่ต่างอะไรกับภาษาญี่ปุ่น

-나 보다/ -가 보다

대응어 น่าจะ../คงจะ....

용 법 주어 다음에 น่าจะ 또는 คงจะ로 시작되는 술어가 와서 전체 문장이 추측 또는 짐작하는 내용을 표현한다.

S+น่าจะ/คงจะ+V

그녀는 파티장에 있나 봐요.
ผู้หญิงคนนั้นน่าจะอยู่ในงาน

그 사람들은 바다에 같이 가나 봐요.
พวกเขาน่าจะไปทะเลด้วยกัน

그 사람은 착한 사람인가 봐요.
เขาคงจะเป็นคนดี

비가 오나 봐요.
ฝนน่าจะตก

그녀가 예쁜가 봐요.
ผู้หญิงคนนั้นคงจะสวย

-(이)나 할 것 없다

대응어 ไม่ว่า...ก็ดี ... ทั้งหมด

용 법 모두 다 수용하는 내용으로 주어나 화제가 나오고 ไม่ว่า가 명사형을 취하면서 ก็ดี와 연결되어 다음에 오는 술어와 더불어 문장을 구성한다. 문장의 끝머리는 ทั้งหมด으로 마무리 된다.

S+N+ก็ดี+V+(ทั้ง)หมด

이번 시험은 누구나 할 것 없이 다 못 봤어요.
สอบครั้งนี้ ไม่ว่าใครก็ดี ก็ทำไม่ได้ทั้งหมด

방학때 어디나 할 것 없이 다 가고 싶다.
ตอนปิดเทอม ไม่ว่าที่ไหนก็ดี อยากไปทั้งหมด

뭐나 할 것 없이 다 먹기 좋아요.
ไม่ว่าอะไรก็ดี ชอบกินทั้งหมด

태국은 여기나 저기나 할 것 없이 다 아름다워요.
ประเทศไทย ที่นี่ก็ดี ที่นั่นก็ดี งดงามหมด

이 백화점의 상품은 무엇이나 할 것 없이 모두 비싸다고요.
ว่ากันว่าสินค้าของห้างสรรพสินค้านี้ ไม่ว่าอะไรก็ดี ก็แพงไปหมด

- 나마나

대응어 ...ไปก็เท่านั้น

용 법 선행문 술어 다음에 ไปก็เท่านั้น이 오고 후행문으로 따라 나온다.

[S+V]+ไปก็เท่านั้น]+[S+V]

기다리나마나 그사람은 안 올 거예요.
รอไปก็เท่านั้น เขาคงไม่มา

들으나마나 뻔한 이야기예요.
ฟังไปก็เท่านั้น เป็นเรื่องตอแหล

샤워하마나 아직도 냄새가 난다.
อาบน้ำแล้วก็เท่านั้น ยังเหม็นอยู่

말하나마나 이해 못해요
พูดไปก็เท่านั้น ไม่เข้าใจหรอก

밥을 먹으나마나 아직도 배고파요.
กินข้าวไปก็เท่านั้น ยังหิวอยู่

-나요?

대응어 ...เหรอ

용 법 의문문으로 문장 끝머리에 의문어조사 เหรอ가 나타난다.

[S+V]+เหรอ

무엇을 사나요?
ซื้ออะไรเหรอ

어제 편지를 보냈나요?
เมื่อวานส่งจดหมายแล้วเหรอ

배가 아프나요?
ปวดท้องเหรอ

어디에 가나요?
ไปไหนเหรอ

이것을 먹어도 되나요?
อันนี้กินได้เหรอ

-네요

대응어 ...แน่ะ /...จัง / ...นะ

용 법 인지한 사항에 대해 화자의 평가 또는 느낌을 나타내는 문장으로 끝머리에 แน่ะ가 붙는다.

[S+V]+แน่ะ/จัง/นะ

이제는 나뭇잎이 떨어지네요.
ตอนนี้ใบไม้ร่วงแล้วแน่ะ

한국말 실력이 대단하네요.
ความสามารถทางภาษาเกาหลียอดเยี่ยมจัง

이제는 물건의 가격이 비싸네요.
ตอนนี้ราคาสิ่งของแพงจัง

그녀는 예쁘네요.
ผู้หญิงคนนั้นสวยนะ

이 영화는 재미있네요.
หนังเรื่องนี้สนุกดีนะ

* 구어체에서 자신과 비슷하거나 손아래 사람과 이야기할 때, 화자의 평가나 느낌을 나타내거나 청자의 동의를 유도하는 표현으로 문장의 말미에 เนอะ를 사용하기도 한다.

동생이 참 귀엽네?
น้องน่ารักจังเลยเนอะ

이 영화는 재미있네
หนังเรื่องนี้สนุกดีเนอะ

-아/어 놓다

대응어 ...ไว้

용 법 본동사 다음에 상태의 보존이나 지속의 의미를 나타내는 부동사 ไว้가 나온다. 만약 본동사가 타동사이면 목적어는 본동사와 부동사 사이에 위치한다.

S+V+(O)+ไว้

누가 내 책상 위에 목걸이를 올려 놓았어요?
ใครวางสร้อยคอไว้บนโต๊ะหนังสือของฉัน

다음 주 치앙마이에 놀러갈 계획을 세워 놓았어요.
ฉันวางแผนไว้ว่าสัปดาห์หน้าจะไปเชียงใหม่

누나는 노트에 글을 써 놓았어요.
พี่สาวเขียนบันทึกไว้ในสมุดโน้ต

그 사람은 상자에 지폐를 모아 놓았어요.
เขาเก็บสะสมธนบัตรไว้ในกล่อง

동생은 나무 바구니에 모자를 벗어 놓았어요.
น้องถอดหมวกไว้ในตะกร้าไม้

누가 알아요? -(으)ㄹ지요

대응어 ใครจะไปรู้...อาจจะ...ก็ได้นะ

용 법 ใครจะไปรู้ 다음에 อาจจะ로 시작하여 발생 가능한 사건을 기술한 내용이 나오고 ก็ได้นะ로 마무리 된다.

ใครจะไปรู้ S+อาจจะ+V ก็ได้นะ

누가 알아요? 운 좋게 1등에 당첨될지.
ใครจะไปรู้ ดวงดีอาจจะได้รางวัลที่ 1 ก็ได้นะ

누가 알아요? 서로 다른 성격이 잘 맞을지.
ใครจะไปรู้ นิสัยต่างกันอาจจะเข้ากันได้ดีก็ได้นะ

누가 알아요? 시험 성적이 좋을지.
ใครจะไปรู้ เกรดอาจจะดีก็ได้นะ

누가 알아요? 이 영화가 재미있을지요.
ใครจะไปรู้ หนังเรื่องนี้อาจจะสนุกก็ได้นะ

누가 알아요? 예쁘지 않는 사람에게 잘 생긴 남자 친구가 있을지요.
ใครจะไปรู้ คนที่ไม่สวยอาจจะมีแฟนหล่อก็ได้นะ

-는가 -는가를 묻는다면 -다고 말하는 이들이 있다

대응어 ถ้าถามว่า...หรือ...ก็จะมีคนตอบว่า...

용 법 두 가지 경우를 묻는 것으로 ถ้าถามว่า 다음에 첫 번째 경우를 그리고 หรือ 다음에 두 번째 경우를 제시하고 답하는 내용이 ก็จะมีคนตอบว่า 다음에 나타난다.

ถ้าถามว่า+[S+V]+หรือ+[S+V]+ก็จะมีคนตอบว่า+[S+V]

요즘 젊은이들에게 무엇이 부족한가 무엇이 가장 필요한가를 묻는다면 인내심이라고 말하는 이들이 있어요.
ถ้าถามว่าสำหรับวัยรุ่นสมัยนี้ ขาดอะไร และต้องการอะไรมากที่สุด ก็จะมีคนตอบว่าความอดทน

역사를 왜 배우는가 역사는 왜 필요한가를 묻는다면 과거를 통해서 미래를 배우기 위해서라고 말하는 이들이 있어요.
ถ้าถามว่าทำไมต้องเรียนประวัติศาสตร์ และทำไมต้องมี

ประวัติศาสตร์ ก็จะมีคนตอบว่าเพื่อเรียนรู้อนาคตโดยผ่านอดีต

한국어를 왜 배우는가 한국어는 왜 중요한가를 묻는다면 요즘 한국어가 인기가 많아서라고 말하는 이들이 있어요.
ถ้าถามว่าทำไมเรียนภาษาเกาหลี และทำไมภาษาเกาหลีสำคัญ ก็จะมีคนตอบว่า เพราะว่าภาษา เกาหลีกำลังได้รับความนิยมอยู่ในตอนนี้

어느 바다가 아름다운가 어느 바다가 가장 유명한가를 묻는다면 가장 유명하고 아름다운 바다가 남부지방에 있다고 말하는 이들이 있어요.
ถ้าถามว่าทะเลที่ไหนสวย และทะเลที่ไหนมีชื่อเสียงก็จะมีคนตอบว่าทะเลที่สวยและมีชื่อเสียง ที่สุดคือ ทะเลในภาคใต้

-는다 해도 -면 무슨 -이 있겠어요?

대응어 ถึงแม้ว่า...ก็ตาม แต่ถ้า...ก็จะมี...อะไรล่ะ

용 법 양보구문으로 ถึงแม้ว่า 다음에 절이 나오고 ก็ตาม으로 선행절이 마무리 된다. 이어서 แต่ถ้า 다음에 절이 나오고 다시 ก็จะมี로 시작되는 절이 하나 더 나온다. 마지막 절의 끝머리는 อะไรล่ะ로 마무리 된다.

ถึงแม้ว่า+[S+V]+ก็ตาม แต่ถ้า+[S+V]+ก็จะมี+N+อะไรล่ะ

노력을 한다 해도 결과가 나쁘면 무슨 소용이 있겠어요?
ถึงแม้ว่าจะพยายามก็ตาม แต่ถ้าผลลัพธ์ไม่ดี ก็จะมีประโยชน์อะไรล่ะ

인삼이 건강에 좋다 해도 체질에 맞지 않으면 무슨 효과가 있겠어요?
ถึงแม้ว่าโสมจะดีต่อสุขภาพก็ตาม แต่ถ้าไม่ถูกกับร่างกาย ก็จะมีประโยชน์อะไรล่ะ

얼굴이 예쁘다 해도 성격이 나쁘면 무슨 소용이 있겠어요?
ถึงแม้ว่าใบหน้าจะสวยก็ตาม แต่ถ้านิสัยไม่ดี ก็จะมีประโยชน์อะไรล่ะ

날마다 야채와 과일을 먹는다 해도 운동하지 않으면 무슨 소용이 있겠어요?
ถึงแม้ว่ากินผลไม้และผักทุกวันก็ตาม แต่ถ้าไม่ออกกำลังกายจะมีประโยชน์อะไรล่ะ

그 여자가 잘 공부를 잘한다 해도 책을 읽지 않으면 무슨 소용이 있겠어요?
ถึงแม้ว่าผู้หญิงคนนั้นจะเรียนเก่งก็ตาม แต่ถ้าไม่อ่านหนังสือ ก็จะมีประโยชน์อะไรล่ะ

-는다는 말은 들었는데, -(으)ㄴ 줄은 몰랐습니다

대응어 ได้ยินมาว่า... แต่ไม่นึกว่า...

용 법 사전에 알고 있던 사실이 ได้ยินมาว่า 다음에 절의 형태로 기술되고 뒤늦게 깨달은 사실이 แต่ไม่นึกว่า 다음에 절의 형태로 기술된다.

ได้ยินมาว่า+[S+V]+แต่ไม่นึกว่า+[S+V]

가: 박경철 씨가 결국 이혼을 했다지요?
ในที่สุดคุณปาร์กคยองชอลก็หย่าใช่ไหม

나: 그렇군요. 부부사이에 문제가 있다는 말은 들었는데, 이혼한 줄은 몰랐습니다.
งั้นหรือ ได้ยินมาว่ามีปัญหากันระหว่างสามีภรรยา แต่ไม่นึกว่าหย่ากันแล้ว

가: 집사람이 지난 달에 아들을 낳았어요.
เมื่อเดือนที่แล้ว ภรรยาผมคลอดลูกชาย

나: 임신하셨다는 소식은 들었는데, 벌써 낳으신 줄은 몰랐습니다.
ได้ยินข่าวว่าตั้งครรภ์ แต่ไม่นึกว่าจะคลอดลูกแล้ว

가: 제 딸이 졸업했어요.
ลูกสาวดิฉันเรียนจบแล้ว

나: 그렇군요. 대학교에서 공부했다는 말은 들었는데, 벌써 졸업한 줄은 몰랐습니다.
งั้นหรือ ได้ยินมาว่าเรียนมหาวิทยาลัย แต่ไม่นึกว่าเรียนจบแล้ว

가: 방학 동안에 그 여자는 한국에 갔지요?
ช่วงปิดเทอมผู้หญิงคนนั้นไปเกาหลีใช่ไหม

나: 외국을 여행했다는 말은 들었는데, 한국에 간 줄은 몰랐습니다.
ได้ยินมาว่าไปเที่ยวต่างประเทศ แต่ไม่นึกว่าจะไปเกาหลี

가: 그 남자가 결혼했어.
ผู้ชายคนนั้นแต่งงานแล้วนะ

나: 정말이야? 애인이 있다는 말은 들었는데, 결혼한 줄은 몰랐네.
จริงหรือ ได้ยินมาว่ามีแฟน แต่ไม่นึกว่าจะแต่งงานแล้วน่ะ

-는다던데

대응어 เห็นว่า...น่ะ

용 법 사전에 들은 바 있는 정보가 เห็นว่า 다음에 절의 형태로 나오고 น่ะ로 마무리 된 다음에 이를 바탕으로 권유하거나 묻는 내용이 후행절로 나타난다.

เห็นว่า+[S+V]+น่ะ+[S+V]

감기에는 따뜻한 물이 좋다던데, 한번 드셔 보세요.
เห็นว่าน้ำอุ่นดีต่อไข้หวัดน่ะ ลองดื่มดูสักครั้งสิ

중국은 꽤 넓다던데, 3박 4일로 될까요?
เห็นว่าประเทศจีนใหญ่มากน่ะ สัก 3คืน 4 วัน พอไหม

푸껫에는 관광지가 많다던데, 한번 가 보세요.
เห็นว่าภูเก็ตมีสถานที่ท่องเที่ยวมากมายน่ะ ลองไปสักครั้งสิ

이 책은 재미있다던데, 읽었어요?
เห็นว่าหนังสือเล่มนี้สนุกน่ะ อ่านแล้วหรือยัง

한식 맛있다던데, 먹어 본 적이 있습니까?
เห็นว่าอาหารเกาหลีอร่อยน่ะ เคยกินหรือยัง

-는단 말이에요?

대응어 หมายความว่า...หรือ

용 법 알고 있는 사실에 대해 약간의 의구심을 가지고 되묻는 내용으로 หมายความว่า 다음에 절이 나오고 의문어조사 หรือ로 마무리 된다.

หมายความว่า+[S+V]+หรือ

그분이 월급을 그렇게 많이 받는단 말이에요?
หมายความว่า ท่านนั้นได้รับเงินเดือนมากถึงขนาดนั้นหรือ

일이 그렇게 많단 말이에요?
หมายความว่า มีงานมากขนาดนั้นหรือ

이번 달에 한국 사람이 50명 온단 말이에요?
หมายความว่า เดือนนี้คนเกาหลีมา 50 คนหรือ

그 남자가 이 여자와 결혼한단 말이에요?
หมายความว่า ผู้ชายคนนั้นแต่งงานกับผู้หญิงคนนี้หรือ

이번에 한국어를 A를 받았단 말이에요?
หมายความว่า ครั้งนี้ได้ เอ วิชาภาษาเกาหลีหรือ

-는데 뭐 특별한 비결이라도 있으세요?

대응어 มีเคล็ดลับพิเศษอะไรหรือเปล่า

용 법 선행문에 어떤 사실이나 화자의 생각 등이 온 후에, 그 특정 사안에 대해 비결을 묻는 내용이 후행문에 오는 문형으로, 주어 뒤에 มีเคล็ดลับพิเศษอะไรหรือเปล่า가 연결되어 후행문을 완성한다.

[S+V]+มีเคล็ดลับพิเศษอะไรหรือเปล่า

많이 날씬해졌는데 뭐 특별한 비결이라도 있으세요?
หุ่นดีขึ้นมาก มีเคล็ดลับพิเศษอะไรหรือเปล่า

늘 시험 성적이 좋으신데 뭐 특별한 비결이라도 있으세요?
คุณได้เกรดดีเสมอ มีเคล็ดลับพิเศษอะไรหรือเปล่า

음식이 맛있는데 뭐 특별한 비결이라도 있으세요?
อาหารอร่อย มีเคล็ดลับพิเศษอะไรหรือเปล่า

좋아하는 사람이 많은데 뭐 특별한 비결이라도 있으세요?
มีคนมาชอบมากมาย มีเคล็ดลับพิเศษอะไรหรือเปล่า

한국어를 잘하는데 뭐 특별한 비결이라도 있으세요?
พูดภาษาเกาหลีเก่ง มีเคล็ดลับพิเศษอะไรหรือเปล่า

-는데 어떻게 하지?

대응어 ...น่ะ (แล้วจะ)ทำไงดีล่ะ

용 법 난감한 상황을 나타내는 내용이 선행절로 나오고 น่ะ로 마무리 된 다음에 해결 방법을 묻는 후행절(แล้วจะ)ทำไงดีล่ะ가 이어진다.

[S+V]+น่ะ (แล้วจะ)ทำไงดีล่ะ

지금 돈이 없는데 어떻게 하지?
ตอนนี้ไม่มีเงินน่ะ แล้วจะทำไงดีล่ะ

숙제를 제출 못했는데 어떻게 하지?
ไม่ได้ส่งการบ้านน่ะ แล้วจะทำไงดีล่ะ

지금 일이 없는데 어떻게 하지?
ตอนนี้ไม่มีงานทำน่ะ แล้วจะทำไงดีล่ะ

버스 안에 자리가 하나도 없는데 어떻게 하지?
ในรถเมล์ไม่มีที่นั่งสักที่เลยน่ะ ทำไงดีล่ะ

차가 없는데 어떻게 하지?
ไม่มีรถน่ะ ทำไงดีล่ะ

-는데 웬 -가 이렇게 -지요?

대응어 ...อ่ะนะ แต่ทำไม...อย่างนี้ล่ะ

용 법 특정 상황을 나타내는 내용이 절의 형태로 나타나고 อ่ะนะ로 마무리 된다. 그 다음에 의구심을 가지고 그 이유를 묻는 내용이 แต่ทำไม 다음에 절의 형태로 나타나고 อย่างนี้ล่ะ로 마무리 된다.

[S+V]+อ่ะนะ แต่ทำไม+[S+V]+อย่างนี้ล่ะ

시험 때도 아닌데 웬 학생이 이렇게 많지요?
ไม่ใช่ช่วงสอบอ่ะนะ แต่ทำไมนักเรียนถึงมากอย่างนี้ล่ะ

겨울도 지났는데 웬 눈이 이렇게 많이 오지요?
ฤดูหนาวผ่านไปแล้วอ่ะนะ แต่ทำไมหิมะถึงตกมากอย่างนี้ล่ะ

가격을 올렸는데 웬 사람이 이렇게 많지요?
ขึ้นราคาแล้วอ่ะนะ แต่ทำไมคนมากอย่างนี้ล่ะ

출근시간과 퇴근시간도 아닌데 웬 길이 이렇게 복잡하지요?
ไม่ใช่เวลาเข้าทำงานและเวลาเลิกงานอ่ะนะ แต่ทำไมรถติดอย่างนี้ล่ะ

회의도 취소되었는데 웬 사람이 이렇게 많이 오지요?
การประชุมยกเลิกแล้วอ่ะนะ แต่ทำไมคนมาเยอะอย่างนี้ล่ะ

-는데다가 /-(으)ㄴ 데다가

대응어 นอกจาก...แล้วก็...อีกด้วย

용 법 นอกจาก 다음에 일련의 상태나 상황을 나타내는 내용이 선행절로 나오고 겹쳐지는 또 하나의 상태나 상황이 แล้วก็ 다음에 절의 형태로 나온 다음 อีก ด้วย로 마무리 된다.

นอกจาก+[S+V]+แล้วก็+[S+V]+อีกด้วย

요즘은 입맛이 없는데다가 소화도 안 돼요.
ช่วงนี้นอกจากจะไม่รู้รสชาติแล้ว การย่อยอาหารก็ยังไม่ดีอีกด้วย

열이 많은데다가 기침도 해요.
นอกจากไข้ขึ้นแล้ว ก็ยังไออีกด้วย

비가 오는데다가 바람도 불어요.
นอกจากฝนตกแล้ว ลมก็ยังพัดอีกด้วย

그 옷은 값이 싼데다가 천도 좋아요.
สิ่งนั้นนอกจากราคาถูกแล้ว ผ้าก็ยังดีอีกด้วย

김태희는 얼굴도 예쁜데다가 서울대를 나왔어요.
คิมแทฮี นอกจากจะมีหน้าสวยแล้ว ยังจบมหาวิทยาลัยโซลอีกด้วย

-다 뭐예요. -는데요.

대응어 ...อะไรกัน ...แน่ะ

용 법 부정하는 내용이 앞에 나오고 อะไรกัน 으로 마무리 된 다음에 터무니없다고 판단되는 내용이 후행절로 나온 다음 แน่ะ로 마무리 된다.

N+อะไรกัน+(S)+V+แน่ะ

가: 이번 학기에 장학금을 받으셨어요?
เทอมนี้ได้รับทุนการศึกษาหรือเปล่า

나: 장학금이 다 뭐예요. 겨우 진급했는데요.
ทุนอะไรกัน แค่สอบผ่านยังยากเลยแน่ะ

가: 불고기 만들 줄 아세요?
ทำเนื้อย่างเป็นหรือเปล่า

나: 불고기가 다 뭐예요, 라면도 못 끓이는데요.
เนื้อย่างอะไรกัน ต้มมาม่ายังไม่เป็นเลย

가: 중간고사 공부를 잘 했어요.
เตรียมตัวสอบกลางภาคแล้วใช่ไหม

나: 시험공부가 다 뭐예요. 숙제도 아직 끝나지 않았는데요.
เตรียมตัวสอบอะไรกัน แค่การบ้านก็ยังไม่เสร็จเลย

가: 한국어를 읽을 수 있어요 ?
อ่านภาษาเกาหลีได้ไหมครับ

나: 한국어를 읽는 것이 다 뭐예요, 한글도 본적이 없는데요.
อ่านภาษาเกาหลีได้อะไรกัน อักษรเกาหลียังไม่เคยเห็นเลย

가: 한국어를 잘 해요 ?
ภาษาเกาหลีเก่งไหม

나: 한국어가 다 뭐예요, 태국어도 정확히 이해하지 못하는데요.
ภาษาเกาหลีอะไรกัน ภาษาไทยยังเข้าใจไม่ถูกต้องเลย

* -기는요, -뿐인가요 참조.

-는다기에

대응어 ว่าจะ... / ว่าเป็น...

용 법 어떤 일에 대한 사유를 나타내는 내용이 주어+ว่าจะ/ว่าเป็น+동사 형태로 나오고 결과적으로 행한 내용이 후행절로 나오게 된다.

S+ว่าจะ+V+[S+V]

손님이 오신다기에 방을 깨끗이 청소했어요.
แขกว่าจะมาก็เลยทำความสะอาดห้องให้สะอาดสะอ้าน

주말에 친구가 온다기에 음식을 많이 준비했습니다.
สุดสัปดาห์นี้เพื่อนว่าจะมา ก็เลยเตรียมอาหารมาก

스무 번째 생일이라기에 좀 특별한 것을 하고 싶어서 비싼 것을 샀어요.
ว่าเป็นวันเกิดครั้งที่ 20 ต้องการของพิเศษสักหน่อยก็เลยซื้อของแพงๆ

-는다면

대응어 หากว่า..../ สมมุติว่า

용 법 조건을 나타내는 내용이 หากว่า또는 สมมุติว่า 에 의해 가정문으로 선행절에 나오고 그 조건이 충족된다면 행하고자 하는 내용이 후행절로 나온다.

หากว่า+[S+V]+[S+V]

나한테 그 일을 맡긴다면 잘 할 수 있을 거예요.
หากว่าให้ฉันทำงานนั้น ก็จะสามารถทำได้ดี

네가 열심히 했다면 벌써 합격했을 거야.
หากว่าเธอขยัน ก็คงสอบผ่านไปแล้ว

저 산이 낮다면 매일 올라갈 겁니다.
หากว่าภูเขาลูกนั้นเตี้ย จะขึ้นไปทุกวัน

올림픽에서 금메달을 딴다면 너무 좋을 거야.
สมมุติว่าได้เหรียญทองจากกีฬาโอลิมปิก คงจะดีไม่น้อย

만약에 내가 새라면 당신에게 날아갈 수 있을텐데.
สมมุติว่าฉันเป็นนก ฉันก็คงจะบินไปหาเธอได้

-는다면 -(으)ㄹ텐데요

대응어 ถ้า/หาก...ก็คงจะ...(นะ/เนอะ/นี่นา)

용 법 현재 사실의 반대 내용이 ถ้า 또는 หาก 다음에 선행절로 나오고 그 가정이 현실로 이루어지면 하고자 하는 내용이 주어+ก็คงจะ+동사 형태의 절로 나타난다. 후행문의 문말에는 아쉬움을 나타내는 문말어미 นะ, เนอะ 또는 นี่นา가 함께 쓰이기도 한다.

ถ้า/หาก+[S+V]+S+ก็คงจะ+V

나도 10년만 젊다면 짧은 치마를 입고 다닐 텐데요.
ถ้าฉันอายุอ่อนลงสัก 10 ปี ก็คงจะได้ใส่กระโปรงสั้นๆ นะ

키가 크다면 농구를 잘할 텐데요.
ถ้าตัวสูงก็คงจะเล่นบาสเกตบอลได้ดีนะ

장학금을 받는다면 기쁠 텐데요.
ถ้าได้รับทุนการศึกษา ก็คงจะดีใจเนอะ

일이 끝난다면 쉴 수 있을 텐데요.
ถ้างานนี้เสร็จก็คงจะสามารถพักผ่อนได้นี่นา

서로 조금씩만 양보한다면 더 좋은 사이가 될 텐데요.
ถ้ายอมซึ่งกันและกันเพียงเล็กน้อย ความสัมพันธ์ก็คงจะดีขึ้นนี่นา

-는다던데, 그 문제를 어떻게 보세요?

대응어 ว่ากันว่า...มอง/คิดอย่างไรต่อปัญหานั้น

용 법 출처가 명확치 않은 다수의 사람들이 주장하는 정보가 ว่ากันว่า 다음에 절의 형태로 나오고 그 문제에 대한 견해를 묻는 내용이 มอง(คิด)อย่างไรต่อปัญหานั้น으로 나타난다.

ว่ากันว่า+[S+V]+S+มอง/คิดอย่างไรต่อปัญหานั้น

머리를 길게 기르는 게 유행이라던데, 그 문제를 어떻게 생각하세요?
ว่ากันว่าการไว้ผมยาวเป็นที่นิยมกันมาก คิดอย่างไรต่อปัญหานั้น

한국이 아태시대의 중심이 되어야 한다던데, 그 문제를 어떻게 보세요?
ว่ากันว่าประเทศเกาหลีจะต้องเป็นศูนย์กลางของเอเชียแปซิฟิก คิดอย่างไรต่อปัญหานั้น

태국 청소년들은 외국 문화를 많이 소비한다던데, 그 문제를 어떻게 보세요?
ว่ากันว่าวัยรุ่นไทยบริโภควัฒนธรรมต่างชาติเป็นอย่างมาก คิดอย่างไรต่อปัญหานั้น

요즘 청소년들이 비속어를 많이 사용한다는데, 그 문제를 어떻게 생각하세요?
ว่ากันว่า วัยรุ่นสมัยนี้ชอบใช้คำหยาบคายกันมาก คิดอย่างไรต่อปัญหานั้น

-는다고 하던데

대응어 เขาว่า.... / ได้ยินว่า...

용 법 출처를 밝히지 않은 어떤 이로부터 들은 정보가 เขาว่า 또는 ได้ยินว่า 다음에 절의 형태로 나타나고 그와 관련하여 묻는 내용이 후행절로 나온다. 선행절의 문말은 แล้วอ่ะนะ로 마무리하기도 한다.

ว่ากันว่า+[S+V]+(แล้วอ่ะนะ)+[S+V]

약혼한다고 하던데 그게 사실이에요?
เขาว่าจะหมั้นแล้ว มันเป็นความจริงหรือเปล่า

주말에 놀러 가자고 하던데 연락 받았어요?
เขาว่าสุดสัปดาห์นี้จะไปเที่ยวกัน ได้รับการติดต่อแล้วหรือยัง

결혼한다고 하던데 그게 사실이에요?
ได้ยินว่าจะแต่งงาน จริงหรือเปล่า

졸업한다고 하던데 어디에서 일할 거예요?
ได้ยินว่าเรียนจบแล้ว จะทำงานที่ไหนหรือ

차를 산다고 하던데 그게 사실이에요?
ได้ยินจะซื้อรถ จริงหรือ

-는데도

대응어 ถึง/แม้ว่า/ถึงแม้ว่า..... ก็ตาม...แต่

용 법 양보절이 ถึง, แม้ว่า 또는 ถึงแม้ว่า 다음에 주어+술어 형태로 나타나고 ก็ตาม으로 마무리 된 다음, 역접 접속사 แต่로 연결되어 후행문이 이어진다.

ถึง/แม้ว่า/ถึงแม้ว่า+[S+V]+ก็ตาม+แต่+(S)+V

비가 오는데도 나가요.
ถึงฝนตกก็ตาม แต่ก็ออกไป

어제 밤에는 많이 잤는데도 졸려요.
ถึงแม้ว่าเมื่อคืนจะนอนมากแล้วก็ตาม แต่ก็ยังง่วงนอน

아픈데도 계속 일합니다.
แม้ว่าไม่สบายก็ตาม แต่ก็ยังทำงานต่อ

매일 만나는데도 할 말이 많아요.
ถึงแม้ว่าพบกันทุกวันก็ตาม แต่มีเรื่องที่จะพูดมากมาย

피곤한데도 숙제를 계속 합니다.
แม้ว่าเหนื่อยก็ตาม แต่ก็จะยังทำการบ้านต่อ

-는요.

대응어 ...ที่ไหนกันล่ะ

용 법 타인의 칭찬이나 찬사에 대해 겸손의 뜻으로 부정하는 내용이 명사형+ที่ไหนกันล่ะ형태로 나타난다.

N+ที่ไหนกันล่ะ

가: 참 멋쟁이군요.
เท่ห์จังเลยน่ะ

나: 멋쟁이는요.
เท่ห์ที่ไหนกันล่ะ

가: 장학생이에요?
นักเรียนทุนหรือ

나: 장학생은요.
นักเรียนทุนที่ไหนกันล่ะ

가: 그 남자는 바람둥이예요.
ผู้ชายคนนั้นเจ้าชู้

나: 바람둥이는요.
เจ้าชู้ที่ไหนกันล่ะ

가: 귀신이군요.
เป็นผีแน่ะ

나: 귀신은요.
ผีที่ไหนกันล่ะ

-았/었으니

대응어 ได้...ฉะนั้น คงจะ...

용 법 어느 정도 만족할 만한 사유가 된다고 생각하는 내용이 생략된 주어 다음 ได้+술어 형태로 나타나고 그로 인해 생겨날 수 있는 결과에 해당되는 내용이 인과 관계 접속사 ฉะนั้น으로 연결되어 후행문으로 나온다. 후행문 술어는 확정된 사실이 아니므로 คงจะ+동사 형태로 나타난다.

(S)+ได้+V+ฉะนั้น+คงจะ+V

여러 시간 일했으니 피곤하겠죠.
ได้ทำงานหลายชั่วโมง ฉะนั้นคงจะเหนื่อยสิ

최선을 다 했으니 잘 될 거예요.
ได้พยายามเต็มที่แล้ว ฉะนั้นคงจะดี

열심히 공부했으니 좋은 점수를 받을 거예요.
ได้ตั้งใจเรียนแล้ว ฉะนั้นคงจะได้คะแนนดี

많이 먹었으니 더 못 먹겠죠.
ได้กินมากแล้ว ฉะนั้นคงจะกินอีกไม่ได้แล้วสิ

여러 시간 잤으니 졸리지 않겠죠.
ได้นอนไปหลายชั่วโมงแล้ว ฉะนั้นคงจะไม่ง่วงแล้วสิ

-니 만큼 (특히)

대응어 ...ฉะนั้น...เป็นพิเศษ

용 법 특별한 사유가 되는 내용이 선행절로 나타나고 인과관계 접속사 ฉะนั้น으로 연결되어 마땅히 해야 할 내용이 후행절로 나타난 다음 เป็นพิเศษ으로 마무리된다.

[S+V]+ฉะนั้น+[S+V]+เป็นพิเศษ

문제가 심각하니 만큼 좀 더 신중하게 결정합시다.
ปัญหารุนแรง ฉะนั้นตัดสินใจอย่างรอบคอบเป็นพิเศษหน่อยเถอะ

어른들께서도 참석하시니 만큼 옷차림에 신경을 쓰세요.
ผู้ใหญ่ก็เข้าร่วมด้วย ฉะนั้นจงใส่ใจกับเครื่องแต่งกายเป็นพิเศษนะ

내일 시험이 있으니 만큼 열심히 공부합시다.
พรุ่งนี้มีสอบ ฉะนั้นขยันเรียนกันเป็นพิเศษกันเถอะ

한국회사에 들어가니 만큼 한국어를 특별히 연습합시다.
เข้าทำงานบริษัทเกาหลี ฉะนั้นฝึกภาษาเกาหลีเป็นพิเศษกันเถอะ

내일 우리대학교에 오니 만큼 무대를 정리하세요.
พรุ่งนี้จะมาที่มหาวิทยาลัยของเรา ฉะนั้นจงจัดเวทีเป็นพิเศษนะ

-(으)니 할 수 없지요

대응어 ฉะนั้นจึงไม่มีทางเลือก(สิ/แล้วล่ะ)

용 법 불가피한 상황을 나타내는 내용이 선행절로 나타나고 인과관계접속사 ฉะนั้น으로 연결된 다음 후행절 จึงไม่มีทางเลือก(สิ/แล้วล่ะ)가 나온다.

[S+V]+ฉะนั้นจึงไม่มีทางเลือก(สิ/แล้วล่ะ)

비싸지만 이게 제일 빠르니 할 수 없지요.
แพงแต่อันนี้เร็วที่สุด ฉะนั้นจึงไม่มีทางเลือกสิ

회사 방침이 그러니 할 수 없지요.
กฎของบริษัทเป็นเช่นนั้น ฉะนั้นจึงไม่มีทางเลือกสิ

나쁘지만 이게 필요하니 할 수 없지요.
ไม่ดีแต่จำเป็น ฉะนั้นจึงไม่มีทางเลือก

비싸지만 질이 좋으니 할 수 없지요.
แพงแต่ถ้าคุณภาพดี ฉะนั้นจึงไม่มีทางเลือกแล้วล่ะ

약을 안 먹고 싶지만 감기에 걸렸으니 할 수 없지요.
ไม่อยากกินยาแต่เป็นหวัด ฉะนั้นจึงไม่มีทางเลือกแล้วล่ะ

-(으)니 어쩔 수 없다

대응어 ...ก็เลยไม่มีทางเลือก

용 법 불가피한 상황을 나타내는 내용이 선행절로 나타나고 선택의 여지가 없다는 내용의 후행절 ก็เลยไม่มีทางเลือก 이 나온다.

[S+V]+ก็เลยไม่มีทางเลือก

이렇게 되었으니 어쩔 수 없네요.
กลายเป็นแบบนี้ ก็เลยไม่มีทางเลือก

네가 이렇게 만들어 놓았으니 어쩔 수 없잖아.
เธอทำไว้อย่างนี้แล้ว ก็เลยไม่มีทางเลือกนิ

부모님께서 반대하셨으니 어쩔 수 없죠.
คุณพ่อคุณแม่คัดค้าน ก็เลยไม่มีทางเลือกนะสิ

그 사람은 먼저 헤어지자고 했으니 어쩔 수 없어요.
เขาขอแยกทางก่อน ก็เลยไม่มีทางเลือก

벌써 결정했으니 어쩔 수 없군요.
ได้ตัดสินใจไปแล้ว ก็เลยไม่มีทางเลือกนะ

-(으)니까 -(으) 십시오/하세요

대응어 (งั้น)ก็...นะ

용 법 원인이나 이유를 나타내는 선행절이 나오고 (งั้น)ก็ 로 연결되어 그에 따라 권유하는 내용이 후행절로 나오며, 권유의 의미를 나타내는 문말어미 นะ가 사용된다.

[S+V]+(งั้น)ก็+V+นะ

이 영화가 재미있으니까 한 번 더 보세요.
หนังเรื่องนี้สนุก งั้นก็ดูอีกครั้งนะ

날씨가 더우니까 주스를 마시십시오.
อากาศร้อน งั้นก็ดื่มน้ำผลไม้นะ

돈이 없으니까 일을 열심히 하세요.
ไม่มีเงิน งั้นก็ขยันทำงานนะ

내일은 일요일이니까 집에서 쉬십시오.
พรุ่งนี้เป็นวันอาทิตย์ ก็พักผ่อนที่บ้านนะ

오늘 선생님이 안 계시니까 학생들은 제3과 연습 문제를 푸세요.
วันนี้อาจารย์ไม่อยู่ ก็ให้นักเรียนทำแบบฝึกหัดบทที่ 3 นะ

-다 보면

대응어 ถ้าว่า...อยู่เรื่อย ก็...

용 법 선행절이 ถ้าว่า에 의해 유도되어 나타나고 อยู่เรื่อย로 마무리 된다. 이어서 후행절의 주어 다음에 ก็가 나오고 술어가 이어진다.

[ถ้าว่า+S+V+อยู่เรื่อย]+[S+ก็+V]

주의해서 연습하다 보면 자연스러워질 거예요.
ถ้าว่าฝึกอย่างระมัดระวังอยู่เรื่อย ก็จะรู้สึกเป็นธรรมชาติขึ้น

외국 학생들을 가르치다 보면 배우는 것도 많아요.
ถ้าว่าสอนนักเรียนต่างชาติอยู่เรื่อย ก็จะมีสิ่งที่ได้เรียนรู้มากขึ้น

밥을 많이 먹다 보면 뚱뚱해져요.
ถ้ากินข้าวมากๆ อยู่เรื่อย ก็จะอ้วนขึ้น

한국에서 공부하다 보면 돈을 많이 쓰게 돼요.
ถ้าว่าเรียนที่เกาหลีอยู่เรื่อย ก็จะต้องใช้เงินมาก

한국어를 연습하다 보면 말을 잘하게 돼요.
ถ้าว่าฝึกภาษาเกาหลีอยู่เรื่อย ก็จะพูดเก่งขึ้น

-았/었다 하면 으레

대응어 ...ทีไร ...ทุกที

용 법 습관적으로 자주 행하는 행위를 기술한 선행절이 ทีไร로 마무리 되고 이어서 이런 행위가 지나친 것으로 평가하는 화자의 태도가 후행절로 나타나 ทุกที로 마무리 된다.

[S+V]+ทีไร+[S+V]+ทุกที

우리집 양반은 전화를 했다 하면 으레 한두 시간이에요.
สามีดิฉัน ถ้าจะโทรศัพท์ทีไร โทรเป็นชั่วโมงสองชั่วโมงทุกทีเลย

학생들은 모였다 하면 으레 선생님이 화제에요.
พวกนักเรียน จะจับกลุ่มกันทีไรก็จะคุยเรื่องอาจารย์ทุกทีเลย

친구와 나는 토론했다 하면 으레 싸워요.
เพื่อนกับฉันถกเถียงกันทีไร ก็จะทะเลาะกันทุกที

학생들은 책을 읽었다 하면 으레 밤12시를 넘겨요.
นักเรียน อ่านหนังสือทีไรก็จะอ่านเลยเที่ยงคืนทุกที

-다고 봐요

대응어 ดูแล้วว่า... / มองว่า ....

용 법 어떤 사실에 대해 화자가 평가하는 내용으로 ดูแล้วว่า 또는 มองว่า 다음에 평가되는 내용이 절의 형태로 나타난다.

ดูแล้วว่า / มองว่า+[S+V]

풍습이 옛날과는 많이 달라졌다고 봐요.
ดูแล้วว่าขนบธรรมเนียมเปลี่ยนแปลงจากเมื่อก่อนมาก

한국인과 태국인 모두 비슷하다고 봐요.
ดูแล้วว่าคนเกาหลีกับคนไทยเหมือนๆ กัน

백 번 듣는 것보다 한번 보는 것이 낫다고 봐요.
มองว่าฟังร้อยครั้งไม่เท่าตาเห็น

수입과 지출은 거의 같다고 봐요.
มองว่ารายได้กับรายจ่ายเกือบเท่าๆ กัน

-는다고 하던데

대응어 ไหนบอกว่า...ไง แล้ว...

용 법 ไหนบอกว่า 다음에 사전에 알고 있던 내용이 절이 형태로 나타나고 ไง로 마무리 된다. 이어서 แล้ว 다음에 이의를 제기하는 내용이 뒤따르게 된다.

ไหน+S+บอกว่า+[S+V]+ไง+แล้ว+[S+V]

선생님이 숙제가 없다고 하시던데 왜 숙제를 하고 있어요?
ไหนอาจารย์บอกว่าไม่มีการบ้านไง แล้วทำไมทำการบ้านอยู่ล่ะ

친구는 백화점에 간다고 하던데 왜 같이 안 갔어?
ไหนเพื่อนบอกว่าไปที่ห้างสรรพสินค้าไง แล้วทำไมไม่ไปด้วยล่ะ

엄마가 언니에게 구두를 사 준다고 하시던데 왜 아직 안 샀어?
ไหนแม่บอกว่าซื้อรองเท้าให้พี่ไง แล้วทำไมยังไม่ซื้อให้ล่ะ

동생이 집에만 있을 거라고 하던데 왜 밖에 나갔어요?
ไหนน้องบอกว่าอยู่แต่ที่บ้านไง แล้วทำไมออกไปข้างนอกล่ะ

친구는 학교에 안 온다고 하던데 왜 왔어요?
ไหนเพื่อนบอกว่าไม่มามหาวิทยาลัยไง แล้วทำไมมาล่ะ

-ㄴ/는다고들(말)하다

대응어 พูดกันว่า....

용 법 다른 사람들이 평가하는 내용이 พูดกันว่า 다음에 절의 형태로 나온다.

S+พูดกันว่า+[S+V]

제 한국 친구들은 태국음식이 맛있다고들 했어요.
เพื่อนชาวเกาหลีของฉันพูดกันว่าอาหารไทยอร่อย

제 가족은 그가 좋은 사람이라고들 했어요.
ครอบครัวของฉันพูดกันว่าเขาเป็นคนดี

아이들이 선생님을 사랑한다고들 했어요.
เด็กๆ พูดกันว่ารักอาจารย์

그들이 제 집이 아주 예쁘다고들 했어요.
พวกเขาพูดกันว่าบ้านของฉันสวยมาก

제 친척들이 내일 집에 올 거라고들 했어요.
ญาติพี่น้องของดิฉันพูดกันว่าพรุ่งนี้จะมาที่บ้าน

-ㄴ/는 다는 것이

대응어 (อยาก)จะ...แต่ดัน...ซะแล้ว

용 법 (อยาก)จะ 다음에 의도하고자 했던 내용이 나오고 이어서 แต่ดัน 다음에 그르친 내용이 나타난다. 그리고 ซะแล้ว로 문장이 마무리 된다.

(อยาก)จะ...แต่ดัน...ซะแล้ว

비밀로 한다는 것이 모든 사람에게 알려졌나 봐요.
อยากจะเก็บเป็นความลับ แต่ดันไปบอกให้คนอื่นรู้ซะแล้ว

설탕을 친다는 것이 소금을 쳤어요.
อยากจะใส่น้ำตาล แต่ดันใส่เกลือลงไปซะแล้ว

수박을 산다는 것이 바나나를 샀어요.
จะซื้อแตงโม แต่ดันซื้อกล้วยซะแล้ว

방콕에 간다는 것이 치앙마이에 갔어요.
จะไปกรุงเทพ แต่ดันไปเชียงใหม่ซะแล้ว

콜라를 마신다는 것이 맥주를 마셨습니다.
จะดื่มโค้ก แต่ดันดื่มเบียร์ไปซะแล้ว

-ㄴ/는다니

대응어 ว่ากันว่า...ฉะนั้น/แล้ว

용 법 ว่ากันว่า 다음에 새로운 정보 내용이 절의 형태로 나오고 ฉะนั้น 또는 แล้ว로 이어지면서 그로 인해 생겨날 결과가 절의 형태로 기술된다.

ว่ากันว่า+[S+V]+ฉะนั้น/แล้ว+[S+V]

은행 문이 닫혔다니 돈을 어디서 바꾸지?
ว่ากันว่าธนาคารปิดแล้ว แล้วจะแลกเงินที่ไหนล่ะ

할인 대매출을 한다니 가 보자.
ว่ากันว่ามีการลดราคาสินค้าล้างสต๊อก ไปดูกันเถอะ

빳따니는 위험하다니 가지 마세요,
ว่ากันว่าที่ปัตตานีอันตราย อย่าไปปัตตานีเลย

이번 시험이 아주 어렵다니 공부를 많이 해야 해요.
ว่ากันว่าการสอบครั้งนี้ยากมากๆ ฉะนั้นต้องอ่านหนังสือให้เยอะๆ

환경이 많이 파괴되었다니 미래에는 깨끗한 공기가 없을 거예요.
ว่ากันว่าสิ่งแวดล้อมถูกทำลาย ฉะนั้นในอนาคตเราก็จะไม่มีอากาศบริสุทธิ์

-는다니까 ...

대응어 เขา(บอก)ว่า... ฉะนั้น....

용 법 เขา(บอก)ว่า 다음에 어떤 사실에 대한 정보를 전해주는 내용이 절의 형태로 나오고 그것과 관련하여 대처해야할 내용이 ฉะนั้น이 이끄는 후행절의 형태로 나오는데 주로 권유의 내용이 따른다.

เขา(บอก)ว่า+[S+V]+ฉะนั้น+[S+V]

가: 손님이 언제 오신대요?
แขกบอกว่าจะมาเมื่อไร

나: 곧 오신다니까 빨리 준비합니다.
เขาบอกว่าจะเดี๋ยวมา ฉะนั้นรีบๆ เตรียมตัวเถอะ

가: 오늘 계속 비가 온대요?
บอกว่าวันนี้ฝนตกตลอดหรือครับ

나: 비가 오다가 오후엔 갠다니까 접는 우산을 가지고 나가세요.
เขาบอกว่า ฝนตก แต่ตอนบ่ายแดดออก ฉะนั้น เอาร่มพับออกไปด้วยนะ

-는다니까.

대응어 ก็บอกแล้วไงว่า...

용 법 ก็บอกแล้วไงว่า 다음에 화자가 기존에 했던 이야기의 내용이 나오며 화자의 의사를 청자에게 재확인시키는 의미를 나타낸다.

ก็บอกแล้วไงว่า+[S+V]

가: 오늘 밥 사줄 거야?
วันนี้จะเลี้ยงข้าวหรือ

나: 저녁 사준다니까. 점심은 각자 계산하자.
ก็บอกแล้วไงว่าจะเลี้ยงตอนเย็น อาหารเที่ยงต่างคนต่างจ่ายนะ

가: 어제 왜 학교에 안 왔어요?
เมื่อวานทำไมไม่มาโรงเรียน

나: 감기에 걸렸다니까요. 그래서 집에서 쉬었어요.
ก็บอกแล้วไงว่าเป็นหวัด พักผ่อนอยู่ที่บ้าน

가: 이 숙제는 언제 제출할거예요?
การบ้านนี้ จะส่งเมื่อไรหรือ

나: 내일 제출한다니까요. 빨리 합시다.
ก็บอกแล้วไงว่าจะส่งพรุ่งนี้ รีบๆ ทำกันเถอะ

-는다니까 왜 -지 않겠어요?

대응어 เขา(บอก)ว่า...แล้วทำไมจะไม่...ล่ะ

용 법 เขา(บอก)ว่า 다음에 사유가 되는 정보가 나오고 접속사 แล้ว로 이어지면서 그로 인해 생겨나는 결과가 당연하다는 화자의 태도가 ทำไม 다음에 부정문의 형태로 나타난다. 그리고 문장은 ล่ะ로 마무리 된다.

เขา(บอก)ว่า+[S+V]+แล้วทำไม+[S+จะไม่+V]+ล่ะ

미국에서 태어나서 20년 동안이나 살다 왔다니까 왜 미국이 그립지 않겠어요?
เขาบอกว่าเกิดที่อเมริกาแล้วก็อยู่มาตั้ง 20 ปี แล้วทำไมจะไม่คิดถึงอเมริกาล่ะ

아이가 다섯이라니까 왜 짜증이 나지 않겠어요?
เขาว่ามีลูกตั้ง 5 คน แล้วทำไมจะไม่หงุดหงิดล่ะ

애인이 약속을 지키지 않았다니까 왜 화가 내지 않겠어요?
เขา(บอก)ว่าแฟนไม่ทำตามนัด แล้วทำไมจะไม่โกรธล่ะ

돈이 없다니까 왜 생활이 고생스럽지 않겠어요?
เขาว่า ไม่มีเงิน แล้วทำไมชีวิตจะไม่ลำบากล่ะ

-다던데, 정말 그럴까요?

대응어 ได้ข่าวมาว่า/ว่ากันว่า..เป็นอย่างนั้นจริงๆ หรือ

용 법 ได้ข่าวมาว่า/ว่ากันว่า 다음에 어떤 정보에 대한 내용이 절의 형태로 나오고 그에 대한 의구심을 나타내는 내용이 เป็นอย่างนั้นจริงๆ หรือ 형태로 나타난다.

ได้ข่าวมาว่า/ว่ากันว่า+[S+V]+เป็นอย่างนั้นจริงๆ หรือ

우리나라 40 대 남자 사망률이 세계 1 위라던데, 정말 그럴까요?
ได้ข่าวมาว่าผู้ชายวัย 40 ปีของประเทศเรามีอัตราการตายเป็นอันดับหนึ่งของโลก เป็นอย่างนั้นจริงหรือ

시험보는 날 아침에 미역국을 먹으면 시험에 떨어진다던데, 정말 그럴까요?
ว่ากันว่าถ้ากินซุปสาหร่ายในวันสอบจะทำให้สอบตก เป็นอย่างนั้นจริงหรือ

이 과일을 먹으면 얼굴을 예뻐진다던데, 정말 그럴까요?
เขาว่า ถ้ากินผลไม้นี้จะทำให้ใบหน้าสวยขึ้น เป็นอย่างนั้นจริงหรือ

누가 보라색 좋아하면 그 다음에 과부가 된다던데, 정말 그럴까요?
เขาว่า คนที่ชอบสีม่วง ต่อไปจะเป็นแม่หม้าย เป็นอย่างนั้นจริงหรือ

누가 이를 자주 쑤시면 그 다음에 이 사이가 벌어진다던데, 정말 그럴까요?
เขาว่าคนที่แคะฟันบ่อยๆ ต่อไปฟันจะห่าง เป็นอย่างนั้นจริงหรือ

-는다든지 하는 일은 모두

대응어 ไม่ว่าจะ...ก็ดี ทุกอย่าง...

용 법 ไม่ว่าจะ 다음에 예를 제시하면서 ก็ดี로 마무리 하고 그 외 모든 일을 다 한다는 내용이 ทุกอย่าง 다음에 절의 형태로 나타난다.

ไม่ว่าจะ+V+ก็ดี ทุกอย่าง/ล้วน+[S+V]

가: 이 선생님은 집안일을 많이 도와주세요?
คุณลี ช่วยงานบ้านมากหรือ

나: 쓰레기를 버린다든지 하는 일은 모두 제가 하지요.
ไม่ว่าจะทิ้งขยะก็ดี ทุกอย่างทำเองหมด

가: 요즘도 주말마다 등산을 하세요?
ช่วงนี้ทุกสุดสัปดาห์ไปปีนเขาหรือเปล่า

나: 등산을 한다든지 낚시를 한다든지 하는 일은 모두 시간이 많을 때 얘기죠.
ไม่ว่าจะปีนเขาก็ดี ตกปลาก็ดี ล้วนเป็นสิ่งที่ทำตอนที่มีเวลาว่าง

가: 우리는 이 방을 청소할까요?
พวกเราทำความสะอาดห้องนี้กันดีไหม

나: 네, 합시다.
ดี ทำความสะอาดกันเถอะ

가: 방을 닦는다든지 하는 일은 모두 제가 하지요.
ไม่ว่าจะถูพื้นห้องก็ดี ทุกอย่างดิฉันทำเอง

가: 일요일마다 주말 시장에서 옷을 사세요?
ทุกวันอาทิตย์ไปซื้อเสื้อผ้าที่ตลาดจตุจักรหรือ

나: 옷을 산다든지 바지를 산다든지 하는 일은 모두 시간이 있을 때 얘기죠.
ไม่ว่าจะซื้อเสื้อก็ดี ซื้อกางเกงก็ดี ทุกอย่างเป็นสิ่งที่ทำตอนมีเวลา

-ㄴ/는다면서요

대응어 ไหนบอกว่า...ไง

용 법 ไหนบอกว่า 다음에 알고 있던 사실과 다름을 환기 시켜 주는 내용이 나오고 ไง로 마무리 된다.

ไหนบอกว่า+[S+V]+ไง

이 영화는 재미있다면서요. (재미있다며)
ไหนบอกว่าภาพยนตร์เรื่องนี้สนุกไง

저녁밥을 안 먹는다면서요. (안 먹는다며)
ไหนบอกว่าไม่กินข้าวเย็นไง

오늘 마트에 안 간다면서요. (안 간다며)
ไหนบอกว่าวันนี้ไม่ไปซุปเปอร์มาเก็ตไง

숙제가 없다면서요. (없다며)
ไหนบอกว่าไม่มีการบ้านไง

이 노래를 못 부른다면서요. (못 부른 다며)
ไหนบอกว่าร้องเพลงนี้ไม่ได้ไง

-다고 생각하다

대응어 คิดว่า...

용 법 '생각하다'라는 의미를 지닌 คิด이 접속사 ว่า와 결합한 후 생각한 내용이 절의 형태로 나타난다.

S+คิดว่า+[S+V]

여동생은 태국이 덥지 않다고 생각해요.
น้องสาวคิดว่าเมืองไทยไม่ร้อน

나는 언니가 아주 예쁘다고 생각해요.
ฉันคิดว่าพี่สาวเป็นคนสวยมาก

학생들은 기말 시험이 아주 어렵다고 생각해요.
นักเรียนคิดว่าข้อสอบปลายภาคยากมาก

아버지는 중식이 맛없다고 생각해요.
พ่อคิดว่าอาหารจีนไม่อร่อย

사장님은 예산이 충분하다고 생각해요.
ประธานคิดว่ามีงบประมาณเพียงพอ

-다고 하다

대응어 บอกว่า/พูดว่า/กล่าวว่า/ว่า

용 법 타인의 말을 전하는 내용이 บอก/พูด/กล่าว 등의 동사 뒤에 접속사 ว่า에 의해 연결되어 목적절의 형태로 나타나거나, '-라고 말하다', '생각하다'라는 의미를 가진 ว่า를 동사 자체로 사용할 수도 있다.

บอกว่า/พูดว่า/กล่าวว่า/ว่า+[S+V]

동생이 친구와 같이 교수님 댁에 간다고 했어요.
น้องบอกว่าไปบ้านอาจารย์กับเพื่อน

선생님께서 저보고 오늘 수업이 없다고 하셨어요.
อาจารย์บอกกับฉันว่าวันนี้ไม่มีเรียน

어머니께서 기숙사 앞에서 나를 기다린다고 하셨어요.
แม่บอกว่าคอยฉันอยู่หน้าหอพัก

남동생은 다음 주에 미국으로 일하러 가겠다고 했어요.
พี่ชายบอกว่าสัปดาห์หน้าจะไปทำงานที่สหรัฐอเมริกา

선생님께서는 담배를 피우는 남학생이 많다고 하세요.
อาจารย์ว่านักเรียนชายที่สูบบุหรี่มีมาก

-다는데 왜 -(으)ㄹ까요?

대응어 ก็รู้อยู่ว่า... แล้วทำไมยัง ... อีกล่ะ

용 법 ก็รู้อยู่ว่า 다음에 사전에 알고 있는 정보에 대한 내용이 절의 형태로 나오고 그와 대립되는 행동이나 현상에 대해 반문하는 내용이 แล้วทำไมยัง 다음에 나타난다. 그리고 문장 끝머리는 อีกล่ะ로 마무리 된다.

ก็รู้อยู่ว่า+[S+V]+แล้วทำไมยัง+[S+V]+อีกล่ะ

음주운전은 위험하다는데 왜 술을 마시고들 운전할까?
ก็รู้อยู่ว่าเมาแล้วขับรถมันอันตราย แล้วทำไมยังดื่มเหล้าแล้วขับรถอีกล่ะ

큰 차는 기름이 더 많이 든다는데 왜 다들 큰 차를 사고 싶어 할까요?
ก็รู้อยู่ว่ารถคันใหญ่กินน้ำมันมาก แล้วทำไมยังอยากซื้อรถคันใหญ่กันอีกล่ะ

술은 좋지 않다는데 왜 술을 많이 마실까요?
ก็รู้อยู่ว่าดื่มเหล้ามันไม่ดี แล้วทำไมยังดื่มเหล้ามากอีกล่ะ

돈이 없다는데 왜 이름난 상표를 사고 싶어 할까?
ก็รู้อยู่ว่าไม่มีเงิน แล้วทำไมยังอยากซื้อของมียี่ห้ออีกล่ะ

몸에 열이 있다는데 왜 밖에 쇼핑하러가고 싶어 할까요?
ก็รู้อยู่ว่าเป็นไข้ แล้วทำไมยังอยากไปช้อปปิ้งอีกล่ะ

-다든가…다든가 하다

대응어 …ก็ดี…ก็ดี

용 법 복수의 예를 들며 말하는 경우 첫 번째 예 다음에 ก็ดี 그리고 두 번째 예 다음에 다시 ก็ดี를 붙인다.

[S+V]+ก็ดี+[S+V]+ก็ดี+[S+V]

나는 돈이 없다든가 몸이 아프다든가 하면 외출하지 않는다.
ถ้าฉันไม่มีเงินก็ดี ป่วยก็ดี จะไม่ไปข้างนอก

사람들이 운동한다든가 음식을 잘 먹는다든가 하는 것은 건강을 관리하는 법이다.
คนออกกำลังกายก็ดี เจริญอาหารก็ดี เป็นวิธีการดูแลสุขภาพ

밥을 굶든가 먹든가 네 마음대로 해라.
อดอาหารก็ดี ทานข้าวก็ดี ก็ตามใจเธอ

크게 말한다든가 빨리 걷는다든가 하는 것이 바로 한국인의 성격이다.
เขาพูดเสียงดังก็ดี เดินเร็วๆ ก็ดี เป็นบุคลิกนิสัยของคนเกาหลีนั่นเอง

하루에 단어 열 개를 외운다든가 혼자서 말한다든가 하는 것이 그의 외국어를 공부 방법이다.
ในหนึ่งวันท่องศัพท์นับสิบคำก็ดี พูดคนเดียวก็ดี เป็นวิธีการเรียนภาษาต่างประเทศของเขา

-(으)ㄴ 다음에

대응어 หลังจากนั้นก็...

용 법 먼저 행한 내용이 선행절로 나타나고 หลังจากนั้นก็로 연결 된 다음에 나중에 행한 내용이 후행절로 나타난다.

หลังจากนั้น+[(S)+ก็+V]

아침을 먹은 다음에 바다로 놀러 갔다.
กินข้าวเช้า หลังจากนั้นก็ไปเที่ยวทะเล

텔레비전을 본 다음에 잠자리에 들어갔다.
ดูโทรทัศน์ หลังจากนั้นก็เข้านอน

택시를 탄 다음에 지하철을 탔다.
นั่งแท็กซี่ หลังจากนั้นก็นั่งรถไฟใต้ดิน

밥을 먹은 다음에 국수를 또 먹었다.
กินข้าว หลังจากนั้นก็กินก๋วยเตี๋ยวอีก

운동을 한 다음에 샤워했다.
ออกกำลังกาย หลังจากนั้นก็อาบน้ำ

* 때로 먼저 행한 내용의 앞에 หลังจาก이 붙어 หลังจาก+선행절+후행절의 문형이 사용되기도 한다.

밥을 먹은 다음에 국수를 또 먹었다.
หลังจากกินข้าว กินก๋วยเตี๋ยวอีก

운동을 한 다음에 샤워했다.
หลังจากออกกำลังกาย ก็อาบน้ำ

-ㄴ/는 다지요?

대응어 ลือกันว่า...ใช่ไหม

용 법 ลือกันว่า 다음에 소문으로 들은 내용이 절의 형태로 나오고 ใช่ไหม로 사실여부를 확인하는 의문문 형태로 끝난다.

> ลือกันว่า+[S+V]+ใช่ไหม

얼마 전에 두 사람은 헤어졌다지요?
ลือกันว่าสองคนนั้นแยกทางกันแล้วใช่ไหม

여름이라서 청량음료가 많이 팔린다지요?
ลือกันว่าเครื่องดื่มเย็นๆ จะขายได้มากเพราะเป็นฤดูร้อนใช่ไหม

당신의 목걸이가 없어졌다지요?
ลือกันว่าสร้อยคุณหายใช่ไหม

선생님이 사제 복권에 당첨되었다지요?
ลือกันว่าอาจารย์ถูกลอตเตอรี่ใช่ไหม

필기시험이 어렵다지요?
ลือกันว่าข้อสอบข้อเขียนยากใช่ไหม

-아/어 달라고 하다

대응어 บอกให้/ขอให้..

용 법 주어 다음에 บอกให้/ขอให้가 나오고 이어서 요청하거나 기원하는 내용의 절의 형태로 나타난다.

> S+บอกให้/ขอให้+[S+V]

손님이 차를 세워 달라고 합니다.
ลูกค้าบอกให้จอดรถ

모르는 것이 있어서 순이한테 도와 달라고 했어요.
มีสิ่งที่ไม่รู้ก็เลยขอให้ซุนนีช่วย

선생님은 학생들에게 좀 조용히 해 달라고 합니다.
อาจารย์บอกให้นักเรียนเงียบหน่อย

나쁜 성격이 있어서 스스로 고쳐달라고 했어요.
นิสัยไม่ดี ก็เลยบอกขอให้ปรับปรุงตัวเอง

이해되지 않는 숙제가 있어서 선생님께 설명해 달라고 했어요.
มีการบ้านที่ไม่เข้าใจ ก็เลยขอให้อาจารย์อธิบาย

-아/어 대다

대응어 ยังคง...อยู่เรื่อย

용 법 주어 다음에 ยังคง이 나오고 이어서 반복적으로 행해지는 내용이 나타난다. 그리고 나서 อยู่เรื่อย로 마무리 된다.

S+ยังคง+V+อยู่เรื่อย

그 사람은 아직도 먹어 댑니다.
เขายังคงกินอยู่เรื่อย

퇴근 시간이 되어도 그 사람은 떠들어 댑니다.
แม้ว่าจะเป็นเวลาเลิกงาน เขาก็ยังคงส่งเสียงดังอยู่เรื่อย

그 여자는 괜히 울어 댑니다.
ผู้หญิงคนนั้นไม่น่ายังร้องไห้อยู่เรื่อยเลย

밖에서 학생들은 떠들어 댑니다.
นอกห้องเรียนนักเรียนยังคงส่งเสียงดังอยู่เรื่อย

한참 지났는데 아직도 웃어댑니다.
เวลาผ่านไปสักระยะแล้ว แต่ยังคงหัวเราะอยู่เรื่อย

-는 대신에

대응어 แทน...

용 법 본래 하고자 했던 내용이 แทน 뒤에 나타나고 대체하여 행한 내용이 선행절로 앞에 나타난다. แทน 뒤에는 명사구 형태로 나타나는 경우도 있다.

[S+V]+แทน+[S+V]/N

방콕으로 가는 대신에 치앙마이로 갔다.
ไปเชียงใหม่แทนไปกรุงเทพฯ

밥 먹는 대신에 국수를 먹었다.
กินก๋วยเตี๋ยวแทนกินข้าว

시험 보는 대신에 리포트를 제출했다.
ส่งรายงานแทนสอบ

졸업여행을 가는 대신에 저녁에 친구들과 펍에 놀러갔다.
ตอนเย็นไปเที่ยวผับกับเพื่อนแทนไปเที่ยวก่อนจบการศึกษา

택시를 타는 대신에 지하철을 탔다.
นั่งรถไฟฟ้าใต้ดินแทนนั่งรถแท็กซี่

-았/었 더니

대응어 พอ...ก็

용 법 พอ 다음에 시도해본 내용이 나오고 ก็ 다음에 그 결과로 생겨난 내용이 뒤따라 나온다.

พอ[S+V]+[S+ก็+V]

거지에게 돈을 주었더니 행복합니다.
พอให้เงินแก่คนขอทานก็รู้สึกเป็นสุข

백화점에 갔더니 문을 닫았더군요.
พอไปห้างสรรพสินค้า ก็ปิดแล้ว

그 친구랑 이야기했더니 아무 문제없대요..
พอได้คุยกับเพื่อนคนนั้นแล้ว ก็บอกว่าไม่มีปัญหาอะไรเลย

아침에 늦게 일어났더니 수업에 늦었어요.
พอตื่นสายหน่อย ก็ไปเรียนไม่ทัน

한국어를 공부해보았더니 어렵다는 것을 알 수 있었다.
พอได้เรียนภาษาเกาหลีดูแล้ว ก็รู้ว่ายาก

-(으)ㄴ 덕분에

대응어 ด้วยความ(การ)...ของคุณ(ท่าน)จึง

용 법 공을 다른 사람에게 돌리는 인사말로 ด้วยความ(การ) 다음에 자신을 위해 베풀어준 내용이 명사형으로 나타나고 ของคุณ(ท่าน)으로 선행절이 마무리 된다. 후행절 주어 다음에 จึง이 나오고 선행절 내용의 결과로 생겨난 내용이 술어로 나타난다.

ด้วยความ(การ+V+ของคุณ(ท่าน) S+จึง+V

그동안 걱정해 준 덕분에 잘 지냈습니다.
ด้วยความห่วงใยของท่าน จึงอยู่อย่างสุขสบายดี

당신이 도와준 덕분에 이번 일을 잘 마무리했습니다.
ด้วยการช่วงเหลือของคุณ งานครั้งนี้จึงสำเร็จไปด้วยดี

한국경제에 대해 지적해 준 덕분에 좀 더 알게 되었어요.
ด้วยการที่คุณเขียนอธิบายเกี่ยวกับเศรษฐกิจ จึงทำให้เข้าใจดีขึ้น

선생님께서 그 책을 우리에게 추천해주신 덕분에 한국어를 더 잘 하게 됐어요.
ด้วยการที่อาจารย์แนะนำหนังสือเล่มนั้นแก่พวกเรา จึงเรียนภาษาเกาหลีเก่งขึ้น

네가 우리 상품판매를 적극적으로 지원한 덕분에 이 제품 판매가 성공을 거두었어.
ด้วยการที่เธอได้สนับสนุนการขายสินค้าของพวกเราอย่างเต็มที่ จึงทำให้การขายสินค้านี้ ประสบผลสำเร็จ

-았/었던 것 같다

대응어 ดูเหมือนว่า เคย...

용 법 ดูเหมือนว่า 다음에 과거의 경험 또는 기억을 추측하는 내용이 나온다.

ดูเหมือนว่า+[S+เคย+V]

그 집에는 드나들었던 사람이 많았던 것 같아요.
ดูเหมือนว่าบ้านนั้นคนเคยเข้าออกมาก

작년에 옷이 컸던 것 같은데 올해는 맞는다.
ดูเหมือนว่าปีที่แล้วเสื้อผ้าเคยใหญ่นะ แต่ว่าปีนี้ใส่พอดี

어머니는 음식을 잘 만들었던 것 같아요.
ดูเหมือนว่าแม่เคยทำอาหารเก่ง

내가 여기에 있었던 것 같다.
ดูเหมือนว่าฉันเคยอยู่ที่นี่

그 상품은 비쌌던 것 같아요.
ดูเหมือนว่าสินค้านั้นเคยแพง

-던데

대응어 อ่ะนะ...(แล้ว/แต่)...

용 법 목격하거나 들은 내용 다음에 อ่ะนะ가 나오고 แล้ว/แต่ 등의 접속사가 선택적으로 나타난다.

[S+V]+อ่ะนะ+(แล้ว/แต่)+[S+V]

어제 만난 사람이 멋있던데 좀 소개해 주세요.
เมื่อวานคนที่พบหล่อจังอ่ะนะ ช่วยแนะนำให้หน่อยสิ

그 사람 돈을 잘 쓰던데 뭐하는 사람이야?
คนนั้นใช้เงินเก่งอ่ะนะ เขาทำงานอะไรหรือ

어제 만난 사람이 예쁘던데 이미 남자친구가 있어요.
คนที่พบเมื่อวานสวยอ่ะนะ แต่มีแฟนแล้ว

그 사람 공부 잘 하던데 성격이 좀 안 좋아요.
คนนั้นเรียนเก่งอ่ะนะ แต่นิสัยไม่ค่อยดี

그 여자 뚱뚱하던데 왜 살을 빼지 않아요?
ผู้หญิงคนนั้นอ้วนอ่ะนะ ทำไมไม่ลดความอ้วนหรือ

더도 말고 덜도 말고 -만

대응어 อย่าให้มากให้น้อยไปกว่านี้...ขอให้....ก็พอแล้ว

용 법 최적의 정도나 양을 나타내는 표현으로 อย่าให้มากให้น้อยไปกว่านี้ 다음에 바라거나 희망하는 내용이 나오고 ขอให้....ก็พอแล้ว로 마무리 된다.

อย่าให้มากให้น้อยไปกว่านี้+ขอให+[S+V]+ก็พอแล้ว

더도 말고 덜도 말고 날씨가 언제나 오늘만 같았으면 좋겠어요.
อย่าให้มากให้น้อยไปกว่านี้ ขอให้อากาศดีเหมือนวันนี้ก็พอแล้ว

더도 말고 덜도 말고 아들이나 딸 하나만 낳고 싶어요.
อย่าให้มากให้น้อยไปกว่านี้ ขอให้มีลูกชายหรือลูกสาวสักคนก็พอแล้ว

더도 말고 덜도 말고 만년필 하나만 있었으면 좋겠어요.
อย่าให้มากให้น้อยไปกว่านี้ ขอให้มีปากกาสักด้ามใช้สักแท่งก็พอแล้ว

더도 말고 덜도 말고 과일 하나만 먹고 싶어요.
อย่าให้มากให้น้อยไปกว่านี้ ขอให้ได้กินผลไม้สักอย่างก็พอแล้ว

더도 말고 덜도 말고 오빠 한사람만 만나고 싶어요.
อย่าให้มากให้น้อยไปกว่านี้ ขอให้ได้พบพี่ชายสักคนก็พอแล้ว

-더라고요

대응어 ...แฮ่ะ

용 법 경험한 것을 들려주는 내용이 절의 형태로 나오고 끝에 แฮ่ะ로 마무리 된다.

[S+V]+แฮ่ะ

살다보니 가끔은 좋은 일도 생기더라고요.
ตอนที่มีชีวิตอยู่ บางครั้งก็มีเรื่องดีๆ เกิดขึ้นด้วยแฮ่ะ

운동을 하고 나면 배가 고프더라고요.
หลังจากออกออกกำลังกายก็รู้สึกหิวแฮ่ะ

오늘 아침은 몹시 춥더라고요.
เช้าวันนี้อากาศหนาวมากแฮ่ะ

그는 곧 미국에 간다더라고요.
เขาบอกว่าจะไปอเมริกาแน่นอนแฮ่ะ

공부를 하고 나면 배가 고프더라고요.
หลังจากเรียนหนังสือก็รู้สึกหิวแฮ่ะ

-더러

대응어 กับ.../ต่อ.../ให้.../จาก...

용 법 여격조사와 유사한 기능을 하는 태국어의 กับ/ต่อ/ให้/จาก 등의 전치사에 대응된다. 이들은 전치사이므로 명사구 앞에 나타난다.

กับ/ต่อ/ให้/จาก+N

네가 가지 말고 그 아이더러 오라고 해.
เธอไม่ต้องไปหรอก บอกให้เด็กมาสิ

모르는 게 있으면 옆 사람더러 물어봐요.
ถ้ามีอะไรที่ไม่รู้ ก็ถามกับคนข้างๆ ดูสิ

감히 누구더러 오라 가라 명령하는가?
กล้าดีอย่างไร รู้ไหมว่าสั่งให้ใครมาหรือไปอยู่นี่

그는 나더러 10 시까지 돌아오라고 했다.
เขาบอกกับฉันว่าให้กลับมาก่อน 10 โมง

돈이 없으면 친구더러 빌려 달라고 해요.
ถ้าไม่มีเงินก็ยืมจากเพื่อน

-더라도

대응어 ถึง/แม้ว่า/ถึงแม้ว่า...นะ ก็

용 법 양보구문으로 ถึง/แม้ว่า/ถึงแม้ว่า 다음에 절이 나오고 นะ로 마무리 된다. 그 다음에 후행절의 주어가 나오고 ก็로 연결되면서 술어가 뒤따라 나타난다.

ถึง/แม้ว่า/ถึงแม้ว่า+[S+V]+นะ+[S+ก็+V]

비가 오더라도 그 사람을 만나러 가야 한다.
ถึงฝนจะตกนะ ฉันก็จะต้องไปพบเขาคนนั้น

아무리 열심히 노력하더라도 그를 이길 수 없다.
แม้ว่าจะพยายามเท่าไรก็ตามนะ ก็ไม่สามารถชนะเขาได้

한국어가 어렵더라도 끝까지 열심히 노력하겠다.
ถึงแม้ว่าภาษาเกาหลีจะยากนะ แต่ก็จะพยายามให้ถึงที่สุด

단어 뜻을 모르더라도 전체적인 내용을 이해할 수 있다.
แม้ว่าไม่รู้ความหมายของคำศัพท์นะ แต่ก็สามารถเข้าใจเนื้อหาทั้งหมดได้

고국에 돌아가더라도 태국에서 지냈던 시간을 잊지 못할 것이다.
ถึงแม้ว่าจะกลับประเทศบ้านเกิดแล้วนะ แต่ก็ไม่สามารถลืมช่วงเวลาที่เคยอยู่ที่เมืองไทย

-아/어도 되다

대응어 (อนุญาต)ให้...ได้

용 법 허락을 표현하는 내용으로 ให้ 다음에 허락하는 내용이 절의 형태로 나오고 가능을 나타내는 부동사 ได้로 마무리 된다. 이때 ให้ 없이 문장이 나오고 끝에 부동사 ได้만 올 수도 있다.

S+(อนุญาต)ให้+[S+V]+ได้

엄마, 이제 밖에 나가도 돼요?
แม่ ให้หนูออกไปข้างนอกตอนนี้ได้ไหม

부모님께서 네가 짧은 치마를 입어도 된다고 하셨어요.
พ่อแม่อนุญาตให้เธอนุ่งกระโปรงสั้นได้แล้ว

친구들과 같이 바다에 가도 됩니까?
ให้ไปทะเลกับเพื่อนได้ไหม

이 음식을 먹어도 돼요?
อาหารจานนี้กินได้ไหม

우리 집에 사람이 아무도 없으니까 너희 집에 가도 돼?
ที่บ้านฉันไม่มีคนอยู่เลย งั้นไปบ้านเธอได้ไหม

-도록 하다

대응어 ให้.../ เชิญ.../...ได้แล้ว

용 법 요청이나 명령하는 내용이 ให้ 또는 เชิญ 다음에 절의 형태로 나타난다. 또는 절 다음에 ได้แล้ว로 마무리 되는 경우도 있다.

ให้/เชิญ+[S+V]
[S+V]+ได้แล้ว

귀중품을 잃어버리지 않도록 해라.
กรุณาอย่าให้ของมีค่าหาย

그 그릇이 깨지지 않게 조심하도록 하겠다.
จะระวังไม่ให้ถ้วยนั้นแตก

김 사장님을 만나려면 공장으로 가 보도록 하세요.
ถ้าอยากพบท่านประธานคิม ก็เชิญไปดูที่โรงงาน

배가 고프면 식사하도록 해라.
ถ้าหิว ก็กินข้าวได้แล้ว

여러분은 조용히 하도록 하세요.
ทุกคนเงียบได้แล้ว

-도록 -(으)ㄹ게

대응어 ...ให้ได้

용 법 강한 실행 의지를 나타내는 표현으로 문장 끝머리에 ให้ได้가 온다.

S+V+ให้ได้

내일부터 저는 꼭 굶도록 할게요.
ตั้งแต่พรุ่งนี้ฉันจะอดอาหารให้ได้

일곱 시에 꼭 네가 아침 식사 하도록 할게요.
ตอน 7 โมง ฉันจะเตรียมอาหารเช้าให้เธอให้ได้

아기 침대를 꼭 준비하도록 할게요.
จะเตรียมเตียงเด็กให้ได้

이제부터 꼭 열심히 학교에 가도록 할게요.
ตั้งแต่นี้เป็นต้นไปฉันจะขยันไปโรงเรียนให้ได้

고장 나지 않도록 꼭 조심해서 쓸게요.
จะใช้อย่างระวังไม่ให้แตกให้ได้

-아/어야 되다

대응어 ต้อง / จำเป็นต้อง...

용 법 강한 의무나 필요성을 표현하는 내용으로 의무 조동사 ต้อง이나 จำเป็นต้อง 다음에 필요한 내용이 나온다.

S+ต้อง / จำเป็นต้อง+V

건강을 위해서 저는 날마다 운동해야 됩니다.
เพื่อสุขภาพที่ดี ดิฉันต้องออกกำลังกายทุกวัน

내일은 시험이 있어서 오늘은 책을 열심히 읽어야 됩니다.
พรุ่งนี้มีสอบเพราะฉะนั้นวันนี้ต้องขยันอ่านหนังสือ

나는 졸업하면 일을 해야 됩니다.
ถ้าฉันสำเร็จการศึกษาต้องทำงาน

머리가 아파서 약을 먹어야 됩니다.
ปวดหัว ก็เลยจำเป็นต้องกินยา

부자가 되고 싶으면 열심히 일을 해야 됩니다.
ต้องการเป็นคนรวยน่ะ จำเป็นต้องขยันทำงาน

될 수 있는 대로

대응어 ถ้าเป็นไปได้,เท่าที่จะทำได้

용 법 ถ้าเป็นไปได้ 또는 เท่าที่จะทำได้ 다음에 가능한 한도 내에서 실행을 촉구하는 내용이 절의 형태로 나온다.

ถ้าเป็นไปได้+[S+V]
[S+V]+ เท่าที่จะทำได้

될 수 있는 대로 경제속도 60km로 다니도록 하세요.
ถ้าเป็นไปได้ ให้ขับอย่างประหยัด 60 กิโลเมตรต่อชั่วโมง

될 수 있는 대로 술에 취했을 때는 운전하지 마세요.
ถ้าเป็นไปได้ตอนเมาอย่าขับรถนะ

될 수 있는 대로 나를 10 시에 꼭 데리러 오세요.
ถ้าเป็นไปได้มารับฉันตอน 10 โมงตรงให้ได้

될 수 있는 대로 정중하게 말하세요.
ถ้าเป็นไปได้ให้พูดคำสุภาพนะ / พูดอย่างสุภาพเท่าที่จะทำได้

될 수 있는 대로 빨리 내세요.
ถ้าเป็นไปได้ให้รีบส่งนะ / รีบส่งเท่าที่จะทำได้

두고 보세요. -(으)ㄹ테니까요

대응어 คอยดูสิ...

용 법 '두고보자'는 의미를 지닌 **คอยดูสิ** 다음에 미래에 기대하는 바가 꼭 이루어질 거라는 믿는 내용이 절의 형태로 나타난다. 전체적인 문장 내용은 본인의 각오나 타인을 격려하는 표현이 된다.

คอยดูสิ+[S+V]

가: 나는 공부를 잘하고 싶어요.
ฉันอยากเรียนเก่ง

나: 두고 보세요. 점차로 공부를 잘 할 테니까요.
คอยดูสิ ค่อยๆ เรียนเก่งขึ้นเรื่อย ๆ แน่

가: 나는 선수가 되고 싶어요.
ฉันอยากเป็นนักกีฬา

나: 두고 보세요. 다음에 유명한 선수가 될 테니까요.
คอยดูสิ ต่อไปก็คงจะเป็นนักกีฬาที่มีชื่อเสียงแน่นอน

가: 다음에 저는 좋은 사람이 될 거예요.
ต่อไปฉันจะเป็นคนดี

나: 두고 보세요. 희망이 이루어질 테니까요.
คอยดูสิ ความหวังก็จะเป็นจริงแน่

가: 훌륭한 교수가 되고 싶어요.
ฉันอยากเป็นครูที่ดี

나: 두고 봐. 네 꿈이 이루어질 테니까.
คอยดูสิ ความฝันของเธอก็จะเป็นจริง

가: 나는 좋은 아들이 될 거예요.
ฉันจะเป็นลูกชายที่ดี

나: 두고 봐. 넌 할 수 있을 테니까.
คอยดูสิ เธอก็คงจะสามารถทำได้เองล่ะ

-(으)ㄴ/는/(으)ㄹ 듯합니다

대응어 ดูเหมือนว่า...

용 법 ดูเหมือนว่า 다음에 추측하거나 짐작하는 내용이 절의 형태로 나타난다.

ดูเหมือนว่า+[S+V]

그 사람은 방콕사람인 듯합니다.
ดูเหมือนว่าคนนั้นจะเป็นคนกรุงเทพฯ

그 아이는 잘 공부하지 않지만 그림을 잘 그리는 듯합니다.
เด็กคนนั้นเรียนไม่เก่ง แต่ดูเหมือนว่าวาดรูปเก่งมาก

그 친구는 치앙라이에서 한국어를 가르치는 듯합니다.
ดูเหมือนว่าเพื่อนคนนั้นสอนภาษาเกาหลีที่จังหวัดเชียงราย

그 여자는 아주 낙천적인 사람인 듯합니다.
ดูเหมือนว่าผู้หญิงคนนั้นเป็นคนมองโลกในแง่ดี

그 남자는 여자 친구에게 장미꽃을 사 줄 듯합니다.
ดูเหมือนว่าผู้ชายคนนั้นจะซื้อดอกกุหลาบให้แฟน

-(으)ㄴ/는 / -(으)ㄹ 따를 -가 없다던데요

대응어 เขาว่า(เรื่อง)...นั้น ไม่มี ...จะเทียบ...ได้หรอก/ได้เลย

용 법 특정분야를 나타내는 내용 다음에 นั้น이 나오고 이를 화제 또는 주어로 삼아서 술어가 뒤따른다. 술어는 ไม่มี 다음에 잠재적 경쟁자가 나오고 จะ เทียบ 다음에 독보적인 능력을 가진 사람이나 기관이 나온 다음 ได้หรอก 또는 ได้เลย로 마무리 된다.

เขาว่า(เรื่อง) N+นั้น ไม่มี+N+จะเทียบ+N+ได้หรอก/ได้เลย

가: 박지원 씨가 정말 노래를 잘 한대요.
ว่ากันว่าคุณปักจีวอนร้องเพลงเก่งจริงๆ นะ

나: 노래는 그 사람을 따를 사람이 없다던데요.
เขาว่าเรื่องเพลงนั้น ไม่มีใครจะเทียบเขาได้หรอก

가: 한국에서 제일 큰 자동차 회사는 어디에요?
บริษัทรถยนต์ที่ใหญ่ที่สุดในเกาหลีคือบริษัทอะไร

나: 자동차는 현대를 따를 회사가 없다던데요.
เขาว่าเรื่องรถยนต์นั้น ไม่มีบริษัทไหนที่จะเทียบกับฮุนไดได้หรอก

가: 그 여자 정말 예쁜데요.
ผู้หญิงคนนั้นสวยจริงๆ นะ

나: 예쁜 것은 그 여자는 따를 여자가 없다던데요.
เขาว่าเรื่องความสวยนั้น ไม่มีผู้หญิงไหนที่จะเทียบคนนั้นได้หรอก

가: 세상에서 가장 좋은 사람은 누구예요?
ในโลกนี้ ใครเป็นคนที่ดีที่สุด

나: 가장 좋은 사람은 엄마를 따를 사람이 없다던데요.
เขาว่าคนที่ดีที่สุดนั้น ไม่มีคนไหนที่จะเทียบกับแม่ได้เลย

가: 원빈이 잘 생겼는데요.
วอนบิน หล่อนะ

나: 잘 생긴 사람이라면 원빈을 따를 사람이 없다던데요.
เขาว่าเรื่องความหล่อนั้น ไม่มีคนเทียบกับวอนบินได้เลย

-(이)라고 하다

대응어 เรียกว่า.../ว่ากันว่า...

용 법 ว่ากันว่า 다음에 절이 오거나 บอกว่า 또는 เรียกว่า 다음에 명사구가 나온다.

ว่ากันว่า+[S+V]/ บอก/เรียกว่า+N

그는 중태라고 해요.
ว่ากันว่าเขามีอาการหนัก

저는 친구에게 내일 집에 갈 거라고 했다.
ฉันบอกเพื่อนว่าพรุ่งนี้จะกลับบ้าน

이것이 진달래라고 하는 꽃이다.
ดอกไม้นี้เรียกว่าดอกจินดัลแล

-라고 하다

대응어 บอกให้.../สั่งให้...

용 법 บอกให้/สั่งให้ 다음에 절이 오면서 명령의 의미를 담은 간접인용구가 된다.

บอกให้/สั่งให้+[S+V]

그에게 일어서라고 해라.
บอกให้เขาลุกขึ้นยืน

그는 우리에게 밖에 나가라고 해요.
เขาสั่งให้พวกเราออกไปข้างนอก

-(이)라니요?

대응어 ...อะไรกัน

용 법 상대방의 발언이나 의견에 적극 반박하는 내용으로 대개 명사형에 อะไรกัน을 붙인다.

N+อะไรกัน

친구라니요? 그냥 아는 사람인데.
เพื่อนอะไรกัน แค่คนรู้จัก

시험이라니요? 연습 문제뿐인데요.
สอบอะไรกัน แค่แบบฝึกหัดเท่านั้นเอง

애인이라니요? 단지 옛날 친구입니다.
แฟนอะไรกัน แค่เพื่อนเก่าเอง

일등이라니요? 합격하기도 너무 힘들었는데.
ที่หนึ่งอะไรกัน สอบผ่านยังลำบากมากเลย

장학금이라니요? 내년에 이 학교에서 다닐 수 있으면 다행이에요.
ทุนการศึกษาอะไรกัน ปีหน้าถ้ายังได้เรียนอยู่ที่นี่ถือว่าโชคดี

-(이)라서 -기만 해요

대응어 เพราะว่าเป็น...ก็เลย...อย่างเดียว/ลูกเดียว

용 법 한 가지 사실을 강조하는 표현으로 선행절에 원인이나 이유가 나오고 후행절에 결과가 표현되면서 อย่างเดียว/ลูกเดียว로 마무리 된다.

เพราะว่าเป็น+N+[S+ก็เลย+V+อย่างเดียว/ลูกเดียว]

시내 운전을 직접 해 보니까 처음이라서 무섭기만 했어요.
เพราะลองขับรถเข้าในเมืองเองเป็นครั้งแรก ก็เลยรู้สึกกลัวอย่างเดียว

학교가는 첫날이라서 긴장하기만 했어요.
ไปโรงเรียนเป็นวันแรก ก็เลยรู้สึกตื่นเต้นลูกเดียว

이를 빼는데 처음이라서 무섭기만 했어요.
ถอนฟันเป็นครั้งแรก ก็เลยรู้สึกกลัวอย่างเดียว

구두시험은 처음이라서 긴장하기만 했어요.
สอบสัมภาษณ์เป็นครั้งแรก ก็เลยรู้สึกตื่นเต้นอย่างเดียว

-(이)랄 것까지야 없다

대응어 ไม่ถึงขนาดจะเรียกว่า(เป็น)...

용 법 선행절에서 ไม่ถึงขนาดจะเรียกว่า(เป็น) 다음에 약한 부정의 내용이 나온 후 이어서 후행절에 사실을 밝히는 내용이 나온다.

ไม่ถึงขนาดจะเรียกว่า(เป็น)+N+[S+V]

가: 집에 정원도 있으세요?
ที่บ้านมีสวนด้วยใช่ไหม

나: 정원이랄 것까지야 없지만 마당이 하나 있어요.
ไม่ถึงขนาดจะเรียกว่าสวน แต่มีเพียงสนามหนึ่งสนาม

가: 당신이 달리기 선수라면서요?
ไหนบอกว่าคุณเป็นนักกรีฑาหรือ

나: 선수랄 것까지야 없지요. 상당히 빨리 달리기는 하지만요.
ไม่ถึงขนาดจะเรียกว่าเป็นนักกรีฑา เพียงแต่วิ่งเร็วเท่านั้นเอง

애인이랄 것까지야 없지만 우리 서로 사랑하고 걱정해주는 사이에요.
ไม่ถึงขนาดจะเรียกว่าแฟน เพียงแต่เรารักและห่วงใยกัน

갑부랄 것까지야 없지만 그래도 쓸 돈은 있어요.
ไม่ถึงขนาดจะเรียกว่าเศรษฐี แต่พอมีเงินใช้

-(이)란-는 거군요

대응어 คำว่า...นั้น ...เลย

용 법 비로소 알게 된 내용을 표현하는 어구로 คำว่า 다음에 명사구가 나오고 นั้น으로 마무리한 다음에 이를 주어나 화제로 삼고 술어가 뒤따르게 된다. 문장 끝머리에는 강조의 의미를 지닌 부사 เลย가 오며 문말에 화자의 감탄을 나타내는 แน่ะ/นะ/เนอะ 등의 어조사가 올 수 있다.

คำว่า+N+นั้น+V+เลย

소문이란 정말 빠른 거군요.
คำว่าข่าวลือนั้น กระจายเร็วมากจริงๆ เลย

여행이란 참 즐거운 거군요.
คำว่าท่องเที่ยวนั้น ช่างสนุกจริงๆ เลยนะ

한국에 등산이란 너무 힘든 거군요.
คำว่าการปีนเขาที่เกาหลีนั้น เหนื่อยมากเลยแน่ะ

한국어 캠프란 참 인상적인 거군요.
คำว่าค่ายภาษาเกาหลีนั้น ช่างน่าประทับใจจริงๆ เลยเนอะ

쓰나미란 사람을 슬프게 하는 거군요.
ที่ว่าคลื่นยักษ์สึนามิทำให้คนเศร้าโศกนะ

-(이)랄 수가 있나요

대응어 ถือว่าเป็น...เชียวเลยหรือ

용 법 겸손의 미덕으로 반문 하는 내용이 ถือว่าเป็น 다음에 명사가 오고 เชียวเลยหรือ로 마무리되면서 선행절을 이루고 이어서 사실대로 밝히는 내용이 후행절로 나타난다.

ถือว่าเป็น+N+เชียวเลยหรือ+[S+V]

작품이랄 수가 있나요? 그냥 연습으로 그려 본 것뿐인데요.
ถือว่าเป็นงานศิลปะเชียวเลยหรือ เป็นแค่เพียงลองฝึกวาดเฉยๆ

정원이랄 수가 있나요? 그저 작은 뜰이지요.
ถือว่าเป็นสวนเชียวเลยหรือ เป็นแค่ลานเล็กๆ เองน่ะ

꾸중이랄 수가 있나요? 그저 조언 한 거예요.
ถือว่าเป็นการตำหนิเชียวเลยหรือ แค่แนะนำเอง

집이랄 수가 있나요? 그저 오두막집이에요.
ถือว่าเป็นบ้านเชียวเลยหรือ เป็นแค่กระท่อมเอง

직원이랄 수가 있나요? 그냥 인턴사원이에요.
เรียกว่าเป็นพนักงานเชียวเลยหรือ เป็นแค่คนฝึกงานเฉยๆ

-(으)ㄹ락 말락하다

대응어 ...แหล่ ไม่...แหล่

용 법 동사 다음에 แหล่가 이어지고 다시 부정소 ไม่가 오면서 แหล่로 이어지는 형태가 반복된다.

S+V+แหล่ไม่+V+แหล่

비가 올락 말락 합니다.
ฝนตกแหล่ไม่ตกแหล่

정신이 들락 말락 합니다.
สติกลับคืนแหล่ไม่กลับคืนแหล่

날씨가 더울락 말락 합니다.
อากาศร้อนแหล่ไม่ร้อนแหล่

울락 말락합니다.
ร้องไห้แหล่ไม่ร้องไห้แหล่

-(으)ㄹ래요?

대응어 อยากจะ...ไหม

용 법 상대방 의사를 타진하는 물음으로 อยากจะ 다음에 동사가 나오고 ไหม로 마무리 되어 의문문이 된다.

S+อยากจะ+V+ไหม

저녁 식사를 하실래요?
อยากจะกินอาหารเย็นไหม

이번 방학은 한국에 갈래요?
ปิดเทอมนี้อยากจะไปเกาหลีไหม

저녁에 수영장에서 수영을 할래요?
เย็นนี้อยากจะไปว่ายน้ำที่สระว่ายน้ำไหม

의사를 만날래요?
อยากจะพบหมอไหม

-(으)려고

대응어 เพื่อ...

용 법 어떠한 행위의 목적을 나타내는 표현으로 เพื่อ의 뒤에 목적을 나타내는 동사구가 따른다.

[S+V]+เพื่อ+[(S)+V]

빨리 가려고 택시를 탔습니다.
ขึ้นแท็กซี่เพื่อไปเร็วๆ

한국어를 배우려고 이 책을 샀습니다.
ซื้อหนังสือเล่มนี้ เพื่อเรียนภาษาเกาหลี

어제 어머니와 이야기하려고 전화했습니다.
เมื่อวานโทรศัพท์ไปเพื่อคุยกับคุณแม่

나는 남자친구에게 주려고 꽃을 샀습니다.
ฉันซื้อดอกไม้เพื่อให้แฟน

방학 동안 읽으려고 이 책을 샀습니다.
ซื้อหนังสือเล่มนี้เพื่ออ่านหนังสือตอนปิดเทอม

-(으)로 손꼽히다

대응어 นับได้ว่าเป็น....

용 법 주어 다음에 นับได้ว่าเป็น으로 술어가 시작되고 주어가 어느 분야에서 뛰어난지가 기술되는 내용이 명사형으로 뒤따른다.

S+นับได้ว่าเป็น+N

그분은 태국 최고의 영화감독으로 손꼽히는 분입니다.
ท่านนั้นนับได้ว่าเป็นผู้กำกับภาพยนตร์ที่เก่งที่สุดในประเทศไทย

그는 우수한 지도자로 손꼽히는 분이다.
เขาเป็นคนที่นับได้ว่าเป็นผู้นำที่ยอดเยี่ยม

김치는 세계적인 발효 식품으로 손꼽히지요.
กิมจินับได้ว่าเป็นอาหารหมักดองระดับโลกน่ะ

대장금은 아시아에서 유명한 한국 드라마로 손꼽힙니다.
นับได้ว่าแดจังกึมเป็นละครเกาหลีที่มีชื่อเสียงทั่วเอเชีย

태국에서 원빈은 멋있는 연예인으로 손꼽히지요.
นับได้ว่าวอนบินเป็นนักแสดงที่มีเสน่ห์ในประเทศไทย

-(으)로 인해

대응어 เนื่องด้วย.../เพราะ.../เนื่องจาก.../เนื่องมาจาก...

용 법 원인이나 이유를 밝히는 내용으로 เนื่องด้วย나 เพราะ의 뒤에는 명사형이, เนื่องจาก 또는 เนื่องมาจาก 다음에 절의 형태가 나오며, 후행문에는 결과를 나타내는 문장이 온다.

เนื่องด้วย/เพราะ + N
เนื่องจาก/เนื่องมาจาก+[S+V]+[S+V]

물가가 매일 올라감으로 인해 생활하기 힘들었다.
เนื่องจากราคาสินค้าที่สูงขึ้นทุกวัน ทำให้การดำเนินชีวิตยากลำบาก

당신의 사랑으로 인해 나는 행복했다.
เพราะความรักของคุณ ฉันจึงมีความสุข

그는 지나친 흡연으로 인해 건강을 해쳤으니 이제부터라도 담배를 끊겠대요.
เขาบอกว่า เนื่องจากสูบบุหรี่จัด ทำลายสุขภาพ ตั้งแต่นี้ไปเขาจึงจะเลิกสูบบุหรี่

전쟁으로 인해 경제사정이 굉장히 나빠졌어요.
เนื่องด้วยสงคราม สถานการณ์ทางเศรษฐกิจตกต่ำลงอย่างมาก

노화로 인해 눈이 흐려졌어요.
เนื่องจากความชรา ทำให้สายตาเลยฟ้าฟาง

지속적으로 발전한 공업 기술로 인해 대중매체도 아울러 발전했어요.
เนื่องจากเทคโนโลยีอุตสาหกรรมมีการพัฒนาอย่างต่อเนื่องทำให้การสื่อสารมวลชนก็พัฒนา

부모를 잃은 고아가 됨으로 인해 스스로 살아가야 했습니다.
เนื่องจากเป็นเด็กกำพร้าที่สูญเสียพ่อแม่ ทำให้ต้องใช้ชีวิตด้วยตัวเอง

-(으)로는 그만이다

대응어 เหมาะที่จะ...ที่สุด

용 법 선행절에 주어에 대한 속성을 기술하고 จึง이나 เลย로 연결된 후행절에서 เหมาะที่จะ 다음에 동사가 뒤따라 나온다. 그리고 문장 끝머리는 ที่สุด으로 마무리 된다.

[S+V]+(S)+(จึง/ก็เลย)+เหมาะที่จะ+V+ที่สุด]

붓글씨는 비용도 적게 들고 재미도 있으니까 취미로는 그만일 거예요.
การเขียนคัดลายมือด้วยพู่กันมีค่าใช้จ่ายน้อยและสนุก จึงเหมาะที่จะเป็นงานอดิเรกที่สุด

제 고향은 경치도 아름답고 한적해서 휴양지로는 그만이에요.
บ้านเกิดของดิฉันมีทัศนียภาพสวยงามและเงียบสงบ ก็เลยเหมาะที่จะเป็นที่พักผ่อนที่สุด

그녀는 아주 예쁘고 마음이 좋아서 미스 타일랜드로는 그만이에요.
ผู้หญิงคนนั้นสวยและจิตใจดีมาก จึงเหมาะที่จะเป็นมิสไทยแลนด์ที่สุด

푸껫은 해변이 너무 아름다워서 휴가로는 그만이다.
ที่ภูเก็ตมีทะเลสวยงามมาก จึงเหมาะที่จะเป็นที่พักร้อน

이것은 좋은 뜻이 있어서 선물로 그만이에요.
สิ่งนี้มีความหมายที่ดี ก็เลยเหมาะที่จะเป็นของขวัญที่สุด

-(으)로 해서

대응어 โดยผ่านทาง.../โดย...

용 법 경유지 또는 이동의 과정이나 방법을 나타내는 표현으로 โดยผ่านทาง 또는 โดย 다음에 그 내용이 서술된다.

โดยผ่านทาง/โดย+N

일본으로 해서 한국에 왔습니다.
ไปเกาหลีโดยผ่านทางญี่ปุ่น

정문으로 해서 갈까요? 후문으로 해서 갈까요?
ไปโดยผ่านทางประตูหน้า หรือว่าไปโดยผ่านทางประตูหลัง

김 교수님 집에 갈 때 먼저 제 집으로 해서 갑니다.
ไปบ้านอาจารย์คิมโดยผ่านทางบ้านของฉันก่อน

독일에서 한국 올 때 스위스로 해서 오십시오.
จากเยอรมันมาเกาหลีโดยผ่านทางสวิสเซอร์แลนด์สิ

엘리베이터로 해서 올라가면 더 편해요.
ขึ้นไปโดยลิฟต์จะสะดวกขึ้น

-(으)로는 -가 제일이다

대응어 สำหรับการ...นั้น ...ดีที่สุด/เลิศที่สุด

용 법 화제가 특정한 용도에 가장 접합하다는 내용을 기술하는 문장으로 สำหรับการ 다음에 화제가 나오고 นั้น으로 닫힌 다음에 주어와 술어가 나오고 수식어 ดีที่สุด/เลิศที่สุด으로 문장이 종결된다.

สำหรับการ+V+นั้น S+V+ดีที่สุด/เลิศที่สุด

신혼여행지로는 제주도가 제일이에요.
สำหรับการไปฮันนีมูนนั้น เกาะเชจูเลิศที่สุด

값은 좀 비싸지만 맛이 있기로는 전주비빔밥이 제일이죠.
ราคาแพงนิดหน่อย แต่สำหรับรสชาติอร่อยนั้น พิบิมปับเมืองชอนจูเลิศสุดแล้ว

작은 가게이지만 상품의 품질로는 제일이에요.
ถึงจะเป็นร้านเล็กๆ แต่คุณภาพของสินค้าเลิศสุด

생일 선물로는 꽃이 제일이에요.
สำหรับของขวัญวันเกิดนั้น ดอกไม้ดีที่สุด

휴양지로는 바다가 제일이다.
สำหรับสถานที่พักผ่อนนั้น ทะเลดีที่สุด

-(으)ㄹ 리가 없다

대응어 ไม่น่าจะ...

용 법 강한 부정을 표현하는 어구로 주어 다음에 부정소 ไม่와 전치조동사 น่าจะ가 나오고 뒤따라 나오는 동사와 결합하여 술어를 구성한다.

S+ไม่น่าจะ+V

그 사람은 음주 운전을 했을 리가 없어요.
เขาไม่น่าจะเมาแล้วขับรถ

고양이가 그 생선을 먹었을 리가 없어요.
แมวไม่น่าจะไม่กินปลาตัวนั้น

그 사람은 약속을 잊을 리가 없어요.
เขาไม่น่าจะลืมนัด

-(으)ㅁ직하다

대응어 (รู้สึก)น่า...

용 법 어떤 대상에 대한 화자의 느낌을 표현하는 문장으로 선행절에서 이유나 사유가 기술되고 후행절에서 주어 다음에 (รู้สึก)น่า에 이어지는 동사가 술어 기능을 한다.

[S+V]+(รู้สึก)น่า+V

그 빵의 냄새가 좋아서 먹음직합니다.
กลิ่นขนมปังนั้นหอมมาก น่ากินมาก

그 사람이 말할 때마다 항상 믿음직해요.
ทุกครั้งที่คนนั้นพูด รู้สึกน่าเชื่อถือตลอด

우리가 그는 갔음직한 곳을 이야기했다.
เราได้พูดถึงที่ที่เขาน่าจะไป

체격이 좋아서 듬직해 보인다.
รูปร่างดี ก็เลยรู้สึกน่าไว้ใจ

그런 행동은 우리가 느끼기에 바람직하지 않았다.
พฤติกรรมแบบนั้นเรารู้สึกไม่น่าทำ

마치... 와/과 같다

대응어 เหมือนกับ...เลย

용 법 두 개체가 서로 유사하다는 화자의 느낌을 표현하는 문장으로 첫 번째 개체가 주어로 나오고 เหมือน이 동사로 기능하면서 두 번째 개체와 연결되어 술어 기능을 한다. 강조하기 위해 수식어 เลย등이 문장 끝머리에 따라 붙을 수 있다.

S+เหมือน(กับ)+N

그 남자는 마치 영화배우와 같다.
ผู้ชายคนนั้นเหมือนกับนักแสดงเลย

이 여자는 얼굴이 마치 인형과 같다.
ผู้หญิงคนนี้ใบหน้าเหมือนกับตุ๊กตาเลย

우리 언니는 마치 천사와 같다.
พี่สาวของฉันเหมือนนางฟ้าเลย

이 아이들은 마치 원숭이와 같다.
เด็กพวกนี้เหมือนกับลิงเลย

그 남자는 마치 정신이 나간 사람과 같다.
ผู้ชายคนนั้นเหมือนคนสติไม่ดีเลย

-만 못하다

대응어 สู้...ไม่ได้

용 법 하나의 개체가 가장 좋다든가 또는 다른 개체와는 비교가 되지 않는다는 표현으로 선행문에서 열등한 개체에 대해 언급되고 나서 후행절에서 열등한 개체가 주어가 되고 동사 สู้ 다음에 우월한 개체가 나면서 ไม่ได้로 문장이 종결된다.

[S+V]+[(S)+สู้+N+ไม่ได้]

호텔이 좋아도 내 집만 못해요.
ถึงโรงแรมจะดี แต่ก็สู้บ้านไม่ได้

그 사람은 공부를 잘해도 나만 못해요.
ถึงเขาจะเรียนเก่ง แต่ก็สู้ฉันไม่ได้

내 남자친구가 아주 좋아도 우리 어머니만 못해요.
ถึงแฟนฉันจะดี แต่ก็สู้แม่ของฉันไม่ได้

그 가수가 노래를 아무리 잘 불러도 내 오빠만 못해요.
นักร้องคนนั้นร้องเพลงเก่งแค่ไหน แต่ก็สู้พี่ชายของฉันไม่ได้

내 동생은 행동이 이상해도 너를 당하지는 못해!
แม้น้องฉันจะมีพฤติกรรมแปลกๆ แต่ก็สู้เธอไม่ได้หรอก

-만 보아도 알 수 있지요

대응어 แค่มองจาก...ก็รู้ได้แล้วน่ะ

용 법 แค่มองจาก 다음에 최소한의 예가 되는 내용이 나오고 ก็รู้ได้แล้วน่ะ로 연결된다.

แค่มองจาก+N+ก็รู้ได้แล้วน่ะ

가: 그분이 꼼꼼한 분인지 어떻게 알지요?
รู้ได้ไงล่ะ ว่าคนนั้นเป็นคนรอบคอบ

나: 책상 정리해 놓은 것만 보아도 알 수 있지요.
แค่ดูจากการจัดโต๊ะก็รู้ได้แล้วน่ะ

가: 그분이 예술가인지 어떻게 아셨어요?
รู้ได้อย่างไรว่า ท่านนั้นเป็นศิลปิน

나: 옷차림만 보아도 알 수 있지요.
แค่ดูจากการแต่งตัว ก็รู้ได้แล้วน่ะ

가: 그분이 결혼한 분인지 어떻게 알지요?
รู้ได้อย่างไรว่า ท่านนั้นเป็นคนที่แต่งงานแล้ว

나: 왼쪽 무명지만 보아도 알 수 있지요.
แค่ดูที่นิ้วนางข้างซ้าย ก็รู้ได้แล้วน่ะ

가: 그는 정치가인지 어떻게 알지요?
รู้ได้อย่างไรว่า คนนั้นเป็นนักการเมือง

나: 말할 때 모습만 보아도 알 수 있지요.
แค่ดูจากตอนที่พูด ก็รู้ได้แล้วน่ะ

가: 저 아줌마가 시골에서 오신 것을 어떻게 알지요?
รู้ได้อย่างไรว่า ป้าคนนั้นมาจากบ้านนอก

나: 입은 옷만 보아도 알 수 있지요.
แค่ดูจากเสื้อผ้าที่ใส่ ก็รู้ได้แล้วน่ะ

-만 -(으)면야 무슨 일인들 못하겠어요?

대응어 ถ้าเพียง...ก็ไม่มีอะไรที่จะทำไม่ได้ / จะมีอะไรจะทำไม่ได้

용 법 어떤 목적이나 조건을 기술하는 내용이 ถ้าเพียง 다음에 선행절로 나타나고 그것을 위해 기꺼이 희생할 수 있는 내용이 후행절로 기술된다.

ถ้าเพียง+[(S)+V]+ก็ไม่มีอะไรที่จะทำไม่ได้

자식들만 잘 된다면야 무슨 일인들 못하겠어요?
ถ้าเพียงแค่มีลูกที่ดีๆ ก็ไม่มีอะไรที่จะทำไม่ได้

결혼만 해 주신다면야 무슨 일인들 못하겠어요?
ถ้าเพียงแต่งงานกับผม ก็ไม่มีอะไรที่ผมจะทำไม่ได้

수상만 된다면야 무슨 일인들 못하겠어요?
ถ้าเพียงได้เป็นนายกรัฐมนตรี ก็ไม่มีอะไรที่จะทำไม่ได้

용감만 한다면야 무슨 일인들 못하겠어요?
ถ้ามีเพียงความกล้า จะมีอะไรจะทำไม่ได้

진짜 노력만 한다면야 무슨 일인들 못하겠어요?
ถ้ามีความพยายามอย่างจริงจัง จะมีอะไรจะทำไม่ได้

-(으) ㄹ 만하다

대응어 เหมาะจะ.../พอที่จะ.../น่าจะ...

용 법 어느 정도의 타당성이나 적합성이 있다는 내용을 표현하는 것으로 주어 다음에 เหมาะจะ, พอที่จะ 또는 น่าจะ가 나오고 동사가 뒤따른다.

เหมาะจะ/พอที่จะ/น่าจะ

이 가수는 상을 탈 만한 사람입니다.
นักร้องคนนี้เป็นคนที่เหมาะที่จะได้รางวัล

이 인형은 소장할 만해서 친구들이 나에게 생일 선물을 사 줬어요.
ตุ๊กตาตัวนี้น่าเก็บรักษาไว้ ก็เพราะว่าเพื่อนๆ ซื้อให้เป็นของขวัญวันเกิดฉัน

이 목걸이는 어머니께 사드릴 만합니다.
สร้อยคอเส้นนี้พอที่จะซื้อให้แม่

도서관은 열심히 하는 사람이 책을 빌리고 읽을 만할 장소입니다.
ห้องสมุดเป็นสถานที่ที่เหมาะกับการอ่านและยืมหนังสือของคนที่ขยัน

바다는 방학 때 갈 만하겠어요.
ทะเลเหมาะที่จะไปตอนปิดเทอม

-만의 문제는 아닙니다

대응어 ไม่ใช่แค่เป็นปัญหา...เท่านั้น

용 법 제시되는 이유나 사유가 더 있음을 나타내는 문장으로 ไม่ใช่แค่เป็นปัญหา 다음에 명사구가 나오고 เท่านั้น으로 문장이 종결된다.

ไม่ใช่แค่เป็นปัญหา+N+เท่านั้น

가: 건강 때문에 회사를 그만두었어요?
เขาจึงลาออกจากที่บริษัทเพราะสุขภาพหรือ

나: 꼭 건강만의 문제는 아니지요.
ไม่ใช่แค่เป็นปัญหาด้านสุขภาพเท่านั้น

가: 남북통일이 안 되는 것은 완전히 북한의 잘못이에요.
การรวมประเทศของเกาหลีเหนือและเกาหลีใต้ไม่ได้นั้น

เป็นความผิดพลาดของเกาหลีเหนือทั้งหมด

나: 꼭 한 쪽만의 문제는 아닙니다.
ไม่ใช่แค่เป็นปัญหาของฝ่ายเดียวเท่านั้น

가: 비 때문에 여기 늦게 도착했어요?
มาถึงที่นี่สายเพราะฝนหรือ

나: 비만의 문제는 아닙니다.
ไม่ใช่แค่เป็นปัญหาของฝนเท่านั้น

가: 애인 때문에 눈물이 흘렸어요?
น้ำตาไหลเพราะคนรักหรือ

나: 애인만의 문제는 아닙니다.
ไม่ใช่แค่เป็นปัญหาเรื่องคนรักเท่านั้น

가: 숙제 때문에 이렇게 너무 피곤하시죠?
คุณเหนื่อยมากอย่างนี้เพราะการบ้านหรือ

나: 숙제만의 문제는 아닙니다.
ไม่ใช่แค่เป็นปัญหาของการบ้านเท่านั้น

-는 (은, 을) 만큼

대응어 พอๆ กับ/เท่าๆ กับ

용 법 어떤 사안이나 개체가 적정 수준에 이름을 표현하는 것으로 주어 다음에 동사가 พอๆ กับ으로 나오고 다음에 명사구로 연결된다. 두 개체가 주어로 나오게 되면 동사가 เท่าๆ กัน의 형태로 나타난다.

พอๆกับ, เท่าๆกัน

내가 도와 준 만큼 그도 나를 도왔어요.
เขาช่วยฉันพอๆ กับที่ฉันช่วยเขา

내가 일한 만큼 대우를 받고 싶어요.
ฉันต้องการได้รับค่าตอบแทนเท่ากับงานที่ฉันได้ทำไป

나는 배우는 만큼 잊어버리기도 하나 봐요.
ดูเหมือนว่าฉันจะลืมไปพอๆ กับที่ได้เรียนมา

내가 알아들을 수 없을 만큼 어렵게 말했어요.
พูดยากพอๆ กับที่ฉันฟังไม่เข้าใจ

만큼…(으)ㄴ…도…(으)ㄹ 거예요

대응어 …พอๆ กับ…ก็คงจะ…/ถ้าว่า…พอๆ กับ…ก็คงจะ…

용 법 특정한 개체가 사실상 비교 대상이 없다는 표현으로 선행절에 พอๆ กับ 구문이 사용되고 후행절에 그것과 견줄 수 있는 것이 없다는 뜻의 부정문이 사용된다.

(ถ้าว่า)พอๆ กับ+N+ก็คงจะ+V

정말 서편제만큼 좋은 영화도 많지 않을 거예요.
ภาพยนตร์ที่ดีจริงๆ พอๆ กับภาพยนตร์เรื่องซอพยุอนเจก็คงจะมีไม่มาก

요즘 김 박사님 따님만큼 얌전하고 참한 아가씨도 보기 힘들 거예요.
ช่วงนี้ผู้หญิงเรียบร้อยและสงบเสงี่ยมพอๆกับลูกสาวของดร.คิมก็คงจะเห็นได้ยาก

우리 어머니만큼 아름다운 여자도 많지 않을 거예요.
ผู้หญิงที่งดงามพอๆ กับแม่ของเราคงจะมีไม่มาก

김 선생만큼 잘 생긴 그 남자도 보기 어려울 거예요.
ผู้ชายที่หล่อพอๆ กับคุณคิมหายาก

네 방이 이 방만큼 깨끗한 것도 이상한 거야.
ก็คงแปลกนะถ้าห้องของเธอสะอาดพอๆ กับห้องนี้

-만 해도

대응어 แค่…ก็…/ลำพังแค่.. ก็…

용 법 최소한의 조건을 설명하는 문구로 선행절에 แค่ 또는 ลำพังแค่로 시작되어 조건을 제시하고 후행절에서 그로 인한 결과를 나타난다.

(ลำพัง)แค่+[S+V]+S+ก็+V

차가 밀리니까 길에서 보내는 시간만 해도 상당해.
รถติด ลำพังแค่เวลาที่อยู่บนถนนก็มากสุดประมาณ

너하고만 있으면 난 살 수 있어.
แค่มีเธออยู่ด้วยเท่านั้น ฉันก็สามารถมีชีวิตอยู่ได้

그냥 구경만 해도 행복해요.
ลำพังแค่ชมอย่างเดียวเท่านั้นก็เป็นสุขแล้ว

열심히 일만 해도 동생한테 주는 돈을 벌 수 있어요.
ลำพังแค่ฉันขยันทำงาน ก็สามารถหาเงินให้น้องได้

-만 못하다

대응어 สู้....ไม่ได้

용 법 비교나 경쟁 상대가 되지 못한다는 내용으로 어구 끝에 สู้ไม่ได้가 붙는다.

[S+V]+แต่+สู้+N+ไม่ได้

어머니만 못하지만 하숙집 아주머니도 잘 해 주세요.
สู้แม่ไม่ได้ก็จริง แต่ป้าเจ้าของหอพักก็ดูแลผมเป็นอย่างดี

시설은 좋았지만 마음이 편하기로는 내 집만 못했어요.
สิ่งอำนวยความสะดวกดี แต่สำหรับความสะดวกสู้บ้านของผมไม่ได้

제가 열심히 공부해도 시험을 본 점수의 결과는 친구들만 못했어요.
แม้ว่าฉันจะตั้งใจเรียน แต่ผลคะแนนสอบก็สู้เพื่อนไม่ได้

여기서는 경치가 좋지만 푸껫의 비치만 못해요.
ที่นี่ทิวทัศน์สวย แต่สู้ชายหาดภูเก็ตไม่ได้

밤에 차는 밀리지 않았는데 낮만 못했어요.
กลางคืนรถไม่ติดนะ แต่ก็สู้กลางวันไม่ได้

-만에

대응어 แค่...

용 법 일정 기간을 표현하는 것으로 แค่ 다음에 기간을 나타내는 명사구가 오며 이때 '단지...만에'의 의미로 해석되는 경우가 많다.

แค่+N

하루 만에 일을 끝냈다.
แค่วันเดียว งานก็เสร็จ

3년 만에 그 친구를 만났다.
พบเพื่อนคนนั้นหลังจาก 3 ปีผ่านไป

일주일 만에 보고서를 끝냈다.
แค่สัปดาห์เดียว ก็ทำรายงานเสร็จ

4년 만에 졸업했다.
แค่ 4 ปี ก็เรียนจบ

하루 만에 그 남자를 만났다.
ผ่านไปแค่วันเดียว ก็เจอผู้ชายคนนั้น

-만으로는

대응어 แค่เพียง...เท่านั้น ก็...

용 법 선행절에서 제시되는 것만으로는 부족하다는 표현으로 แค่เพียง 다음에 명사구가 나오고 เท่านั้น으로 마무리 된 다음 후행절 주어 다음에 ก็로 연결되고 부정문 형태로 술어가 기술된다.

แค่เพียง+N+เท่านั้น+(S)+ก็+V

소문만으로는 정확하게 알 수 없지요.
แค่เพียงข่าวลือเท่านั้น ก็ไม่สามารถรู้ได้อย่างแท้จริงสิ

학교 교육만으로는 충분하다고 볼 수 없지요.
แค่เพียงเรียนจากโรงเรียนเท่านั้น พูดได้ว่าไม่เพียงพอหรอก

4 년 동안 공부했던 지식만으로는 그 일을 충분히 할 수 없지요.
แค่เพียงความรู้ที่ได้เรียนมาแค่ 4 ปี สำหรับงานนั้นไม่เพียงพอหรอก

라오스 여행만으로는 아시아를 여행했다고 할 수 없지요.
แค่ไปเที่ยวประเทศลาวเท่านั้น บอกไม่ได้หรอกว่าไปเที่ยวเอเชีย

70점만으로는 합격할 수 없지요?
แค่เพียง 70 คะแนนเท่านั้น จะสอบไม่ผ่านหรอกเนอะ

-만이 아니에요

대응어 ไม่ใช่แค่…เท่านั้น

용 법 제시 된 것 말고도 다른 개체가 더 있다는 내용을 표현하는 것으로 ไม่ใช่แค่ 다음에 명사구가 나오고 เท่านั้น으로 마무리 된다.

ไม่ใช่แค่+N+เท่านั้น

경제 문제만이 아니에요. 정치 문제도 심각하죠.
ไม่ใช่แค่ปัญหาเศรษฐกิจเท่านั้น ปัญหาการเมืองก็เคร่งเครียดด้วย

운동뿐만이 아니에요. 노래도 그림도 못하는 것이 없어요.
ไม่ใช่แค่การออกกำลังกายเท่านั้น การร้องเพลงก็ดี การวาดภาพก็ดี ไม่มีสิ่งไหนที่ทำไม่ได้

지식만이 아니에요. 인성도 좋아야 해요.
ไม่ใช่แค่ความรู้เท่านั้น จิตใจต้องดีงามด้วย

여자친구만이 아니에요. 부모님도 사랑해야 해요.
ไม่ใช่แค่แฟนเท่านั้น ต้องรักพ่อแม่ด้วย

강아지만 아니에요. 고양이도 싫어해요.
ไม่ใช่แค่ลูกสุนัขเท่านั้น แมวก็ไม่ชอบ

만일 -(으)ㄴ/는데도 -(으)ㄴ/는다면

대응어 สมมุติว่า ... นะ ถ้า...

용 법 좋지 않은 조건 속에서 특정한 행위를 실행하는 의미를 나타내는 것으로 สมมุติว่า 다음에 악조건을 표현하는 내용이 절의 형태로 나오고 นะ로 마무리된 다음에 선행절 상황 하에서 실행하고자 하는 내용이 ถ้า 다음에 후행절로 나타난다. 그리고 그로 인해 일어나는 결과가 맨 끝에 절의 형태로 이어진다.

สมมุติว่า+[S+V]+นะ ถ้า+[S+V]+[S+V]

만일 비가 이렇게 많이 오는데도 산에 올라간다면 위험하겠죠.
สมมุติว่าฝนตกหนักอย่างนี้นะ ถ้าจะปีนเขา มันจะอันตรายนะ

만일 휴일인데도 일하러 나갔다면 일벌레라고 밖에 볼 수 없군요.
สมมุติว่าเป็นวันหยุดนะ ถ้าออกไปทำงาน เขาจะมองได้เพียงว่า เป็นหนอนงานเท่านั้น

만일 이렇게 돈이 없는데도 쇼핑한다면 생활이 더 어려워지겠죠.
สมมุติว่าไม่มีเงินอย่างนี้นะ ถ้าไปช้อปปิ้ง จะกินจะอยู่คงจะลำบากสิ

만일 날씨가 이렇게 나쁜데도 밖에 나가면 감기 걸리기 쉽죠.
สมมุติว่าอากาศไม่ดีอย่างนี้นะ ถ้าจะไปข้างนอกก็ไม่ได้สิ จะเป็นหวัดง่าย

만일 이렇게 게으른데도 좋은 점수를 받는다면 그것은 있을 수 없는 일이지요.
สมมุติว่าขี้เกียจอย่างนี้นะ ถ้าได้คะแนนดี คงเป็นไปไม่ได้หรอก

-(으)로 말미암아

대응어 ด้วย(เหตุ)...ทำให้...

용 법 인과관계를 나타나내는 표현으로 원인이 되는 내용이 ด้วยเหตุ 다음에 명사구 형태로 나타나고 ทำ ให้ 다음에 결과에 해당하는 내용이 절의 형태로 나타난다.

ด้วยเหตุ+N+ทำให้+[S+V]

그의 실수로 말미암아 이번 일은 성공하지 못했다.
ด้วยความผิดพลาดของเขาทำให้งานนี้ไม่ประสบผลสำเร็จ

강도 사건으로 말미암아 경찰들에게 비상 근무령이 내려졌습니다.
ด้วยเหตุการณ์โจรกรรมทำให้มีคำสั่งปฏิบัติงานฉุกเฉินกับตำรวจ

경제 실패로 말미암아 가정이 해체되게 되었다.
ด้วยเหตุความล้มเหลวทางเศรษฐกิจทำให้ครอบครัวล้มละลาย

환경오염으로 말미암아 생태계에 큰 변화를 가져오게 되었다.
ด้วยมลภาวะทำให้ระบบนิเวศน์เปลี่ยนไปมาก

오해로 말미암아 그 두 사람의 사이는 나빠졌다.
ด้วยเหตุความเข้าใจผิดทำให้ความสัมพันธ์ระหว่างเขาทั้งสองแย่ลง

말이 나온 김에

대응어 ไหนๆ ก็หลุดปากออกมาแล้ว...
ไหนๆ ก็พูดแล้ว...
ไหนๆ ก็ไหนๆ แล้ว

용 법 하나의 사안이 언급된 참에 덧붙여 이야기 하자는 내용으로 ไหนๆก็หลุดปากออกมาแล้ว,ไหนๆ ก็พูดแล้ว 또는 ไหนๆ ก็ไหนๆ แล้ว 다음에 추가적인 사안이 절의 형태로 기술된다.

ไหนๆ ก็หลุดปากออกมาแล้ว/ไหนๆ ก็พูดแล้ว/
ไหนๆก็ไหนๆแล้ว +[S+V]

말이 나온 김에 바로 실행하세요.
ไหนๆ ก็พูดแล้ว ก็จะต้องทำสิ

말이 나온 김에 그녀에게 직접 고백해 봐.
ไหนๆ ก็ไหนๆ แล้ว ก็ลองสารภาพรักกับผู้หญิงคนนั้นตรงๆ สิ

말이 나온 김에 새 차로 바꾸는 게 어때요?
ไหนๆ ก็พูดแล้ว เปลี่ยนรถใหม่จะเป็นไง

말이 나온 김에 서로 불만이 있으면 말해 봅시다.
ไหนๆ ก็ไหนๆ แล้ว ถ้ามีสิ่งที่ไม่พอใจซึ่งกันและกันก็พูดกันเถอะ

말이 나온 김에 비밀이 있으면 다 말해 주세요.
ไหนๆ ก็พูดแล้ว ถ้ามีความลับอะไรก็พูดออกมาให้หมด

-말이다

대응어 หมายถึง...

용 법 화자가 의미하는 사물이나 사람을 지시해 주는 표현으로 หมายถึง 다음에 명사구가 나온다.

หมายถึง+N

가: 그 사람 참 멋있어요.
เขาคนนั้นเท่ห์มากเลย

나: 누구 말입니까?
หมายถึงใครหรือ

가: 영철 씨 말입니다.
หมายถึงคุณยองชอล

가: 아주 아름다운 곳이군요.
เป็นที่ที่สวยมากจังเลย

나: 어디 말입니까?
หมายถึงที่ไหนหรือ

가: 아...태국 말입니다.
อ๋อ...หมายถึงประเทศไทย

가: 그 여자는 공부를 잘 해요.
ผู้หญิงคนนั้นเรียนเก่ง

나: 누구 말입니까?
หมายถึงใครหรือ

가: 김 군 말입니다.
หมายถึงคุณคิม

가: 더럽다고 불평한 방이 누구 방이란 말입니까?
หมายถึงห้องไหนหรือ ที่บ่นว่าสกปรก

나: 바로 네 방 말이다.
หมายถึงห้องเธอนั่นแหล่ะ

-(으)ㄴ/는 말할 것도 없다

대응어 ...อย่างไม่ต้องพูดถึงเลย

용 법 지극히 당연하거나 확실한 내용이 절의 형태로 나타난 다음에 อย่างไม่ต้องพูดถึงเลย가 이어진다. 추가적으로 언급할 사항이 있으면 뒤이어 후행절이 나타날 수 있다.

[S+V]+อย่างไม่ต้องพูดถึงเลย

푸켓은 (두) 말할 것도 없이 세계적으로 유명한 섬이다.
ภูเก็ตเป็นเกาะที่มีชื่อเสียงไปทั่วโลกอย่างไม่ต้องพูดถึงเลย

거기는 (두) 말할 것도 없이 정말 아름다운 곳이다.
ที่นั่นสวยอย่างไม่ต้องพูดถึงเลย

가을은 (두) 말할 것도 없이 사계절 중에서 제일 아름답습니다.
ในบรรดาสี่ฤดูกาลฤดูใบไม้ร่วงสวยที่สุดอย่างไม่ต้องพูดถึงเลย

한국은 (두) 말할 것도 없이 아름다운 관광지가 많은 국가다.
เกาหลีเป็นประเทศที่มีสถานที่ท่องเที่ยวที่สวยงามอย่างไม่ต้องพูดถึงเลย

그는 쓰기 대회 때 (두) 말할 것도 없이 다른 학생보다 글을 잘 썼어요.
ตอนแข่งขันการเขียน เขาเขียนได้เก่งกว่านักเรียนคนอื่นอย่างไม่ต้องพูดถึงเลย

-(으)면 -고 -(으)면

대응어 ถ้า... ก็... และถ้า... ก็...

용 법 단순히 두 가지 상황을 기술하거나 여의치 않는 두 가지 상황을 나열하는 내용으로 ถ้า 다음에 선행절이 나오고 ก็ 다음에 후행절의 술어가 기술되는데 이런 문형이 다시 한 번 반복되어 나타난다.

ถ้า+[S+V]+[S+ก็+V]+ถ้า+[S+V]+[S+ก็+V]

아파트에 살면 관리하기가 쉽고 단독주택에 살면 독립성이 있어서 좋지요.
ถ้าอยู่ที่อพาร์ทเม้นนี้ก็ดูแลง่าย และถ้าอยู่ที่บ้านเดี่ยวก็มีอิสระดีนะ

안 먹으면 배가 고프고 먹으면 통 소화가 안 돼요.
ถ้าไม่กินก็หิว และถ้ากินก็ไม่ย่อย

안 자면 하루종일 졸리고 지금 자면 숙제를 끝내지 못해요.
ถ้าไม่นอนก็ง่วงทั้งวัน และถ้านอนตอนนี้การบ้านก็คงไม่เสร็จ

집에 돌아가면 수업에 갈 수 없고 안 돌아가면 어머니가 보고 싶어요.
ถ้ากลับบ้านก็ไปเรียนไม่ได้ และถ้าไม่กลับบ้านก็คิดถึงแม่

일을 안 하면 돈이 없고 일을 하면 시간이 없어요.
ถ้าไม่ทำงานก็ไม่มีเงิน และถ้าทำงานก็ไม่มีเวลา

-(으)면 -는 법이다

대응어 ถ้า...เป็น(เรื่อง)ธรรมดา

용 법 인과관계를 나타내는 문형으로 ถ้า 다음에 원인이나 이유를 제시하는 절이 나오고, 결과를 나타내는 내용이 절의 형태로 기술된 후에 เป็น(เรื่อง)ธรรมดา로 마감한다.

ถ้า+[S+V]+[S+V]+เป็น(เรื่อง)ธรรมดา

일을 너무 많이 하면 스트레스가 쌓이는 법입니다.
ถ้าทำงานมากเกินไป ก็เกิดความเครียดเป็นธรรมดา

윗물이 맑으면 아랫물이 맑은 법입니다.
ถ้าน้ำข้างบนใส ก็น้ำข้างล่างใสด้วยเป็นธรรมดา

애인이 여럿 있으면 생활이 복잡한 법입니다.
ถ้ามีแฟนหลายคนในช่วงเวลาเดียวกัน ชีวิตก็วุ่นวายเป็นธรรมดา

아침부터 기분이 나쁘면 하루종일 기분이 나쁜 법입니다.
ถ้าอารมณ์ไม่ดีตั้งแต่เช้า อารมณ์ไม่ดีทั้งวันเป็นเรื่องธรรมดา

처음부터 계획을 잘 세우지 않으면 그 계획은 쉽게 실패로 끝나는 법입니다.
ถ้าวางแผนไม่ดีตั้งแต่แรก แผนนั้นก็จะล้มเหลวได้ง่ายเป็นเรื่องธรรมดา

-(으)면 -다던데 그게 사실이에요?

대응어 ถ้า…ว่ากันว่า…(คำกล่าวนั้น)เป็นความจริงหรือ

용 법 ถ้า 다음에 원인이나 이유를 나타내는 내용의 절의 형태로 나오고 ว่ากันว่า 다음에 그로 인해 생겨난다는 결과가 절의 형태로 나온다. 그리고 이 모든 내용이 사실인지를 묻는 내용이 เป็นความจริงหรือ 형태로 나타나게 된다.

ถ้า+[S+V]+ว่ากันว่า+[S+V]+เป็นความจริงหรือ

손이 없는 날 이사를 가면 재수가 좋다던데 그게 사실이에요?
ถ้าวันที่ย้ายบ้านไม่มีผีชั่วร้าย ว่ากันว่าโชคดี เป็นความจริงหรือ

까치가 울면 반가운 손님이 온다던데 그게 사실이에요?
ถ้านกกางเขนร้อง ว่ากันว่าจะมีแขกมาหา เป็นความจริงหรือ

식사시간에 노래를 부르면 나이가 많은 남편을 얻는다는 게 그게 사실이에요?
ถ้าร้องเพลงตอนกินข้าว ว่ากันว่าจะได้สามีแก่ เป็นความจริงหรือ

개구리가 울면 좀 이따가 비가 온다던데 그게 사실이에요?
ถ้ากบร้อง อีกสักประเดี๋ยวฝนจะตก เป็นความจริงหรือ

뱀 꿈을 꾸면 곧 배우자를 만난다던데 그게 사실이에요?
ถ้าฝันถึงงู ว่ากันว่าจะได้เจอเนื้อคู่ เป็นความจริงหรือเปล่า

-았/었으면 얼마나 좋겠어요. -는걸요.

대응어 ถ้าแล้ว…ก็คงจะดีไม่น้อย แต่จะ…

용 법 현재 사실의 반대를 나타내는 가정법으로 ถ้า 다음에 희망하는 내용이 절의 형태로 나오고 แล้ว로 마무리 된 다음 ก็คงจะดีไม่น้อย가 뒤따라 나온다. 이어서 แต่จะ 다음에 현재 사실이 절의 형태로 기술된다.

ถ้า+[S+V]+แล้วก็คงจะดีไม่น้อย แต่จะ+V

시험이 끝났으면 얼마나 좋겠어요. 내일부터 시작인걸요.
ถ้าสอบเสร็จแล้ว ก็คงจะดีไม่น้อย แต่จะเริ่มพรุ่งนี้

자동차 운전 잘했으면 얼마나 좋겠어요. 면허증도 아직 못 딴걸요.
ถ้าขับรถได้เก่ง ก็คงจะดีไม่น้อย แต่จะยังไม่ได้ใบขับขี่

영화배우처럼 예뻤으면 얼마나 좋겠어요. 전 너무 못생긴걸요.
ถ้าสวยเหมือนดาราภาพยนตร์ ก็คงจะดีไม่น้อย แต่ฉันหน้าตาขี้เหร่มากเลย

그분처럼 머리가 좋았으면 얼마나 좋겠어요. 이 시험은 점수가 정말 나쁜 거예요.
ถ้าหัวดีเหมือนท่านนั้นก็คงจะดีไม่น้อย แต่การสอบคราวนี้คะแนนคงแย่จริงๆ

그가 돈이 많았으면 얼마나 좋겠어요. 지금 굶고 있을 걸요.
ถ้าเขามีเงินมากก็คงจะดีไม่น้อย ตอนนี้คงจะอดอยากอยู่มั้ง

-(으)면 -(으)ㄹ 수록

대응어 ยิ่ง...ยิ่ง...

용 법 두 개의 동사가 ยิ่ง 뒤에 나열 되면서 앞의 동사 하면 할수록 뒤의 동사하게 된다는 내용을 담게 된다.

[S+ยิ่ง+V+ยิ่ง+V]

공부는 하면 할수록 어려워져요.
ยิ่งเรียนก็ยิ่งยากขึ้น

생각하면 할수록 화가 나지요?
ยิ่งคิดก็ยิ่งโกรธใช่ไหม

과자를 많이 먹으면 먹을수록 뚱뚱해지지요.
ยิ่งกินขนมเยอะก็ยิ่งอ้วนสิ

그 여자는 보면 볼수록 예뻐져요.
ผู้หญิงคนนั้นยิ่งมองก็ยิ่งสวยขึ้น

엄마는 음식을 만들면 만들수록 나는 온 종일 먹게 되지요.
แม่ยิ่งทำอาหารฉันก็ยิ่งกินทั้งวันสิ

-(으)면 뭐하고 -(으)면 뭘해요?

대응어 ถ้า...ไปก็จะมีประโยชน์อะไร ...ไปก็จะมีประโยชน์อะไร

용 법 이것저것 모두 소용없다는 표현으로 ถ้า 다음에 선행절이 나오고 ไปก็จะมีประโยชน์อะไร로 마무리 된 다음에 바로 후행절이 나오면서 ไปก็จะมีประโยชน์อะไร로 마무리 된다.

ถ้า+[S+V]+ไปก็จะมีประโยชน์อะไร+[S+V]+ไปก็จะมีประโยชน์อะไร

벌써 결혼한 사람인데 마음에 들면 뭐하고 싫어하면 뭐해요?
คนที่แต่งงานแล้วนะ ถ้าถูกใจไปก็จะมีประโยชน์อะไร ถ้าไม่ชอบไปก็จะมีประโยชน์อะไร

이미 시험이 끝났는데 후회하면 뭐하고 남을 탓하면 뭐해요?
สอบเสร็จแล้วนะ ถ้าเสียดายไปก็จะมีประโยชน์อะไร ถ้าโทษคนอื่นไปก็จะมีประโยชน์อะไร

이미 돈이 없어졌는데 상심하면 뭐하고 아까워하면 뭐해요?
เงินหายไปแล้ว ถ้าเสียใจไปก็จะมีประโยชน์อะไร ถ้าเสียดายไปก็จะมีประโยชน์อะไร

그 강아지가 죽었는데 울면 뭐하고 후회하면 뭐해요?
ลูกหมาตัวนั้นตายแล้วนะ ถ้าเสียใจไปก็มีประโยชน์อะไร ถ้ารู้สึกผิดไปก็มีประโยชน์อะไร

가난한 사람인데 저걸 하고 싶으면 뭐하고 이걸 사고 싶으면 뭐해요?
เป็นคนจนนะ ถ้าอยากทำสิ่งนั้นก็จะมีประโยชน์อะไร ถ้าอยากซื้อสิ่งของนี้ก็จะมีประโยชน์อะไร

-(으)면 안 되다

대응어 ...ไม่ได้

용 법 불허하거나 금지하는 내용을 표현하는 것으로 특정 행위를 나타내는 절 끝에 ไม่ได้를 붙인다.

[S+V+ไม่ได้]

운전을 할 때 술을 마시면 절대로 안 됩니다.
ตอนขับรถดื่มเหล้าไม่ได้โดยเด็ดขาด

길에 휴지를 버리면 안 됩니다.
ทิ้งขยะบนถนนไม่ได้

약속을 어기면 안 됩니다.
ผิดนัดไม่ได้

결혼식에 참석할 때 검은 옷을 입으면 안 됩니다.
แต่งชุดสีดำไปงานแต่งงานไม่ได้

수업 시간에 이야기하면 안 됩니다.
พูดกันตอนเรียนไม่ได้

-(으)면 얼마나 더 -겠어요

대응어 ถ้า...แล้วจะ...สักเท่าไร/สักแค่ไหน

용 법 굳이 하지 않아도 된다는 내용을 표현하는 것으로 ถ้า 다음에 이미 행한 내용이 절의 형태로 나오고 แล้วจะ 다음에 추가로 더 행할 내용이 나온 뒤에 สักเท่าไร/สักแค่ไหน로 마무리 된다.

ถ้า+[S+V]+แล้ว [S+จะ+V] สักเท่าไร/สักแค่ไหน

벌써 3주일이나 비가 왔는데 앞으로 오면 얼마나 더 오겠어요.
ฝนตกมาตั้ง 3สัปดาห์แล้ว ถ้าตกอีกต่อไป แล้วจะตกได้อีกนานสักแค่ไหน

빨리 가면 얼마나 더 빨리 가겠어요. 힘들어도 조금만 참으세요.
ถ้ารีบไป แล้วจะรีบไปได้สักเท่าไร ถึงแม้ว่าลำบากก็อดทนหน่อยนะ

국수를 3그릇이나 먹었는데 저녁으로 먹으면 얼마나 더 먹겠어요.
กินก๋วยเตี๋ยวตั้ง 3 ชาม แล้วถ้ากินเป็นอาหารเย็นจะกินได้อีกสักแค่ไหน

빨리 먹으면 얼마나 더 빨리 먹겠어요.
ถ้ากินเร็วๆ จะกินเร็วๆได้สักเท่าไร

책을 빨리 읽으면 얼마나 더 빨리 읽겠어요. 어려워도 조금만 열심히 공부하세요.
ถ้าอ่านหนังสือเร็ว จะอ่านได้เร็วสักเท่าไร ถึงแม้ว่ายากก็ขยันเรียนหน่อยนะ

-았/었으면 좋겠다

대응어 ถ้า... ก็คงจะดี/อยากจะ...

용 법 ถ้า 희망하거나 하고 깊은 내용이 절의 형태로 나타나고 ก็คงจะดี로 마무리 된다. 또는 하고 싶은 내용이 อยากจะ 다음에 술어로 기술될 수도 있다.

ถ้า+[S+V]+ก็คงจะดี, [S+อยากจะ+V]

이 일은 성공했으면 좋겠어요.
ถ้างานนี้สำเร็จก็คงจะดี

이 운동장이 넓었으면 좋겠어요.
ถ้าสนามนี้กว้างก็คงจะดี

한국에 가고 싶어요. 기회가 있었으면 좋겠어요.
อยากไปเกาหลี ถ้ามีโอกาสก็คงจะดี

처음부터 한국어를 열심히 공부했으면 좋겠어요.
ถ้าตั้งใจเรียนภาษาเกาหลีตั้งแต่แรกก็คงจะดี

지금은 날씨가 추워요. 따뜻한 물을 마셨으면 좋겠어요.
ตอนนี้อากาศหนาว ถ้าได้ดื่มน้ำอุ่นก็คงจะดี

-았/었으면 좋았을 텐데(요)

대응어 ถ้า...ก็คงจะดี

용 법 미처 실행하지 못한 것에 대한 아쉬움을 나타내는 표현으로 ถ้า 다음에 실행했어야 하는 내용이 절의 형태로 나오고 ก็คงจะดี로 마무리 된다.

ถ้า+[S+V]+ก็คงจะดี

가: 어제 왜 방콕에 안 갔어요?
เมื่อวานทำไมไม่ไปกรุงเทพฯ ล่ะ

나: 시험이 있어서 못 갔어요. 그런데 왜요?
มีสอบ ก็เลยไปไม่ได้ แล้วทำไมหรือ

가: 어제 저는 당신 친구를 만났어요.
เมื่อวานฉันเจอเพื่อนคุณ

나: 그래요? 나도 방콕에 갔으면 좋았을 텐데.
จริงเหรอ ถ้าผมไปกรุงเทพฯ ด้วยก็คงจะดี

가: 시험 본 거 어땠어요?
สอบเป็นยังไงบ้าง

나: 음, 안 좋아요.
อืม ไม่ดี

가: 정말요?
จริงเหรอ

나: 네, 책을 더 많이 읽었더라면 좋았을텐데.
ค่ะ ถ้าอ่านหนังสือเยอะกว่านี้ก็คงจะดี

-(으)면서도

대응어 ทั้งๆ ที่...แต่...

용 법 상황에 비해 부적합한 행위를 하는 것을 표현하는 것으로 ทั้งๆ ที่ 다음에 상황에 대한 기술 내용이 절의 형태로 나오고 역접접속사 แต่ 다음에 행하는 내용이 약시 절의 형태로 나온다.

ทั้งๆ ที่+[S+V]+แต่+[S+V]

감기에 걸렸으면서도 약을 안 먹어요.
ทั้งๆ ที่เป็นหวัด แต่ก็ยังไม่กินยา

일을 잘 하면서도 불평이 많아요.
ทั้งๆ ที่ทำงานเก่ง แต่ก็บ่นมาก

그는 부자이면서도 일을 열심히 해요.
ทั้งๆ ที่เขาเป็นคนรวย แต่ก็ยังขยันทำงาน

몸이 너무 뚱뚱하면서도 작은 옷을 입어요.
ทั้งๆ ที่อ้วนเหลือเกิน แต่ก็ยังอุตส่าห์จะใส่เสื้อตัวเล็ก

노래를 못 부르면서도 계속 불러요.
ทั้งๆ ที่ร้องเพลงแย่ แต่ก็ยังร้องเพลงต่อไป

-(으)면야 문제 없겠지만

대응어 ถ้าเพียง...เท่านั้น ก็คงจะไม่มีปัญหา แต่...

용 법 어느 정도 용납할 수 있는 내용이 ถ้าเพียง 다음에 기술되고 เท่านั้น으로 마무리 된다. 그러나 그럼에도 현실은 그렇지 않아 생겨날 수 있는 문제가 แต่ 다음에 절의 형태로 나타난다.

ถ้าเพียง+[S+V]+เท่านั้น ก็คงจะไม่มีปัญหา แต่+[S+V]

지금처럼 계속 날씨가 좋다면야 문제없겠지만 안심할 수 없어요.
ถ้าเพียงอากาศดีตลอดเหมือนตอนนี้เท่านั้น ก็คงจะไม่มีปัญหา แต่วางใจไม่ได้

정부가 좋은 정책을 세운다면야 문제없겠지만 좀 어려울 거예요.
ถ้าเพียงรัฐบาลมีการวางแผนนโยบายที่ดีเท่านั้น ก็คงจะไม่มีปัญหา แต่คงจะยากหน่อย

그가 나를 정말 사랑한다면야 문제없겠지만 아마 그렇지 않을 거예요.
ถ้าเพียงเขารักฉันจริงเท่านั้น ก็คงจะไม่มีปัญหา แต่คงจะไม่ใช่อย่างนั้น

그는 오늘부터 오지 않는다면야 문제없겠지만 숙제를 제출할 수 없어요.
ถ้าเพียงเขาไม่มาตั้งแต่ในวันนี้เท่านั้น ก็ไม่มีปัญหาอะไร แต่จะส่งการบ้านไม่ได้

내 동생은 지금부터 목욕한다면야 문제없겠지만 좀 기다려야 해요.
ถ้าเพียงน้องฉันอาบน้ำตั้งแต่ตอนนี้เท่านั้น ก็คงไม่มีปัญหา แต่ต้องรอหน่อย

-(으)ㄴ/는 모양이다

대응어 ท่าทางว่า...

용 법 짐작하거나 추측하는 내용을 표현하는 것으로 ท่าทางว่า 다음에 절의 형태로 나타난다.

ท่าทางว่า+[S+V]

길이 미끄러운 모양입니다. 방금 비가 왔나요?
ท่าทางว่าถนนลื่นนะ เมื่อกี้ฝนตกหรือ

그 남자를 양선생님이 잘 아는 모양입니다.
ท่าทางว่าคุณยังรู้จักผู้ชายคนนั้นดี

그 연극은 아주 재미있는 모양입니다.
ท่าทางว่าละครเรื่องนั้นสนุกมากนะ

독일어는 어려운 모양입니다.
ท่าทางว่าภาษาเยอรมันยากนะ

오늘은 시간이 없는 모양입니다.
ท่าทางว่าวันนี้ไม่ว่างนะ

모처럼

대응어 นานๆ ....สักที

용 법 자주 행하지 못하는 내용을 기술하는 것으로 นานๆ สักที 다음에 절이 오며, ซะนี่로 마무리되기도 한다.

นานๆ+[S+V]+สักที+[S+V]

모처럼 등산을 갔는데 산 입구에서 비가 와서 돌아왔어요.
นานๆ ไปปีนเขาสักที พอถึงทางเข้าภูเขาฝนก็ตก ก็เลยกลับมา

모처럼 다시 시작한 공부니까 열심히 해야죠.
นานๆ จะเริ่มอ่านหนังสือสักที ก็ต้องขยันอ่านสิ

모처럼 부모님을 방문했는데 차가 고장났어요.
นานๆ จะไปเยี่ยมพ่อแม่สักที แต่รถดันเสียซะนี่

모처럼 한국에 갔는데 몸에 열이 났어요.
นานๆ ไปเกาหลีสักที แต่ไข้ขึ้นซะนี่

모처럼 낚시를 갔는데 비가 왔어요.
นานๆ ไปตกปลาสักที ฝนตกซะนี่

무슨 일이 있어도 ...아/어야 하다

대응어 ไม่ว่าจะเกิดอะไรขึ้นก็ตาม จะต้อง... (ให้ได้)

용 법 어떤 일이 있어도 꼭 해야만 하는 일이 있을 경우를 표현하는 것으로 ไม่ว่าจะเกิดอะไรขึ้นก็ตาม จะต้อง 다음에 해야 할 내용이 기술된다. 강조를 하기 위하여 '반드시'라는 의미의 ให้ได้를 동사구 뒤에 쓰기도 한다.

ไม่ว่าจะเกิดอะไรขึ้นก็ตาม จะต้อง+V + (ให้ได้)

무슨 일이 있어도 세븐을 만나야 합니다.
ไม่ว่าจะเกิดอะไรขึ้นก็ตาม จะต้องพบเซเว่น

무슨 일이 있어도 그를 돌봐야 해요.
ไม่ว่าจะเกิดอะไรขึ้นก็ตาม จะต้องดูแลเขา

무슨 일이 있어도 좋아하는 일을 해야 해요.
ไม่ว่าจะเกิดอะไรขึ้นก็ตาม จะต้องทำงานที่ชอบ

무슨 일이 있어도 한국에 가야 해요.
ไม่ว่าจะเกิดอะไรขึ้นก็ตาม จะต้องไปเกาหลีให้ได้

무슨 일이 있어도 졸업해야 해요.
ไม่ว่าจะเกิดอะไรขึ้นก็ตาม จะต้องเรียนจบให้ได้

무엇보다도 -(으)ㄴ 것은

대응어 ยิ่งกว่าสิ่งอื่นใด คือ...

용 법 최고의 것을 표현하는 것으로 ยิ่งกว่าสิ่งอื่นใด คือ 다음에 그 내용이 명사형으로 기술된다.

ยิ่งกว่าสิ่งอื่นใด คือ+N/[S+V]

무엇보다도 기쁜 것은 내가 사랑을 받았다는 것입니다.
สิ่งที่ดีใจยิ่งกว่าสิ่งอื่นใด คือฉันได้รับความรัก

무엇보다도 슬픈 것은 친구가 교통사고를 당한 것입니다.
สิ่งที่เศร้ายิ่งกว่าสิ่งอื่นใด คือเพื่อนได้รับอุบัติเหตุ

무엇보다도 바라는 것은 부모님의 행복입니다.
สิ่งที่ปรารถนายิ่งกว่าสิ่งใด คือพ่อแม่มีความสุข

무엇보다도 성가신 것은 아이가 장난치는 겁니다.
สิ่งที่น่ารำคาญยิ่งกว่าสิ่งอื่นใดคือ เด็กซน

무엇보다도 원하는 것은 자동차입니다.
สิ่งที่ต้องการยิ่งกว่าสิ่งอื่นใด คือรถยนต์

뭐니뭐니 해도

대응어 ยังไงยังไงก็…./…กว่าอื่นใด

용 법 최고의 것을 기술하는 것으로 ยังไงยังไงก็ 다음에 그 내용물이 명사형으로 나오거나 절의 뒤에 กว่าอื่นใด로 마무리 된다.

ยังไงยังไงก็+N+กว่าอื่นใด

한국의 전통 음식이라면 뭐니뭐니 해도 김치지요.
ถ้าพูดถึงอาหารพื้นเมืองของประเทศเกาหลี ยังไงยังไงก็ต้องเป็นกิมจิสิ

전 뭐니뭐니 해도 가을의 단풍 경치가 최고인 것 같아요.
สำหรับฉัน ยังไงยังไง ก็คิดว่าวิวของต้นเมเปิ้ลที่เปลี่ยนสีในฤดูใบไม้ร่วงนั้นเลิศสุด

태국의 냄새가 나는 과일이라면 뭐니뭐니 해도 두리안지요.
ถ้าว่าเป็นผลไม้ของไทยที่มีกลิ่น ยังไงยังไงก็คือทุเรียนสิ

학생이기 때문에 뭐니뭐니 해도 열심히 공부해야 해요.
เพราะเป็นนักเรียน จะต้องขยันเรียนกว่าสิ่งอื่นใด

-는 바람에

대응어 ก็เป็นเพราะ...ก็เลย...

용 법 원인이나 이유를 나타내는 문형으로 ก็เป็นเพราะ 다음에 그 내용이 절의 형태로 나오고 ก็เลย 로 연결되어 결과가 기술된다.

ก็เป็นเพราะ+[S+V]+[S+ก็เลย+V]

가게 문을 닫는 바람에 돈을 못 벌었어요.
ก็เป็นเพราะปิดร้าน ก็เลยไม่ได้หาเงินเลย

선생님께서 화를 내시는 바람에 몹시 당황했어요.
ก็เป็นเพราะอาจารย์โกรธอยู่ ก็เลยรู้สึกกระวนกระวายใจมาก

회사에서 사고를 내는 바람에 그는 해고 당했어요.
ก็เป็นเพราะเกิดอุบัติเหตุที่บริษัท เขาก็เลยถูกไล่ออก

친구가 술을 권하는 바람에 취하도록 마셨어요.
ก็เป็นเพราะเพื่อนบังคับให้ดื่มเหล้า ก็เลยดื่มจนเมา

갑자기 출장가는 바람에 약속을 못 지켰어요.
ก็เป็นเพราะไปทำงานนอกสถานที่โดยด่วน ก็เลยไม่สามารถรักษานัดได้

-(으)ㄴ 바에 따르면

대응어 ตามที่.../จากที่...

용 법 ตามที่ 또는 จาก 다음에 근거가 명사형으로 제시되고 그 다음에 그것을 바탕으로 기술되는 내용의 절의 형태로 나타난다.

ตามที่/จากที่+[S+V]

네가 말하는 바에 따르면 그는 좋은 사람이군.
ถ้าตามที่เธอพูด เขาก็เป็นคนดีนะ

내가 들은 바에 따르면 내일 비가 온다.
ถ้าตามที่ผมได้ยินมา พรุ่งนี้ฝนจะตก

내가 아는 바에 따르면 그들은 서로 사랑합니다.
จากที่ผมรู้มา พวกเขารักกัน

어머님께서 말씀하신 바에 따르면 그것은 사실입니다.
ตามที่แม่พูดแล้ว เรื่องนั้นก็เป็นความจริง

-를 바탕으로 하여

대응어 ด้วยพื้นฐาน...และ...

용 법 어떤 사실의 기초를 설명하는 것으로 ด้วยพื้นฐาน 다음에 그 내용이 명사형으로 나오고 และ로 연결되어 성과에 해당하는 내용이 절의 형태로 기술된다.

ด้วยพื้นฐาน+N+และ+[S+V]

가: 그 나라가 어떻게 짧은 기간에 선진국이 될 수 있었을까요?
ประเทศนั้น ทำอย่างไรจึงสามารถเป็นประเทศพัฒนาในช่วงระยะเวลาอันสั้นได้

나: 대통령의 강한 지도력을 바탕으로 하여 온 국민이 합심해 일한 결과지요.
ด้วยฐานของความเป็นผู้นำที่เข้มแข็งของประธานาธิบดีและผลของการร่วมมือร่วมใจกัน ของประชาชน

가: 어떻게 이런 훌륭한 연구를 하셨어요?
ทำวิจัยที่ดีเยี่ยมได้อย่างไร

나: 선배 학자들이 해 놓은 연구를 바탕으로 하여 조금 발전시켰을 뿐인데요.
นักวิชาการรุ่นพี่ได้วิจัยไว้แล้ว เพียงแต่ปรับปรุงขึ้นนิดหน่อยเท่านั้นเอง

가: 왜 일본어를 잘하시죠?
ทำไมพูดภาษาญี่ปุ่นเก่งจัง

나: 고등학교 때를 바탕으로 하여 현재 말을 유창하게 할 수 있게 되었어요.
มีพื้นฐานจากมัธยมปลาย ตอนนี้จึงพูดได้คล่อง

가: 당신의 가족은 얼마큼 행복해요?
ครอบครัวของคุณมีความสุขแค่ไหน

나: 이해를 바탕으로 하여 모든 사람이 서로 사랑하고 행복하게 삽니다.
จากพื้นฐานความเข้าใจ ทุกคนจึงรักกันและมีความสุข

-밖에

대응어 แค่…เท่านั้นเอง

용 법 แค่ 다음에 한정된 적은 양이나 범위가 명사형으로 나오고 เท่านั้นเอง으로 마무리 된다.

แค่+N+เท่านั้นเอง

지갑에는 동전밖에 없어요.
ในกระเป๋าเงินนั้น มีแค่เหรียญเท่านั้นเอง

맛이 없어서 조금밖에 먹지 않았군요.
กินแค่นิดเดียวเท่านั้นเอง เพราะรสชาติไม่อร่อยน่ะสิ

빨리 가요, 시간이 조금밖에 없어요.
รีบไปเถอะ มีเวลาแค่เล็กน้อยเท่านั้นเอง

옷은 한 벌밖에 안 샀는데 돈은 다 썼네.
ซื้อเสื้อไปแค่ตัวเดียวเท่านั้นเอง แต่ใช้เงินไปจนเกลี้ยงแน่ะ

그 사람은 자기밖에는 모르는 사람이에요.
คนนั้นรู้จักแค่ตัวเองเท่านั้นเอง ไม่รู้จักคนอื่นหรอก

-아/어 버리다

대응어 ...เสียแล้ว/...ซะแล้ว

용 법 행동의 완결이나 단행의 의미를 나타내는 것으로 행위 내용이 절의 형태로 나타나고 เสียแล้ว 또는 ซะแล้ว로 마무리 된다.

[S+V]+เสียแล้ว/[S+V]+ซะแล้ว

약속을 잊어 버렸어요.
ลืมนัดเสียแล้ว

그냥 집에 가 버렸어요.
กลับบ้านเฉยเลยซะแล้ว

친구는 김밥을 먹어 버렸어요.
เพื่อนกินข้าวห่อสาหร่ายซะแล้ว

신발을 잃어 버렸어요.
ทำรองเท้าหายซะแล้ว

어제 백화점에 가서 돈을 다 써 버렸어요.
เมื่อวานไปที่ห้างสรรพสินค้าแล้วก็ใช้เงินจนหมดเสียแล้ว

-보고

대응어 กับ...

용 법 행위의 대상이 되는 명사구 앞에 여격의 의미를 나타내는 กับ이 붙는다. 그 다음에 절의 형태가 나타나는 것이 보통이다.

กับ+N

나보고 잠꾸러기라고 해요.
พูดกับฉันว่าฉันเป็นคนสันหลังยาว

남편보고 책 갖다 달라고 했어요.
พูดกับสามีว่าเอาหนังสือมาด้วย

엄마보고 많이 사랑한다고 해요.
พูดกับแม่ว่ารักแม่มาก

친구보고 열심히 공부하자고 해요.
พูดกับเพื่อนว่าขยันเรียนกันเถอะ

선생님보고 숙제를 내주지 말라고 했다.
พูดกับอาจารย์ว่าอย่าสั่งการบ้าน

-아/어 보았으면

대응어 ถ้าได้ลอง.../อยากจะลอง...

용 법 시도해보고 싶은 내용을 기술하는 것으로 ถ้าได้ลอง 또는 อยากจะลอง 다음에 그 내용이 술어로 나타난다. 그 다음에 결과를 나타내는 내용이 절의 형태로 뒤따라 나오는 것이 보통이다.

ถ้าได้ลอง+V /อยากจะลอง+V

저도 가 보았으면 하는데 시간이 없어서 아직 못 가 봤어요.
ผมก็อยากจะลองไปนะ แต่ไม่มีเวลาก็เลยยังไม่ได้ลองไป

친구 가족을 만나 보았으면 좋겠어요.
ถ้าได้ลองพบกับครอบครัวของเพื่อนก็คงจะดี

한국에 한번 가 보았으면 좋겠어요.
ถ้าได้ลองไปเกาหลีสักครั้งก็คงจะดี

정 선생님을 다시 만나 보았으면 좋겠어요.
ถ้าได้ลองพบอาจารย์ฌองส์อีกก็คงจะดี

우리 서로 사랑해 보았으면 좋겠어요.
ถ้าเราได้ลองรักกันและกันก็คงจะดี

-별로

대응어 ตาม...

용 법 분류할 때 기준으로 삼는 것이 ตาม 다음에 명사형으로 나타난다. 그 다음에 동사구가 뒤따르는 것이 보통이다.

ตาม+N

책을 제목별로 나눕니다.
จัดแยกหนังสือตามชื่อเรื่อง

약을 약 처방전별로 삽니다.
ซื้อยาตามใบสั่งยา

스케줄별로 일합니다.
ทำงานตามตารางเวลา

학생의 이름을 명단별로 부릅니다.
เรียกชื่อนักเรียนตามสมุดรายชื่อ

학생들은 조별로 숙제를 하고 있다.
นักเรียนกำลังทำการบ้านตามกลุ่ม

비록 -는다 해도

대응어 ถึงแม้ว่าจะ....ก็ตาม แต่...

용 법 하나의 가정된 사실이 ถึงแม้ว่าจะ 다음에 기술되고 ก็ตาม으로 마무리 된 다음 역접접속사 แต่에 의해 연결되어 현실의 실제 내용이 기술된다.

ถึงแม้ว่าจะ+V+ก็ตาม+แต่+[S+V]

비록 똑똑하다 해도 노력을 안 하면 소용없지요.
ถึงแม้ว่าจะฉลาดก็ตาม แต่ถ้าไม่พยายาม ก็ไม่มีประโยชน์สิ

비록 이번엔 떨어진다 해도 경험으로 한번 보겠어요.
ถึงแม้ว่า ครั้งนี้จะสอบตกก็ตาม แต่คิดเสียว่าเป็นประสบการณ์ครั้งหนึ่ง

비록 다리가 아프다 해도 산 정상까지 올라가겠어요.
ถึงแม้ว่าจะปวดเมื่อยขาก็ตาม แต่จะขึ้นไปให้ถึงยอดเขา

비록 일찍 일어난다 해도 수업에 늦어요..
ถึงแม้ว่าจะตื่นเช้าก็ตาม แต่ไปเรียนไม่ทัน

비록 밤늦게 잔다 해도 일찍 일어나겠어요.
ถึงแม้ว่าเข้านอนดึกก็ตาม แต่จะตื่นเช้า

-(으)ㄹ 뻔하다

대응어 เกือบจะ...

용 법 거의 당할 뻔한 사건 내용을 기술하는 것으로 เกือบจะ 다음에 술어가 동사구 형태로 나타난다.

เกือบจะ+V

오늘 늦게 일어나서 학교에 늦게 갈 뻔했어요.
วันนี้ตื่นนอนสาย เลยเกือบไปโรงเรียนสาย

나는 오토바이를 잘못 타서 넘어질 뻔했다.
ฉันขับมอเตอร์ไซด์ไม่ดี ก็เลยเกือบจะล้ม

나는 많이 마신 까닭에 술에 취해 토할 뻔했다.
ฉันดื่มเหล้าไปเยอะ เลยเมาจนเกือบอาเจียน

운전하다가 사고가 일어날 뻔했다.
ขับรถอยู่ เกือบเกิดอุบัติเหตุ

나와 친구는 극장에 갔지만 이 영화가 아주 재미없어서 잘 뻔했어요.
ฉันไปโรงหนังกับเพื่อน แต่หนังเรื่องนี้ไม่สนุก ฉันก็เลยเกือบหลับ

-(으)ㄹ 뿐만 아니라

대응어 ไม่เพียงแต่...แต่ยัง...อีกด้วย/นอกจาก...ยัง...อีกด้วย

용 법 어떤 사정이나 상태가 하나가 아니라 또 하나 더 있다는 표현으로 ไม่เพียงแต่/นอกจาก 다음에 한 가지가 나오고 แต่로 연결되어 ยัง 다음에 나머지 다른 하나가 더 기술된다. 그리고 문장은 อีกด้วย로 마무리 된다.

ไม่เพียงแต่+[S+V]+เท่านั้น แต่ยัง+V+อีกด้วย
นอกจาก+[S+V]+แล้ว ยัง+V+อีกด้วย

그분은 한국어를 열심히 배울 뿐만 아니라 공부도 잘해요.
ท่านนั้นไม่เพียงแต่ขยันเรียนภาษาเกาหลีเท่านั้น แต่ยังเรียนเก่งอีกด้วย

그 여자는 못생겼을 뿐만 아니라 아주 뚱뚱해요.
ผู้หญิงคนนั้นไม่เพียงแต่ไม่สวยเท่านั้น แต่ยังอ้วนมากอีกต่างหาก

그 남자는 귀먹었을 뿐만 아니라 눈도 멀었어요.
ผู้ชายคนนั้นนอกจากหูหนวกเท่านั้น ยังตาบอดอีกด้วย

김 교수님은 일을 잘할 뿐만 아니라 친절해요.
อาจารย์คิมไม่เพียงแต่ทำงานเก่งเท่านั้น แต่ยังใจดีอีกด้วย

철수는 게으를 뿐만 아니라 불량하기도 해요.
ชอลซูนอกจากจะขี้เกียจแล้ว ยังเกเรอีกด้วย

-는 사이에

대응어 ในระหว่าง.../ในช่วงที่...

용 법 특정한 시간을 나타내는 표현으로 ในระหว่าง 또는 ในช่วงที่ 다음에 그 시간이 절의 형태로 나타난다. 그 다음에 그 시간에 일어난 사건이 기술되는 후행절이 따라 나오는 것이 보통이다.

ในระหว่าง+[S+V] ในช่วงที่+[S+V]

어머니가 집에 안 계시는 사이에 도둑이 들어왔어요.
ในช่วงที่แม่ไม่อยู่บ้าน ขโมยก็เข้ามา

내가 밖에 나간 사이에 친구가 찾아왔어요.
ในระหว่างที่ฉันออกไปข้างนอก เพื่อนก็มาหา

회사에 다니는 사이에 좋아하는 사람이 생겼어요.
ในระหว่างที่ทำงานที่บริษัท ก็มีคนที่ชอบเข้าแล้ว

중국 친구랑 통화하는 사이에 갑자기 쓰러졌다.
ในระหว่างที่คุยโทรศัพท์กับเพื่อนคนจีน ก็หมดสติไป

의사 선생님이 검진하는 사이에 간호사가 들어왔어요.
ในระหว่างที่คุณหมอกำลังตรวจอยู่ พยาบาลก็เข้ามา

-아/어서 그런지

대응어 (ด้วยเหตุนี้) ก็เลย… / อาจเป็นเพราะ…. ก็เลย…

용 법 원인이나 이유를 나타내는 표현이 선행절로 나오고 그 결과가 되는 내용이 후행절로 나타난다.

> [S+V]+(ด้วยเหตุนี้)+[(S)+ก็เลย+V]
> อาจเป็นเพราะ S+V+[(S)+ก็เลย+V]

아까 많이 먹어서 그런지 더 못 먹겠어요.
เมื่อกี้กินมากไป ด้วยเหตุนี้ก็เลยจะกินมากกว่านี้ไม่ได้อีกแล้ว

공휴일이라서 그런지 거리가 한산해서 차가 안 밀리더군요.
เป็นวันหยุดราชการ ด้วยเหตุนี้ถนนก็เลยว่างรถไม่ติดน่ะ

예쁜 여자라서 그런지 남자 친구가 많아요.
เป็นผู้หญิงสวย ก็เลยมีแฟนเยอะ

밤에 늦게 자서 그런지 지금은 졸려요.
อาจเป็นเพราะนอนดึก ตอนนี้ก็เลยง่วง

생리 중이라서 그런지 배가 계속 아픕니다.
อาจเป็นเพราะกำลังมีประจำเดือน ด้วยเหตุนี้ก็เลยปวดท้องตลอด

-아/어서 -(으)ㄹ 지경이다

대응어 จนแทบ...

용 법 어떤 상태의 심한 정도를 나타내는 것으로 앞에 상태가 선행절로 기술되고 จนแทบ 뒤에 결과가 역시 후행절의 서술어로 기술된다.

[S+V]+จน+[(S)+แทบ+V]

애가 타서 죽을 지경이다.
กลัดกลุ้มจนแทบตาย

기가 막혀서 말이 안 나올 지경이다.
อึ้งจนแทบจะพูดไม่ได้

너무 피곤해서 쓰러질 지경입니다.
เหนื่อยเหลือเกินจนแทบจะล้ม

이제는 배가 고파서 죽을 지경이었습니다.
ตอนนี้หิวจนแทบจะตายแล้ว

물건 값이 너무 비싸서 기가 막힐 지경이에요.
ราคาของแพงจนแทบช็อค

-(으)ㄴ 셈이다

대응어 นับได้ว่า.. / ถือว่าเหมือน...

용 법 어떤 상황이나 사태를 포괄적으로 평가하는 내용으로 선행절에서 근거가 되는 내용이 나오고 นับได้ว่า 또는 ถือว่าเหมือน 다음에 그로 인한 평가 내용이 기술된다.

นับได้ว่า+[S+V]

이제 다 이긴 셈입니다.
ตอนนี้นับได้ว่าชนะทั้งหมดแล้ว

친구한테서 선물을 받은 셈이 되었습니다.
เป็นการนับได้ว่าได้รับของขวัญจากเพื่อน

이제 결혼한 셈입니다.
นับได้ว่าตอนนี้แต่งงานแล้ว

수업은 아직 좀 남았지만 학기말 시험이 끝났으니 이제 다 끝난 셈이죠.
ยังมีเรียนอีก แต่สอบปลายภาคเสร็จแล้ว ฉะนั้นถือได้ว่าเหมือนทุกอย่างเสร็จเรียบร้อย

텔레비전도 보고 사진도 봤으니까 가 본 셈이에요.
ได้ดูทีวีและได้เห็นรูปแล้ว ฉะนั้น ถือว่าเหมือนไปมาแล้ว

-(으)ㄹ 수밖에 없다

대응어 จำต้อง...... สถานเดียว

용 법 필연적으로 일어나거나 처할 수밖에 없는 상황을 표현하는 것으로 주어 다음에 จำต้อง이 오고 이어서 동사구가 나타나거나 술어가 기술되고 나서 สถานเดียว로 마무리 된다.

[S+จำต้อง+V]/[S+V]+(สถานเดียว)

밥이 없어서 굶을 수밖에 없어요.
ไม่มีข้าว ก็เลยจำต้องอดอาหาร

이 영화는 좋지 않지만 내 동생과 함께 볼 수밖에 없어요.
แม้ว่าหนังเรื่องนี้ไม่ดี แต่ฉันจำต้องดูกับน้อง

공부 안 하면 시험에 떨어질 수밖에 없어요.
ถ้าไม่อ่านหนังสือ ก็สอบตกสถานเดียว

병원에 안 가면 죽을 수밖에 없어요.
ถ้าไม่ไปโรงพยาบาลก็ตายสถานเดียว

지금 비가 와요. 우산이 없으면 젖을 수밖에 없어요.
ตอนนี้ฝนตก ถ้าไม่มีร่มก็เปียกสถานเดียว

-는 수가 있다

대응어 ก็อาจจะ...ได้

용　법 상황에 따라 일어날 수도 있는 상황이나 사건을 기술하는 것으로 주어 다음에 조동사 ก็อาจจะ가 나오고 동사로 이어진 다음에 부동사 ได้로 마무리 된다.

[S+ก็อาจจะ+V+ได้]

기상 상태가 나쁘면 연착되는 수가 있어요.
ถ้าสภาพอากาศไม่ดี เครื่องบินก็อาจจะมาถึงช้าได้

신청자가 너무 적으면 취소되는 수가 있어요.
ถ้าผู้สมัครน้อยเกิน ก็อาจจะถูกยกเลิกได้

시험 성적이 나쁘면 F를 받는 수가 있어요.
ถ้าผลการเรียนไม่ดี ก็อาจจะติด F ได้

길이 복잡하면 늦게 도착하는 수가 있어요.
ถ้ารถติด ก็อาจจะมาถึงสายได้

늘 늦게 출근하면 승진 못하는 수가 있어요.
ถ้ามาทำงานสายบ่อยๆ ก็อาจจะไม่ได้เลื่อนขั้น

-(으) 수 있다/없다

대응어 สามารถ/ไม่สามารถ...ได้

용 법 가능을 나타내는 표현으로 주어 다음에 조동사 สามารถ이 나오고 이어서 동사가 나온 다음 끝머리에 부동사 ได้가 호응한다. 부정문으로 표현하는 경우에는 부정소 ไม่가 조동사 앞에 위치한다.

S+สามารถ/ไม่สามารถ+V+ได้

나는 차를 운전할 수 있다.
ฉันสามารถขับรถยนต์ได้

동생은 일본어 동화책을 읽을 수 있다.
น้องชายสามารถอ่านหนังสือนิทานภาษาญี่ปุ่นได้

어머니는 이탈리아 음식을 만들 수 있다.
คุณแม่สามารถทำอาหารอิตาลีได้

나는 매운 음식을 먹을 수 없다.
ฉันไม่สามารถกินอาหารเผ็ดได้

지금 언니는 다리가 아파서 걸을 수 없다.
ตอนนี้พี่สาวขาเจ็บ ก็เลยไม่สามารถเดินได้

-았/었으면 싶다

대응어 อยาก...บ้าง

용 법 한 번쯤 해보고 싶은 소망을 나타나는 것으로 조동사 อยาก 다음에 동사가 나오고 บ้าง으로 마무리된다.

อยาก+V+บ้าง

그 사람 한 번 만났으면 싶어.
อยากพบคนนั้นบ้างสักครั้ง

이젠 비가 그만 왔으면 싶다.
ตอนนี้อยากให้ฝนตกหยุดตกบ้าง

세계 여행을 했으면 싶어.
อยากเดินทางรอบโลกบ้าง

집에 한 번 갔으면 싶어요.
อยากกกลับบ้านบ้างสักครั้ง

차 한 잔 마셨으면 싶으냐?
อยากดื่มชาสักถ้วยบ้างไหม

아무리 -(이)라도

대응어 แม้ว่า...มากแค่ไหนก็ตาม

용 법 양보구문으로 แม้ว่า 다음에 전제되는 상황이 절의 형태로 나오고 มากแค่ไหนก็ตาม으로 이어진 다음 화자가 주장하거나 하고자 하는 의지가 절의 형태로 표현된다.

แม้ว่า+[S+V]+มากแค่ไหนก็ตาม+[S+V]

아무리 친한 친구 사이라도 서로 예의를 지켜야 해요.
แม้ว่าเป็นเพื่อนสนิทกันมากแค่ไหนก็ตาม จะต้องมีมารยาทต่อกัน

아무리 고물 자동차라도 없는 것보다는 있는 게 낫죠.
แม้ว่าจะเป็นรถมือสองแต่ก็ดีกว่าไม่มีเลย

아무리 이름을 불러도 대답이 없었어요.
ถึงแม้ว่าจะเรียกชื่อครั้งแล้วครั้งเล่า แต่ก็ไม่ตอบ

아무리 어려운 일이 생길지라도 끝까지 해보겠어요.
ถึงแม้ว่าจะเป็นเรื่องยาก แต่ก็จะทำให้เสร็จจนได้

아무리 가족들이 말릴지라도 나는 꼭 가수가 될 거예요.
ถึงแม้ว่าครอบครัวจะคัดค้าน แต่ฉันก็จะเป็นนักร้องให้ได้

-아/어야 하다

대응어 ต้อง...

용 법 의무 또는 필요성을 나타내는 표현으로 조동사 ต้อง 다음에 동사가 나온다.

[S+ต้อง+V]

꼭 만나야 합니다.
ต้องพบให้ได้

한국어 선생님이 되고 싶기 때문에 한국어를 열심히 공부해야합니다.
ต้องการเป็นอาจารย์สอนภาษาเกาหลี ก็เลยต้องตั้งใจเรียนภาษาเกาหลี

한국어를 잘 하려면 한국어 말하기를 자주 연습해야 해요.
ถ้าอยากจะพูดเกาหลีได้เก่ง ต้องหัดพูดภาษาเกาหลีบ่อยๆ

매주 방을 청소해야 해요.
ต้องทำความสะอาดห้องทุกสัปดาห์

항상 부처님의 가르침을 실천해야 해요.
ต้องปฏิบัติตามคำสั่งสอนของพระพุทธเจ้า

-아/어야 -(으)ㄹ 수 있대요

대응어 เขาบอกว่าต้อง...ถึงจะ...ได้

용 법 남이 전해주는 말을 옮기는 표현으로 전제된 조건이 ต้อง이 동사와 결합하는 형태의 선행절로 나오고 그로 인해 얻어지는 결과가 ถึงจะ가 동사와 결합하는 형태의 후행절로 나온다. 문장 끝머리는 ได้로 마무리된다.

เขาบอกว่า[S+ต้อง+V] ถึง[S+จะ+V+ได้]

따로 입장권을 사야 기차를 탈 수 있대요.
เขาบอกว่าต้องซื้อบัตรผ่านประตูต่างหาก จึงจะนั่งรถไฟได้

자세한 내용은 김 과장님을 직접 만나 봐야 알 수 있대요.
เขาบอกว่า ต้องลองพบกับหัวหน้าคิมโดยตรง ถึงจะรู้รายละเอียดได้

모두 비밀은 이교수님과 직접 이야기해야 알 수 있대요.
เขาบอกว่า ความลับทั้งหมด ต้องพูดกับอาจารย์ลีโดยตรง ถึงจะรู้ได้

그 이야기는 장 과장을 직접 만나봐야 알 수 있대요.
เขาบอกว่า ต้องลองพบกับผู้จัดการจางโดยตรง ถึงจะรู้เรื่องนั้นได้

한국어 능력 시험을 봐야 3급에 합격할 수 있대요.
เขาบอกว่า ต้องได้สอบวัดความรู้ทางภาษาเกาหลี ถึงจะสอบผ่านระดับ 3 ได้

-(이)야말로

대응어 ...ต่างหากล่ะ

용 법 특정 사안에 대한 아주 적합한 예를 제시하는 표현으로 제시된 예 다음에 ต่างหากล่ะ가 붙는다.

N + ต่างหากล่ะ

그 친구야말로 정말 천재다.
เพื่อนคนนั้นต่างหากล่ะ เป็นคนอัจฉริยะจริงๆ

이 일이야말로 나한테 딱 맞는 일이다.
งานนี้ต่างหากล่ะ เป็นงานที่เหมาะกับฉันเลย

그 여자야말로 정말 귀엽다.
ผู้หญิงคนนั้นต่างหากล่ะ น่ารักจริงๆ

이 노래야말로 아주 좋군요.
เพลงนี้ต่างหากล่ะ ช่างไพเราะมากเลย

이 책이야말로 정말 비싸요.
หนังสือเล่มนี้ต่างหากล่ะ แพงจริงๆ

얼마나…(으)ㄴ지 모르다

대응어 ไม่รู้ว่า...สักเท่าไร

용 법 수량이 매우 많거나 정도가 아주 심하다는 표현으로 ไม่รู้ว่า 다음에 내용이 절의 형태로 나오고 สักเท่าไร로 마무리 된다.

ไม่รู้ว่า S+V+สักเท่าไร

숙제가 얼마나 어려운지 모릅니다.
ไม่รู้ว่าการบ้านยากสักเท่าไร

그 픽업차는 얼마나 비싼지 모릅니다.
ไม่รู้ว่ารถกระบะคันนั้นแพงสักเท่าไร

집이 얼마나 넓은지 모릅니다.
ไม่รู้ว่าบ้านกว้างสักเท่าไร

바다가 얼마나 깊은지 모릅니다.
ไม่รู้ว่าทะเลลึกสักเท่าไร

날씨가 얼마나 추운지 모릅니다.
ไม่รู้ว่าอากาศหนาวสักเท่าไร

어디…뿐인가요?

대응어 เพียงแค่...ที่ไหนกัน

용 법 제시된 예말고도 다른 것들이 더 많다는 표현으로 เพียงแค่ 다음에 제시된 예가 나오고 ที่ไหนกัน로 마무리 된 다음 이어서 다른 예들이 추가로 제시된다.

เพียงแค่+N+ที่ไหนกัน+[S+V]

가 :그 아이 성격이 안 좋단 말 아니에요?

บอกว่าเด็กคนนั้นนิสัยไม่ดีใช่ไหม

나: 어디 성격뿐인가요? 생활태도도 엉망이에요.

เพียงแค่นิสัยที่ไหนกัน พฤติกรรมการดำเนินชีวิตก็เหลวแหลกเช่นกัน

가 :설악산이 아름답지요?

ภูเขาซอรักสวยใช่ไหม

나: 어디 설악산뿐인가요? 한국의 산들은 다 아름다운 것 같아요.

เพียงแค่ภูเขาซอรักที่ไหนกัน ดูเหมือนว่าภูเขาในประเทศเกาหลี ทุกที่ก็สวยเช่นกัน

가 :누나는 얼굴이 고와요?

ใบหน้าพี่สาวสวยหรือ

나 :어디 얼굴뿐인가요? 마음도 고운 것 같아요.

เพียงแค่ใบหน้าที่ไหนกัน ดูเหมือนว่าจิตใจก็งดงามเช่นกัน

가 :빠떵비치는 아름답지요?

หาดป่าตองสวยใช่ไหม

나: 어디 빠떵비치 뿐인가요? 태국의 해변들은 다 아름다운 것 같아요.

เพียงแค่หาดป่าตองที่ไหนกัน ดูเหมือนว่าชายหาดของไทยจะสวยทุกที่

가: 오이김치가 맛있지요?

กิมจิแตงกวาอร่อยใช่ไหม

나 :어디 오이김치뿐인가요? 한국의 김치는 다 맛있는데요.
เพียงแค่กิมจิแตงกว่าที่ไหนกัน กิมจิของเกาหลีก็อร่อยทุกชนิด

-에 따라서

대응어 ตาม...

용 법 특정 사안에 대해 기준을 제시하는 표현으로 기준에 따라 달라지는 내용이 절의 형태로 문장 앞머리에 나타나고 이어서 ตาม 다음에 기준에 해당하는 내용이 명사형으로 문장의 끝머리에 온다.

[S+V]+ตาม+N

같은 물건도 장소와 시간에 따라 용도가 다르다.
สินค้าเดียวกัน ประโยชน์การใช้ก็แตกต่างกันตามสถานที่และเวลา

철에 따라서 사는 곳을 옮기는 철새도 있습니다.
มีนกที่ย้ายถิ่นอาศัยตามฤดูกาล

능력에 따라서 일이 성공할 수 있죠.
งานจะประสบความสำเร็จได้ตามความสามารถ

수입에 따라서 생활 정도가 다릅니다.
ระดับการดำเนินชีวิตแตกต่างกันตามรายได้

생각에 따라서 행동하는 것입니다.
เป็นการปฏิบัติตามความคิด

-에 대해서

대응어 เกี่ยวกับ.../ต่อ...

용 법 화제 또는 행위 대상을 나타내는 표현으로 เกี่ยว กับ 또는 ต่อ 다음에 명사형으로 나타난다.

เกี่ยวกับ/ต่อ+N

전 다른 사람이 하는 일에 대해서 되도록 간섭하지 않아요.
ถ้าเป็นไปได้ ฉันจะไม่ก้าวก่ายต่องานที่คนอื่นทำ

그 사람은 바뀐 규정에 대해 잘 몰라요.
ไม่รู้เกี่ยวกับกฎที่เขาคนนั้นเปลี่ยน

그는 한국 풍습에 대해서 잘 알아요.
เขารู้ดีเกี่ยวกับประเพณีเกาหลี

냉면 만드는 방법에 대해서 알아요?
รู้เกี่ยวกับวิธีการทำก๋วยเตี๋ยวเย็นไหม

선생님에 대해서 존경합니다.
เคารพต่ออาจารย์

-에 따르면

대응어 ตาม...แล้ว

용 법 근거나 기준을 제시하는 표현으로 ตาม 다음에 명사형이 오고 แล้ว로 마무리된 다음 이를 바탕으로 기술하고자 하는 내용이 절의 형태로 나타난다.

ตาม+N+แล้ว+[S+V]

정부의 통계 자료에 따르면 여성의 사회 진출이 해마다 증가하고 있다고 한다.
ตามข้อมูลสถิติของรัฐบาลแล้ว กล่าวได้ว่าการมีส่วนร่วมของผู้หญิงในสังคมเพิ่มขึ้นทุกปี

도로교통법에 따르면, 운전 중에 휴대폰을 사용하면 범칙금을 내야 한다.
ตามกฎจราจรแล้ว ถ้าใช้โทรศัพท์มือถือขณะขับรถจะต้องเสียค่าปรับ

싱가포르의 법에 따르면 특정 장소에서 껌을 씹는 것은 불법입니다.
ตามกฎหมายสิงค์โปแล้ว การเคี้ยวหมากฝรั่งในบางสถานที่เป็นการทำผิดกฎหมาย

이슬람교에 따르면 남자는 부인을 4 명까지 둘 수 있어요.
ตามศาสนาอิสลามแล้ว ผู้ชายสามารถมีภรรยาได้ถึง 4 คน

저의 집의 규칙에 따르면 아버지는 어머니에게 봉급을 다 주어야 해요.
ตามกฎที่บ้านฉันแล้ว พ่อต้องให้เงินเดือนทั้งหมดแก่แม่

-에 불과하다

대응어 แค่/เท่านั้น/แค่นั้น/เพียง...เท่านั้น

용 법 언급되는 대상에 대해 대수롭지 않다는 화자의 태도를 나타내는 것으로 แค่ 또는 เพียง 다음에 명사형이 오는데 끝에 เท่านั้น으로 호응하는 경우가 많다. 또한 แค่와 เพียง이 함께 나타날 수도 있다.

แค่/เพียง+N+เท่านั้น

그것은 핑계에 불과하다.
สิ่งนั้นเป็นเพียงแค่คำแก้ตัวเท่านั้น

나이는 숫자에 불과하다.
อายุเป็นเพียงแค่ตัวเลขเท่านั้น

이런 내 꿈은 한낱 공상에 불과하다.
ความฝันของฉันเป็นเพียงแค่จินตนาการเท่านั้น

끝은 시작에 불과하다.
สุดท้ายแล้วก็เป็นแค่เพียงการเริ่มต้น

그 남자는 추억에 불과하다.
ผู้ชายคนนั้นเป็นเพียงแค่ความทรงจำ

-에 비하면

대응어 เมื่อเปรียบเทียบกับ

용 법 어떤 개체와 비교하는 구문으로 เมื่อเปรียบเทียบกับ 다음에 비교 대상이 나오고 그 다음에 비교 결과가 절의 형태로 나타난다.

เมื่อเปรียบเทียบกับ+N+[S+V]

지난 번 회의에 비하면 이번 회의는 성과가 크다고 볼 수 있어요.
เมื่อเปรียบเทียบกับการประชุมครั้งที่แล้ว เห็นได้ว่าการประชุมครั้งนี้ได้ผลมาก

면적에 비하면 인구가 너무 많은 것 같아요.
เมื่อเปรียบเทียบกับพื้นที่แล้ว ดูเหมือนว่าประชากรมากเกินไป

야구에 비하면 축구가 더 재미있어요.
เมื่อเปรียบเทียบกับเบสบอลแล้ว ฟุตบอลสนุกกว่า

한국 여자에 비하면 미국 여자가 더 뚱뚱해요.
เมื่อเปรียบเทียบกับผู้หญิงเกาหลีแล้ว ผู้หญิงอเมริกันอ้วนกว่า

한국 음식에 비하면 태국 음식이 더 매워요.
เมื่อเปรียบเทียบกับอาหารเกาหลีแล้ว อาหารไทยเผ็ดกว่า

-에 비해서

대응어 เมื่อเทียบกับ...แล้ว...

용 법 어떤 개체와 비교하는 구문으로 เมื่อเทียบกับ 다음에 비교 대상이 나오고 แล้ว로 연결되면서 상대적으로 평가되는 내용이 절의 형태로 나타난다.

เมื่อเทียบกับ+N+แล้ว+[S+V]

지하철이 버스에 비해서 빠릅니다.
เมื่อเทียบกับรถประจำทางแล้ว รถไฟใต้ดินเร็วกว่า

막내가 형에 비해서 성격이 좋은가 봐요.
เมื่อเทียบกับพี่ชายแล้ว น้องคนสุดท้องนิสัยน่าจะดีกว่า

서양 사람에 비해서 태국 사람은 검은 피부가 많아요.
เมื่อเทียบกับคนตะวันตกแล้ว คนไทยผิวดำมีมากกว่า

그는 나이에 비해서 퍽 어른스러워요.
เมื่อเทียบกับอายุแล้ว รู้สึกว่าเขาเป็นผู้ใหญ่ทีเดียว

이것은 그것에 비해서 아주 다릅니다.
เมื่อเทียบกับอันนั้นแล้ว อันนี้แตกต่างกันเยอะเลย

-에 의해서

대응어 ขึ้นอยู่กับ.../ตาม...

용 법 -에 의해서 라는 표현인 ขึ้นอยู่กับ 또는 ตาม이 오고 뒤에 명사가 따른다.

ขึ้นอยู่กับ.../ตาม.. + N

회사 사정에 의해서 출장이 연기되었어요.
การเลื่อนเวลาไปปฏิบัติงานข้างนอก ขึ้นอยู่กับสถานการณ์ของบริษัท

저는 부장님 명령에 의해서 오늘 간 것뿐이에요.
วันนี้ฉันต้องไปตามคำสั่งของผู้จัดการใหญ่เท่านั้น

규칙을 어길 때 규칙에 의해 벌을 줘요.
เมื่อฝ่าฝืนกฎก็ต้องลงโทษตามกฎ

일기예보에 의하면 내일 비가 세차게 올 것 같아요.
ตามพยากรณ์อากาศ พรุ่งนี้ฝนจะตกอย่างหนัก

신문에 의하면 금년 우리나라는 발전하고 있대요.
ตามหนังสือพิมพ์ บอกว่าปีนี้ประเทศของเรากำลังพัฒนา

-에 푹 빠지다

대응어 หลงใหล/คลั่งไคล้ สุดๆ

용 법 어느 한 가지에 집중하거나 몰입하는 것을 표현하는 것으로 หลงใหล 또는 คลั่งไคล้ 다음에 대상이 나오고 끝에 สุดๆ으로 표현이 강조된다.

S+หลงใหล/คลั่งไคล้+N+สุดๆ

한국어를 공부하면서 한국어에 푹 빠진 것 같다.
เรียนภาษาเกาหลี ขณะเดียวกันก็รู้สึกว่าหลงใหลในภาษาเกาหลีสุดๆ

한류 때문에 요즘은 태국인들이 한국에 푹 빠졌다.
เพราะกระแสเกาหลี ปัจจุบันคนไทยจึงคลั่งไคล้ประเทศเกาหลีสุดๆ

어렸을 때 누구나 영화배우와 가수들에게 푹 빠진다.
ตอนเด็กๆ ไม่ว่าใครๆ ก็คลั่งไคล้ดาราและนักร้องสุดๆ

학생들은 그들이 온라인 게임에 푹 빠져 있다고 한다.
นักเรียนบอกว่า พวกเขากำลังคลั่งไคล้กับเกมส์ออนไลน์สุดๆ

-에서 비롯되다

대응어 เนื่องมาจาก...

용 법 어떤 현상이 선행절로 기술되고 그 원인이나 이유가 เนื่องมาจาก 다음에 명사형으로 나타난다.

[S+V]+เนื่องมาจาก+N

태국 사람들이 한국 좋아하는 것은 한류에서 비롯된다.
คนไทยชอบเกาหลี เนื่องมาจากกระแสเกาหลี

요즘 빳따니에 비가 오는 것은 계절풍에서 비롯된다.
ช่วงนี้ปัตตานีฝนตก เนื่องมาจากมรสุม

지구의 기온 상승은 지구 온난화에서 비롯된다.
ความร้อนของโลกสูงขึ้น เนื่องมาจากภาวะโลกร้อน

태국 사람들이 대부분 빳따니에 오지 않은 것은 두려움에서 비롯된다.
การที่คนไทยส่วนใหญ่ไม่มาที่ปัตตานี เนื่องมาจากความกลัว

태국의 청년이 우수하지 못한 것은 나태함에서 비롯된다.
การที่วัยรุ่นไทยไม่เก่ง เนื่องมาจากความขี้เกียจ

웬-?

대응어 อะไร(กัน)เนี่ย

용 법 예기치 않은 것에 대한 느낌을 표현하는 것으로 명사형 다음에 อะไร(กัน)เนี่ย가 나온다. 이어서 그에 대한 질문이 절의 형태로 나타난다.

N+อะไร(กัน)เนี่ย+[S+V]

웬 자동차예요? 새로 샀어요?
รถอะไรเนี่ย ซื้อใหม่หรือ

갑자기 웬 여행이에요? 다음 주에 시험인데.
อยากจะไปเที่ยวขึ้นมาอะไรกันเนี่ย อาทิตย์หน้าจะสอบแล้วนะ

웬 꽃이야!
ดอกไม้อะไรกันเนี่ย

웬 선물이야?
ของขวัญอะไรกันเนี่ย

웬 큰 집이에요? 누구의 집인가요?
บ้านใหญ่อะไรกันเนี่ย บ้านของใครหรือ

웬걸요

대응어 ...อะไรกันล่ะ

용 법 상대방의 말을 부정하기 위해 말머리에 오는 말로 상대방이 질문에 사용했던 명사 또는 동사의 뒤에 อะไรกันล่ะ를 사용한다. 이어서 사정을 설명하는 내용이 절의 형태로 나온다.

N/V + อะไรกันล่ะ

가: 백화점에 가시던데 뭘 좀 사셨어요?
เห็นไปห้างสรรพสินค้า ซื้ออะไรบ้างหรือเปล่า

나: 웬걸요, 사람이 너무 많아서 구경도 제대로 못했어요.
ซื้ออะไรกันล่ะ คนมากเกินไป แม้แต่ชมอย่างจริงจัง ก็ยังไม่ได้

가: 아드님이 결혼하셨죠?
ลูกชายแต่งงานแล้วใช่ไหม

나: 웬걸요, 서른 살이 넘었는데 사귀는 여자도 없나 봐요.
แต่งงานอะไรกันล่ะ อายุ 30 กว่าแล้ว ยังไม่มีผู้หญิงคบเลย

가: 그 여자는 아주 친절해요?
ผู้หญิงคนนั้นเป็นมิตรมากหรือ

나: 웬걸요, 그 사람은 남 앞에서만 항상 친절한 척 해요.
เป็นมิตรอะไรกันล่ะ ผู้หญิงคนนั้น มักจะแสร้งทำเป็นมิตรต่อหน้าคนอื่นเสมอ

가: 그 사람은 당신의 오빠입니까?
คนนั้นเป็นพี่ชายคุณหรือ

나: 웬 걸요,그 사람은 내 남자친구예요.
พี่ชายอะไรกันล่ะ คนนั้นเป็นแฟนฉัน

이/가 아니다

대응어 ไม่ใช่...

용 법 지정사의 부정형으로 ไม่ใช่가 사용된다.

S+ไม่ใช่+N

그 사람은 학생이 아니다.
คนนั้นไม่ใช่นักเรียน

나는 정부 장학생이 아니다.
ฉันไม่ใช่นักเรียนทุนรัฐบาล

그것은 김치가 아니다.
นั่น ไม่ใช่กิมจิ

그 사람은 우리 친구가 아니다.
เขาไม่ใช่เพื่อนของเรา

거기는 도서관이 아니다.
ที่นั่นไม่ใช่ห้องสมุด

이래 뵈도

대응어 ถึงกระนั้นก็ตาม/แต่ยังไงก็ตาม

용 법 어떤 개체가 보기보다는 매우 양호하다는 표현으로 ถึงกระนั้นก็ตาม 또는 แต่ยังไงก็ตาม 다음에 실제 평가하는 내용이절의 형태로 나온다.

ถึงกระนั้นก็ตาม/แต่ยังไงก็ตาม+[S+V]

가: 회사가 별로 크지 않군요.
บริษัทไม่ค่อยใหญ่นะ

나: 이래 뵈도 작년에 수출상을 받은걸요.
แต่ยังไงก็ตาม ปีที่แล้วได้รับรางวัลส่งออกยอดเยี่ยมด้วยนะ

가: 차가 너무 오래되지 않았어요? 새 차로 바꾸세요.
รถไม่เก่าเกินไปหรือ เปลี่ยนคันใหม่สิ

나: 이래 뵈도 이 차가 고장 한번 난적이 없는걸요.
แต่ยังไงก็ตาม รถคันนี้ไม่เคยเสียเลยแม้แต่ครั้งเดียว

가: 생선이 싱싱한가요? 다른 것을 바꿔 주세요.
ปลาสดไหม ขอเปลี่ยนเป็นตัวอื่นนะ

나: 이래 뵈도 이 생선은 좀 전에 배에서 가지고 온걸요.
แต่ยังไงก็ตาม ปลาตัวนี้เอามาจากเรือเมื่อตะกี้นี่เอง

가: 이 옷은 매우 낡았군요.
เสื้อเก่าจังนะ

나: 이래 뵈도 어제 백화점에서 산 건데요.
ยังไงก็ตาม ซื้อมาจากห้างสรรพสินค้าเมื่อวานเชียวนะ

-었던 때가 엊그제 같은데

대응어 รู้สึกว่า…เมื่อไม่นานมานี้เอง ตอนนี้…แล้วแน่ะ

용 법 지난 시간을 회상하면서 그 기간이 짧게 느껴지는 것을 표현하는 것으로 선행절에서 รู้สึกว่า 다음에 과거의 내용이 나오고 เมื่อไม่นานมานี้เอง으로 이어진다. 이어서 후행절에서는 ตอนนี้ 다음에 현재의 내용이 나오고 แล้วแน่ะ로 마무리 된다.

รู้สึกว่า+[S+V]+เมื่อไม่นานมานี้เอง ตอนนี้+[S+V]+แล้วแน่ะ

결혼한다고 우리집에 인사왔던 때가 엊그제 같은데 벌써 애가 돌이래요.
รู้สึกว่าเขาเคยมาทักทายตอนแต่งงานเมื่อไม่นานมานี้เอง ตอนนี้บอกว่ามีลูกสองคนแล้วแน่ะ

세뱃돈을 받았던 때가 엊그제 같은데 벌써 크리스마스가 되었군요.
รู้สึกว่าได้รับเงินอังเปาเมื่อไม่นานมานี้เอง ตอนนี้ก็เป็นคริสต์มาสอีกแล้วแน่ะ

연말 파티가 있었던 때가 엊그제 같은데 벌써 12 월이 되었군요.
รู้สึกว่ามีงานเลี้ยงปีใหม่ไม่นานมานี้เอง ตอนนี้เดือนธันวาคมแล้วแน่ะ

학교에서 공부를 시작했던 때가 엊그제 같은데 졸업하려고 해요.
รู้สึกว่าเริ่มเรียนมหาลัยไม่นานนี้เอง ตอนนี้กำลังจะจบแล้วแน่ะ

오늘따라 왜 이렇게 -(으)ㄹ까(요)?

대응어 เฉพาะวันนี้ทั้งวัน ทำไม...อย่างนี้

용 법 어느 날 특별하게 느끼는 감정을 표현하는 것으로 เฉพาะวันนี้ทั้งวัน으로 시작되는 부사구에 이어 ทำไม 다음에 그날 느끼는 감정이 절의 형태로 나타나고 อย่างนี้로 마무리 된다.

เฉพาะวันนี้ทั้งวัน+ทำไม+[S+V]+อย่างนี้

오늘따라 왜 이렇게 머리가 아플까?
เฉพาะวันนี้ทั้งวันทำไมจะต้องปวดหัวอย่างนี้

오늘따라 왜 이렇게 전화가 많이 올까?
เฉพาะวันนี้ทั้งวันทำไมจะต้องมีโทรศัพท์มาเยอะอย่างนี้

오늘따라 왜 이렇게 거리가 번화할까요?
เฉพาะวันนี้ทั้งวันทำไมรถติดอย่างนี้

오늘따라 왜 이렇게 바쁠까요?
เฉพาะวันนี้ทั้งวันทำไมยุ่งอย่างนี้

오늘따라 왜 이렇게 졸릴까요?
เฉพาะวันนี้ทั้งวันทำไมง่วงอย่างนี้

이렇게 -어서야 어디...?

대응어 ถ้า...แบบนี้...ที่ไหนได้ล่ะ

용 법 현재의 상태로는 하고자 하는 바를 할 수 없음을 표현하는 것으로 ถ้า 다음에 현재의 상태나 상황이 나오고 แบบนี้로 마무리 된 다음 하고자 하는 내용이 절의 형태로 따라 나온 다음 ที่ไหนได้ล่ะ로 마무리 한다.

ถ้า+[S+V]+แบบนี้+[S+V]+ที่ไหนได้ล่ะ

이렇게 교통이 복잡해서야 어디 다닐 수가 있겠어요?
ถ้ารถติดแบบนี้ จะไปที่ไหนได้ล่ะ

그렇게 아파서야 어디 회사에서 출근하겠니?
ถ้าป่วยแบบนั้น จะเข้าทำงานบริษัทไหนได้ล่ะ

이렇게 밤이 늦어서야 어디 영화를 보겠니?
ดึกแบบนี้ จะไปดูหนังที่ไหนได้ล่ะ

이렇게 날씨가 더워서야 어디 여행하겠니?
อากาศร้อนแบบนี้ จะไปเที่ยวที่ไหนได้ล่ะ

이렇게 밤이 늦어서야 어디 밖에 나겠니?
เมื่อดึกแบบนี้จะออกไปไหนได้หรือ

이맘때가 되면

대응어 ช่วงนี้ของ...

용 법 특정한 시기를 시점을 나타내는 말로 ช่วงนี้ของ 다음에 시간을 나타내는 명사가 와서 시간 부사구를 이루고 이어서 기술하고자 하는 내용이 절의 형태로 나타난다.

ช่วงนี้ของ+N+[S+V]

해마다 이맘때가 되면 백화점에서 정기 세일 기간이에요.
ช่วงนี้ของทุกปี เป็นช่วงที่ห้างสรรพสินค้าลดราคาล้างสต๊อก

영민 씨는 매년 이맘때가 되면 꼭 설악산으로 여행을 가요.
ช่วงเวลานี้ของทุกปี คุณยองมินจะต้องไปเที่ยวภูเขาซอรัก

나는 다음 달 이맘때가 되면 파리에 가 있을 거다.
ช่วงเวลานี้ของเดือนหน้า ฉันจะไปอยู่ที่กรุงปารีส

앞으로 이맘때가 되면 태국에 갈 것이다.
นับจากนี้ไป ช่วงนี้ของทุกปีจะไปเมืองไทย

매년 이맘때가 되면 진달래가 피다니 참 신기합니다.
ดอกชินดัลแลบานช่วงเวลานี้ของทุกปี เลยรู้สึกอัศจรรย์ใจ

-임에(는) 틀림없다

대응어 ...(เป็นการ)แน่นอน

용 법 특정 사실에 대해 확신하는 내용을 표현하는 것으로 그 사실을 명사화 시킨 다음 주어로 기능하게 하고 (เป็นการ) แน่นอน이 술어로 기술된다.

N+(เป็นการ)แน่นอน

거짓임에 틀림없어요. 그 말이 사실이라면 그렇게 당황할 리가 있어요?
เป็นการโกหกแน่นอน ถ้าคำพูดนั้นเป็นเรื่องจริง มีหรือจะลนลานอย่างนั้น

아는 사람임에는 틀림없어요. 지난 주 월요일에는 제가 친구하고 갔다 왔거든요.
เป็นคนรู้จักแน่นอน ก็เพราะว่าวันจันทร์ที่ผ่านมายังมากับเพื่อนเลย

그 소문은 정말임에 틀림없어요.
ข่าวลือนั้นเป็นจริงแน่นอน

곧 비가 올 것임에 틀림없어요.
ฝนจะตกแน่นอนในไม่ช้า

그는 무죄임에 틀림없어요.
เขาปราศจากโทษแน่นอน

-는 줄 알았는데요

대응어 นึกว่า...

용 법 미처 몰랐던 사실을 뒤늦게 알았을 때 나타내는 표현으로 주어 다음에 นึกว่า로 연결되어 잘못 알았던 사실이 절의 형태로 기술된다.

S+นึกว่า+[S+V]

저는 윤 선생이 일본어를 못하는 줄 알았는데요.
ฉันนึกว่าอาจารย์ยูนไม่รู้ภาษาญี่ปุ่น

민 선생은 운동을 전혀 못하는 줄 알았는데요.
นึกว่าอาจารย์มินเล่นกีฬาไม่เป็นเลย

오빠가 한국어를 전혀 못하는 줄 알았는데요.
นึกว่าพี่ชายไม่รู้ภาษาเกาหลีเลย

저는 동생이 운전을 잘하는 줄 알았는데요.
ฉันนึกว่าน้องชายขับรถเก่ง

김 선생님은 수영을 전혀 못하는 줄 알았는데요.
นึกว่าอาจารย์คิมว่ายน้ำไม่เป็นเลย

-는 줄 정말 몰랐다

대응어 ไม่นึกเลยว่า...

용 법 사전에 전혀 몰랐던 사실을 뒤늦게 알았을 때 나타내는 표현으로 주어 다음에 ไม่นึกเลยว่า로 연결되어 잘못 알았던 사실이 절의 형태로 기술된다.

S+ไม่นึกเลยว่า+[S+V]

이사하기가 이렇게 힘든 줄 정말 몰랐어요.
ไม่นึกเลยว่าการย้ายบ้านจะเหนื่อยขนาดนี้

등받이 의자가 그렇게 비싼 줄 정말 몰랐어요.
ไม่นึกเลยว่าเก้าอี้โยกจะแพงขนาดนั้น

한국어 시험을 보기가 그렇게 어려운 줄 정말 몰랐어요.
ไม่นึกเลยว่าการสอบภาษาเกาหลีจะยากเพียงนั้น

그 사람의 성격이 그렇게 나쁜 줄 정말 몰랐어요.
ไม่นึกเลยว่านิสัยของคนนั้นจะเลวขนาดนั้น

이 책은 이렇게 쉬운 줄 정말 몰랐어요.
ไม่นึกเลยว่าหนังสือเล่มนี้จะง่ายขนาดนี้

-에 의하면

대응어 ตาม...กล่าวไว้ว่า/อ้างไว้ว่า

용 법 근거를 제시하고 이에 의해 어떤 내용이 기술되는 것으로 ตาม 다음에 근거가 명사형으로 나오고 กล่าวไว้ว่า 또는 อ้างไว้ว่า로 이어지면서 언급된 내용이 절의 형태로 나타난다.

ตามที่+N+[S+V]

신문에 의하면 국회는 8 월에 휴회한다고 해요.
ตามหนังสือพิมพ์กล่าวไว้ว่า รัฐสภาจะพักการประชุมในเดือนสิงหาคม

신문에 의하면 그 사고로 30 명이 죽었다고 해요.
ตามหนังสือพิมพ์กล่าวไว้ว่า มีคนเสียชีวิตจากอุบัติเหตุในครั้งนี้ 30 คน

신문에 의하면 그는 귀가 중에 사고를 당했다고 해요.
ตามหนังสือพิมพ์ได้กล่าวไว้ว่า เขาเกิดอุบัติเหตุขณะกำลังกลับบ้าน

그에 관해 아는 바에 의하면 그는 여자 친구가 한 번도 없었다고 해요.
เกี่ยวกับเขา ตามข้อมูลที่รู้มาว่าเขาไม่เคยมีแฟนมาก่อนเลย

한 교수님의 말씀에 하면 이번 주말에는 시험이 있을 거라고 해요.
ตามคำพูดของอาจารย์ฮันกล่าวว่า สุดสัปดาห์นี้จะมีสอบ

있잖아요.

대응어 นี่, นี่ๆ

용 법 어떤 사실을 말하기 앞서서 먼저 주위를 환기시키는 표현으로 นี่ 또는 นี่ๆ가 사용된다. 이어서 말하고자 하는 내용이 절의 형태로 나타난다.

นี่/นี่ๆ+[S+V]

있잖아요. 돈을 좀 빌려줄 수 있어요?
นี่ๆ ขอยืมเงินหน่อยได้ไหม

있잖아요. 그가 어제 결혼했어요.
นี่ๆ เมื่อวานเขาแต่งงานแล้วนะ

있잖아요. 오늘 내가 만찬회에 참석할 수 없어요.
นี่ๆ วันนี้ฉันไปร่วมงานเลี้ยงตอนเย็นไม่ได้นะ

있잖아요. 그 사람들은 이미 귀국했답니다.
นี่ๆ พวกเขากลับประเทศไปแล้ว

있잖아요. 지금 내가 도움을 필요해요.
นี่ๆ ตอนนี้ฉันต้องการความช่วยเหลือนะ

-자고 하다

대응어 ชวนว่า...กันเถอะ

용 법 자신의 의사를 밝히거나 다른 사람이 권유하는 내용을 전달하는 것으로 ชวนว่า 다음에 하고자 하는 내용이 나오고 กันเถอะ로 마무리 된다.

ชวนว่า+[S+V]+กันเถอะ

내일 만나자고 합니다.
ชวนว่าพรุ่งนี้พบกัน

좀 쉬자고 합니다.
ชวนว่าพักผ่อนกันเถอะ

같이 이야기하자고 합니다.
ชวนว่าคุยด้วยกันเถอะ

같이 한국어를 배우자고 한다.
ชวนว่าเรียนภาษาเกาหลีด้วยกันเถอะ

같이 영화를 보자고 한다.
ชวนว่าไปดูหนังด้วยกันเถอะ

-잖아요

대응어 ...ไงล่ะ/...นี่

용 법 어떤 사실에 대해 상대방에게 다시 한 번 환기시키는 표현으로 문장 끝머리에 ไงล่ะ 또는 นี่가 사용된다.

[S+V]+ไงล่ะ/นี่

대화를 하면 오해가 풀릴 수 있잖아요.
ถ้าได้พูดคุยกัน ความเข้าใจผิดก็สามารถแก้ได้นี่

어제 내가 설명해 주었잖아요.
ก็เมื่อวานฉันอธิบายให้เธอฟังแล้วไงล่ะ

자주 연습하면 승리할 수 있잖아요.
ถ้าซ้อมบ่อยๆ ก็จะสามารถชนะได้นี่

신고하면 아마도 도둑을 잡을 수 있잖아요.
ถ้าแจ้งความ บางทีก็จะสามารถจับโจรได้นี่

운동을 자주 하면 살을 뺄 수 있잖아요.
ถ้าออกกำลังกายบ่อยๆ ก็จะสามารถลดน้ำหนักได้ไงล่ะ

-(으)ㄴ/는 적이 있다/없다

대응어 เคย.../ไม่เคย...

용 법 경험의 유무에 대한 표현으로 전치조동사 เคย 다음에 동사가 나오고 부정문의 경우에는 부정소 ไม่가 같이 나타난다.

S+เคย+V/ไม่เคย+V

이 영화는 아주 재미있는데 두 번 본 적이 있어요.
ภาพยนตร์เรื่องนี้สนุกมาก ฉันเคยดูมาแล้วสองรอบ

저는 한국에 간 적이 없어요.
ฉันไม่เคยไปเกาหลี

한국어는 아주 어려워요. 공부한 적이 있어요.
ภาษาเกาหลียากมาก เคยเรียนมาแล้ว

한복을 한 번도 입어본 적이 없어요.
ยังไม่เคยลองสวมชุดฮันบกดูเลยแม้แต่ครั้งเดียว

나는 한국 음식을 자주 먹은 적이 있어요.
ฉันเคยกินอาหารเกาหลีบ่อยๆ

-는 중이다

대응어 กำลัง.../...อยู่/กำลัง...อยู่

용 법 진행의 의미를 나타내는 것으로 전치조동사 กำลัง 또는 후치조동사 อยู่가 사용되거나 두 가지가 같이 사용될 수 있다.

S+กำลัง+V+อยู่

아버지는 지금 식사 중이에요.
ตอนนี้พ่อกำลังรับประทานอาหารอยู่

어머니는 지금 외출 중입니다.
ตอนนี้แม่กำลังออกไปข้างนอกอยู่

언니는 지금 통화 중입니다.
ตอนนี้พี่สาวกำลังติดสายโทรศัพท์อยู่

여행 중에 친구를 만났어요.
ได้พบเพื่อนในขณะที่ไปเที่ยวอยู่

식사 중에 이야기를 하지 마세요.
อย่าพูดในขณะที่กำลังทานอาหารอยู่

전해오는 말로는 -다더라

대응어 ตามคำบอกเล่าต่อกันมาว่า...แฮ่ะ

용 법 다른 사람으로부터 들은 말을 근거로 그 내용을 전달하는 것으로 ตามคำบอกเล่าต่อกันมาว่า 다음에 전달하는 내용이 절의 형태로 나오고 แฮ่ะ로 끝난다.

ตามคำบอกเล่าต่อกันมาว่า+[S+V]+แฮ่ะ

전해오는 말로는 단군은 곰이 변해서 된 웅녀의 아들이라더라.
ตามคำบอกเล่าต่อกันมาว่าทันกุนเป็นลูกชายของอุงนุยอกลายร่างจากหมีแฮ่ะ

전해오는 말로는 창포물에 머리를 감으면 머리가 까맣고 윤이 난다더라.
ตามคำบอกเล่าต่อกันมาว่า ถ้าสระผมด้วยน้ำต้มไอริส ผมจะดำและเงางามแฮ่ะ

전해오는 말로는 과일을 먹으면 피부가 고와진다더라.
ตามคำบอกเล่าต่อกันมาว่าถ้ากินผลไม้แล้วผิวจะเนียนแฮ่ะ

전해오는 말로는 절약하면 부자가 된다더라.
ตามคำบอกเล่าต่อกันมาว่าถ้าประหยัดก็จะรวยแฮ่ะ

... 제일 중요한 것은 - 라고 봐요

대응어 ดูแล้วว่า/คิดว่า/มองว่า สิ่งที่สำคัญที่สุด คือ...

용 법 견해를 나타내는 ดูแล้วว่า, คิดว่า 또는 มองว่า를 쓰고 สิ่งที่สำคัญที่สุด คือ의 뒤에 중요하다고 생각되는 내용이 뒤따른다.

ดูแล้วว่า สิ่งที่สำคัญที่สุด คือ S+V

인생에서 제일 중요한 것은 돈이 아니라고 봐요.
ดูแล้วว่า สิ่งที่สำคัญที่สุดในชีวิต ไม่ใช่เงิน

아이에게 제일 필요한 것은 부모의 사랑이라고 봐요.
ดูแล้วว่า สิ่งที่จำเป็นที่สุดต่อเด็ก คือความรักของพ่อแม่

현대인에게 제일 중요한 것은 능력이라고 봐요.
ดูแล้วว่า ในปัจจุบันสิ่งสำคัญที่สุดของมนุษย์คือความสามารถ

경제에서 제일 중요한 것은 일의 효율성이라고 봐요.
คิดว่า สิ่งที่สำคัญที่สุดในทางเศรษฐกิจ คือประสิทธิภาพการทำงาน

외교에서 제일 중요한 것은 신중함이라고 봐요.
มองว่า สิ่งที่สำคัญที่สุดสำหรับเรื่องการทูต คือความรอบคอบ

조차

대응어 แม้แต่...

용 법 최소한의 것을 나타내는 것으로 แม้แต่ 다음에 명사형으로 나타난다.

แม้แต่+N

그 사람은 눈물조차 흘리지 않았습니다.
แม้แต่น้ำตา เขาไม่หลั่งออกมา

그 친구는 소식조차 없어요.
เพื่อนคนนั้น ไม่มีแม้แต่ข่าว

저에게 일 이야기조차 않습니다.
ไม่คุยกับผม แม้แต่เรื่องงาน

백화점조차 가지 않습니다.
ไม่ไป แม้แต่ห้างสรรพสินค้า

제 친구는 만화책조차 읽지 않아요.
เพื่อนของฉันไม่อ่านแม้แต่หนังสือการ์ตูน

-아/어 주다/드리다

대응어 ...ให้

용 법 수혜 또는 봉사의 의미를 나타내는 것으로 본동사 다음 ให้가 나타난다.

S+V+ให้

할머니는 손주한테 선물을 사 줬습니다.
คุณย่าซื้อของขวัญให้หลาน

오빠는 할머님의 가방을 들어 드렸습니다.
พี่ชายถือกระเป๋าให้คุณย่า

저는 의사 선생님께 증상을 말씀해 드렸습니다.
ฉันบอกอาการป่วยให้คุณหมอ

원 선생님은 우리에게 한국어를 가르쳐 줬습니다.
คุณวอนสอนภาษาเกาหลีให้พวกเรา

동생은 할아버님께 편지를 써 드렸습니다.
น้องชายเขียนจดหมายให้คุณปู่

-아/어 죽겠다

대응어 ...จะตาย

용 법 어떤 상태에 대해 매우 강조하거나 과장하는 표현으로 문장 끝머리에 จะตาย를 사용한다.

S+V+จะตาย

배불러 죽겠다.
อิ่มจะตาย

지금 배고파 죽겠어.
ตอนนี้หิวจะตาย

날씨가 추워 죽겠다.
อากาศหนาวจะตาย

졸려 죽겠다.
ง่วงนอนจะตาย

지금 태국은 더워 죽겠다.
ตอนนี้ที่ประเทศไทยร้อนจะตาย

-(으)ㄹ 줄 알다/모르다

대응어 ...เป็น/...ไม่เป็น

용 법 어떤 방법이나 수단을 또는 능력에 대해 묻는 표현으로 동사 뒤에 เป็น을 사용하고 부정문으로 사용하는 경우에는 ไม่เป็น을 사용한다.

S+V+เป็น/ไม่เป็น

은행에서 돈을 찾을 줄 알아요?
ถอนเงินที่ธนาคารเป็นไหม

복사기로 서류를 복사할 줄 알아요?
ถ่ายเอกสารด้วยเครื่องถ่ายเอกสารเป็นไหม

냉장고를 수리할 줄 알아요.
ซ่อมตู้เย็นเป็นนะ

저는 술을 마실 줄 몰라요.
ฉันดื่มเหล้าไม่เป็น

한국어 할 줄 알아요?
พูดภาษาเกาหลีเป็นไหม

-는 줄 알면서도

대응어 ทั้งๆ ที่รู้ว่า... แต่..

용 법 ทั้งๆที่รู้ว่า 다음에 어떤 사정이 절의 형태로 기술되고 แต่ 다음에 그럼에도 불구하고 어쩔 수 없이 행해야 하는 내용이 절의 형태로 나타난다.

ทั้งๆที่รู้ว่า+[S+V]+แต่+[S+V]

엄마가 나를 필요로 하는 줄 알면서도 직장에 다니기 때문에 같이 지내지 못해요.
ทั้งๆที่รู้ว่าแม่ต้องการฉัน แต่เพราะว่าทำงานที่บริษัทจึงไม่สามารถอยู่ด้วยกันได้

실례인 줄 알면서도 어쩔 수 없어서 찾아 왔어요.
ทั้งๆที่รู้ว่าเสียมารยาท แต่ไม่มีทางเลือกก็เลยมาหา

이 일은 나쁜 줄 알면서도 꼭 해야 해요.
ทั้งๆ ที่รู้ว่าเรื่องนี้ไม่ดี แต่ต้องทำ

그가 애인이 있는 줄 알면서도 사랑합니다.
ทั้งๆ ที่รู้ว่าเขามีแฟนแล้ว แต่ก็ยังรัก

오늘 시험이 있는 줄 알면서도 아직 책을 읽지 않았어요.
ทั้งๆ ที่รู้ว่าวันนี้มีสอบ แต่ยังไม่อ่านหนังสือเลย

중에 -가 제일 -(으)ㄴ 것 같아요

대응어 ในบรรดา…ดูเหมือนว่า…ที่สุด

용 법 여러 개체 중에 하나가 ในบรรดา 다음에 제시되고 ดูเหมือนว่า 다음에 그중에서 하나가 선택되어 기술되면서 ที่สุด으로 마무리 되면서 최상급의 의미를 나타낸다.

ในบรรดา+N+ดูเหมือนว่า+[S+V]+ที่สุด

여러 가지 문제 중에 환경 문제가 제일 심각한 것 같아요.
ในบรรดาปัญหาทั้งหลาย ปัญหาสิ่งแวดล้อมเป็นปัญหาที่ดูเหมือนจะรุนแรงที่สุด

육상 경기 중에 인내심을 요구하는 마라톤이 제일 힘든 것 같아요.
ในบรรดาการแข่งขันกีฬาประเภทกรีฑา มาราธอนที่ต้องมีความอดทนสูงดูเหมือนจะเป็นกีฬาที่ยากที่สุด

여러 시험 중에 문법이 제일 어려운 것 같다.
ในบรรดาการสอบทั้งหลาย ดูเหมือนว่าไวยากรณ์จะยากที่สุด

여러 가지 동물 중에 원숭이가 사람과 제일 비슷한 것 같아요.
ในบรรดาสัตว์ทั้งหลายดูเหมือนว่าลิงนั้นจะคล้ายคนมากที่สุด

여러 가지 책 중에 만화책이 제일 읽을 만할 것 같아요.
ในบรรดาหนังสือทั้งหลายดูเหมือนว่าหนังสือการ์ตูนนั้นน่าอ่านที่สุด

중에서

대응어 ในบรรดา/ในกลุ่ม/ระหว่าง/ท่ามกลาง

용 법 여러 개체 중에서 하나를 꼽는 표현으로 ในบรรดา 다음에 명사형이 나온다. 이밖에도 ในกลุ่ม ระหว่าง ท่ามกลาง 등이 사용될 수도 있다. 이어서 선택된 하나에 대한 내용이 절의 형태로 기술된다.

ในบรรดา+N+[S+V]

한국어를 공부하는 학생 중에서 한 명 장학금을 탈 것이다.
ในบรรดานักเรียนที่เรียนภาษาเกาหลีเก่งจะได้รับทุนการศึกษา

예쁜 꽃 중에서 장미꽃을 가장 좋아한다.
ในบรรดาดอกไม้ที่สวยงาม ชอบดอกกุหลาบมากที่สุด

연예인 중에서 배용준이 인기가 제일 많다.
ในบรรดานักแสดง แบยองจุนมีชื่อเสียงมากที่สุด

태국 관광지 중에서 바다가 제일 아름답다.
ในบรรดาสถานที่ท่องเที่ยวของไทย ทะเลสวยที่สุด

우리 식구 중에서 오빠가 제일 키가 커요.
ในบรรดาสมาชิกครอบครัวของเราพี่ชายสูงที่สุด

-지 그래요

대응어 ไม่ดีกว่าหรือ

용 법 어떤 상황을 기술하는 절이 나오고 이 상황에서 권유하는 내용이 ก็ 다음에 절의 형태로 나타나고 ไม่ดีกว่าหรือ로 마무리 된다.

[S+V]+[S+ก็+V] + ไม่ดีกว่าหรือ

피곤하면 쉬지 그래요.
ถ้าเหนื่อยก็พักผ่อนไม่ดีกว่าหรือ

색이 마음에 안 들면 바꾸지 그래요.
ถ้าสีไม่ถูกใจก็เปลี่ยนไม่ดีกว่าหรือ

배가 고프면 많이 먹지 그래요.
ถ้าหิวก็กินข้าวมากๆไม่ดีกว่าหรือ

졸리면 자지 그래요.
ถ้าง่วงก็นอนไม่ดีกว่าหรือ

여행하고 싶지 않으면 집에서 쉬지 그래요.
ถ้าไม่อยากไปเที่ยวก็พักผ่อนอยู่ที่บ้านไม่ดีกว่าหรือ

-지 못하다

대응어 ...ไม่ได้

용 법 어떤 사안이 나오고 끝에 ไม่ได้가 와서 앞서 기술된 내용을 실행하지 못한다는 내용을 표현한다.

[S+V]+ไม่ได้

제가 한국말을 하지 못합니다.
ผมพูดภาษาเกาหลีไม่ได้

어제 휴가를 가지 못했다.
เมื่อวานไปพักร้อนไม่ได้

동생은 아직도 걷지 못한다.
น้องยังเดินไม่ได้

요즘 날씨가 안 좋아서 밖에 나가지 못하고 있다.
หมู่นี้อากาศไม่ดี เลยไปข้างนอกไม่ได้

부모님의 허락 없으면 해외로 가지 못한다.
ถ้าไม่ได้รับอนุญาตจากพ่อแม่ ก็จะไปต่างประเทศไม่ได้

-지 싶다

대응어 คิดว่าคงจะ...

용 법 대략 짐작하거나 추측하는 내용이 คิดว่าคงจะ 다음에 나오고 그 결과 실행한 내용이 ก็เลย 다음에 절의 형태로 이어진다.

S+คิดว่า+[S+คงจะ+V]+[S+ก็เลย+V]

주말이니까 집에 없지 싶어서 안 갔어요.
สุดสัปดาห์ คิดว่าคงจะไม่อยู่บ้าน ก็เลยไม่ไป

조용한 걸 보니 아이가 잠이 들었지 싶은데요.
เห็นเงียบๆ คิดว่าเด็กคงจะนอนหลับแล้วน่ะ

비가 오지 싶어서 밖에 나가지 않았습니다.
คิดว่าฝนคงจะตก ก็เลยไม่ไปข้างนอก

이 약을 먹어 보니 증세가 좋아지지 싶은데요.
พอลองทานยานี้ดูแล้ว คิดว่าอาการคงจะดีขึ้นน่ะ

그가 집에 있지 싶어서 잠깐 들렀다.
คิดว่าเขาคงจะอยู่บ้าน เลยแวะสักแป๊บ

-지 않다

대응어 ไม่...

용 법 부정하고자 하는 내용을 담은 문법소 앞에 ไม่가 위치한다.

ไม่+V/N

그 여자가 마음에 들지 않았다.
ไม่ถูกใจผู้หญิงคนนั้น

내가 직접 말하지 않았다.
ฉันไม่ได้พูดเอง

위험하지 않게 운전해라.
ขับรถอย่าประมาทนะ / อย่าขับรถให้อันตรายนะ

그 여자는 우리 엄마처럼 착하지 않다.
ผู้หญิงคนนั้นจิตใจดีไม่เท่าแม่ของเรา

청소했는데 방이 아직도 깨끗하지 않다.
ทำความสะอาดแล้ว แต่ห้องยังไม่สะอาด

-(으)ㄴ/는 지 알다/모르다

대응어 รู้ว่า.../ไม่รู้ว่า...

용 법 알고 있는 내용이 รู้ว่า 다음에 절의 형태로 기술된다. 부정문의 경우에는 모르는 내용이 ไม่รู้ว่า 다음에 기술된다.

S+รู้ว่า+[S+V]

날씨가 좋은 지 안 좋은지 알아요?
รู้ไหมว่าอากาศดีหรือไม่ดี

누나가 무엇을 사 왔는지 알아요?
รู้ไหมว่าพี่สาวซื้ออะไรมา

나는 김치가 매운 지 안 매운지 알아요.
ฉันรู้ว่ากิมจิเผ็ดหรือไม่เผ็ด

그가 오는 지 안 오는지 알아요?
รู้ไหมว่าเขามาหรือไม่มา

나는 동생이 갔는지 안 갔는지 몰라요.
ฉันไม่รู้ว่าน้องชายไปแล้วหรือยังไม่ไป

-(으)ㄹ 지도 모르다

대응어 อาจ...ก็ได้

용 법 가능성이 있는 내용을 기술한 문장 주어 다음에 전치 조동사 อาจจะ이 나오고 이어서 동사로 이어진 다음 ก็ได้로 마무리 된다.

S+อาจจะ+V+ก็ได้

어머니께서 돌아 오실지도 모른다.
แม่อาจจะกลับมาก็ได้

여동생이 울지도 모릅니다.
น้องอาจร้องไห้ก็ได้

나는 한국에 갈지도 모릅니다.
ฉันอาจจะไปเกาหลีก็ได้

친구들이 올지도 모릅니다.
เพื่อนๆ อาจจะมาก็ได้

그가 숙제를 시작할지도 모른다.
เขาอาจจะเริ่มทำการบ้านก็ได้

-(으)ㄹ지라도

대응어 ถึงแม้ว่า...ก็ตาม แต่ก็.../แม้กระนั้นก็ตาม...

용 법 ถึงแม้ว่า 다음에 여의치 않은 상황이 절의 형태로 기술되고 ก็ตาม으로 마무리 된 다음 그럼에도 불구하고 실행할 내용이 แต่ก็ 다음에 기술된다.

ถึงแม้ว่า+[S+V]+ก็ตาม แต่+[S ก็+V]

날씨가 안 좋을지라도 여행은 떠납시다.
ถึงแม้ว่าอากาศจะไม่ดีก็ตาม แต่ก็ออกไปเที่ยวกันเถอะ

모두가 그만둘지라도 우리는 끝까지 하겠어요.
ถึงแม้ว่าทุกคนจะหยุดทำงานก็ตาม แต่พวกเราก็จะทำต่อจนเสร็จ

머리가 아플지라도 시험을 보러 가야 하겠습니다.
ถึงแม้ว่าจะปวดหัวก็ตาม แต่ก็จะต้องไปสอบ

아주 졸릴지라도 숙제는 해야 합니다.
ถึงแม้ว่าจะง่วงนอนสุดๆ ก็ตาม แต่ก็ต้องทำการบ้าน

이 영화를 보고 싶을지라도 일은 해야 합니다.
ถึงแม้ว่าอยากจะดูหนังเรื่องนี้ก็ตาม แต่ก็จะต้องทำงาน

-(으)ㄴ/는 탓에

대응어 เป็นเพราะ...เลย.../เป็นความผิดที่...

용 법 เป็นเพราะ 또는 เป็นความผิดที่ 다음에 원인이 절의 형태로 나타나고 그로 인해 생겨난 결과가 เลย 다음에 기술된다.

เป็นเพราะ/เป็นความผิดท+[S+V]+[(S)+เลย+V]

시간이 모자란 탓에 문제를 다 풀지 못했다.
เป็นเพราะเวลาไม่พอ เลยแก้โจทย์ได้ไม่หมด

열이 있는 탓에 내가 아주 어지러워요.
เป็นเพราะมีไข้ ฉันเลยเวียนศีรษะมาก

네가 늦게 온 탓에 우리가 벌을 받았다.
เป็นความผิดที่เธอมาสาย พวกเราเลยได้รับโทษ

밥을 먹지 않은 탓에 나까지 욕먹었다.
เป็นความผิดที่ไม่กินข้าว ฉันเลยต้องโดนด่าไปด้วย

네가 숙제를 안 한 탓에 내가 이렇게 당했으니 책임져라.
เป็นความผิดที่เธอไม่ทำการบ้าน ฉันเลยโดนแบบนี้ เธอต้องรับผิดชอบด้วยนะ

-아/어지다

대응어 ..ขึ้น/ลง,กลายมา...แล้ว

용 법 상태나 상황의 변화를 표현하는 것으로 동사 다음에 부동사 ขึ้น/ลง이 붙거나 กลายมา 다음에 변화된 내용이 기술되고 แล้ว로 마무리 된다.

S+V+ขึ้น/ลง/ S+กลายมา+V+แล้ว

요즘 나는 뚱뚱해졌어요.
ช่วงนี้ฉันอ้วนขึ้น

무엇을 했길래 예뻐졌어요?
ทำอะไรมาหรือ ทำไมเธอสวยขึ้นล่ะ

그 사람이 떠나갈 때부터 나는 외로워졌어요.
ตั้งแต่เขาห่างไป ฉันรู้สึกว้าเหว่ขึ้น

전에 나는 그 사람을 싫어했지만 지금은 좋아졌어요.
เมื่อก่อนฉันไม่ชอบเขา แต่ตอนนี้ฉันกลายมาเป็นชอบเขาแล้ว

왜 너는 그 사람이 싫어지니?
ทำไมเธอกลายเป็นเกลียดเขาล่ะ

-지요?

대응어 ...ใช่ไหม

용 법 어느 정도 알고 있는 사실이 기술되고 끝에 ใช่ไหม가 붙어 확인성 질문을 나타내게 된다.

[S+V]+ใช่ไหม

가: 이 영화가 재미있지요?
หนังเรื่องนี้สนุกใช่ไหม

나: 네, 아주 재미있었어요.
ใช่ สนุกมากๆ

가: 테니스를 칠 수 있지요?
เล่นเทนนิสได้ใช่ไหม

나: 아니오, 칠 수 없어요.
เปล่า เล่นไม่ได้

가: 이번 일요일에 산에 갈 거지요?
วันอาทิตย์นี้จะไปภูเขาใช่ไหม

나: 네, 갈 거예요.
ใช่ จะไป

가: 오늘 날씨가 덥지요?
วันนี้อากาศร้อนใช่ไหม

나: 네, 아주 더워요.
ใช่ ร้อนมาก

가: 어제 내 동생에게서 전화 받았지요?
เมื่อวานได้รับโทรศัพท์จากน้องชายของฉันใช่ไหม

나: 아니오, 못 받았어요.
ไม่ ไม่ได้รับ

-(으)ㄴ 채로

대응어 โดยยัง.../ทั้งๆ ที่ยัง...

용 법 먼저 행해야 할 행해야 할 행위가 ยัง 뒤에 후행절로 나타나고 그 행위가 이루어 지지 않은 상태에서 행하는 다음 행위가 โดย 앞에 선행절로 나타난다.

[S+V]+โดยยัง/ทั้งๆ ที่ยัง+[S+V]

샤워도 안 한 채로 잠을 자요.
นอนโดยยังไม่ได้อาบน้ำ

손을 안 씻은 채로 밥을 먹어요.
กินข้าวโดยยังไม่ได้ล้างมือ

신발을 안 벗은 채로 방에 들어가요.
เข้าห้องทั้งๆ ที่ยังไม่ถอดรองเท้า

옷을 입지 않은 채로 외출해요?
ออกไปข้างนอก ทั้งๆ ที่ยังไม่สวมเสื้อ

일을 끝내지 않은 채 집에 가요.
กลับบ้าน ทั้งๆ ที่งานยังไม่เสร็จ

-는/(으)ㄴ 체 하다

대응어 แกล้งทำเป็น...

용 법 주어 다음에 แกล้งทำเป็น 이 나오고 이어서 사실과 달리 행하는 행동이 절의 형태로 나타난다.

S+แกล้งทำเป็น+[S+V]

아는 사람인데 왜 못 본 체했어요?
เป็นคนที่รู้จักอ่ะนะ ทำไมทำเป็นไม่เห็นล่ะ

그 남자가 잘난 체하는 통에 분위기가 나빠졌어요.
ผู้ชายคนนั้นแกล้งทำเป็นเก่ง ทำให้บรรยากาศเสียหมด

내가 그 사람을 잘 아는 체 했어요.
ฉันแกล้งทำเป็นรู้จักคนนั้นดี

배웠는데 왜 모르는 체 했어요?
เรียนแล้วอ่ะนะ แล้วทำไมแกล้งทำเป็นไม่รู้ล่ะ

아이가 밥을 먹었는데 아직도 안 먹은 체 해요..
เด็กๆกินข้าวแล้ว แต่ยังแกล้งทำเป็นยังไม่ได้กิน

-ㄴ/는축에 들다

대응어 เข้าข่าย...

용 법 일정 기준을 충족하여 특정 집단에 포함시킬 수 있다는 표현으로 주어 다음에 เข้าข่าย가 술어로 나오고 그 뒤에 특정 집단에 대한 설명이 나타난다.

S+เข้าข่าย+N

요즘 노래를 잘 부르는 축에 드는 사람이 꽤 많아요.
ช่วงนี้คนที่เข้าข่ายคนร้องเพลงเก่งมีมากมาย

세계적으로 급속히 발전하는 축에 드는 국가는 바로 한국이다.
ประเทศที่เข้าข่ายประเทศที่พัฒนาอย่างรวดเร็วในโลก คือ ประเทศเกาหลีใต้นั่นเอง

그 사람은 경기 대회에 패배한 축에 들었어요.
เขาอยู่ในข่ายพ่ายแพ้การแข่งขัน

얼굴이 잘 생긴 축에 드는 사람을 소개해 드릴까요?
จะแนะนำคนที่เข้าข่ายคนหล่อให้เอาไหม

성적이 그렇게 나오면 공부를 잘하는 축에 드는 사람입니다.
ถ้าผลการเรียนออกมาอย่างนั้น เป็นคนที่เข้าข่ายคนเรียนเก่ง

-커녕

대응어 อย่าว่าแต่...เลย...

용 법 최소한의 것은 물론 다른 것도 못하고 있다는 표현으로 อย่าว่าแต่ 다음에 최소한의 것이 명사형으로 나오고 เลย로 강조되면서 그밖의 것도 못하고 있다는 내용이 후행절로 나타난다.

อย่าว่าแต่+N+เลย+[S+V]

아파서 밥은 커녕 죽도 못 먹어요.
ไม่สบายมาก อย่าว่าแต่ข้าวเลย โจ๊กก็กินไม่ได้

인사는 커녕 쳐다보지도 않는다.
อย่าว่าแต่ทักทายเลย หน้าก็ยังไม่มอง

밥은 커녕 물도 못 먹어요.
อย่าว่าแต่ข้าวเลย น้ำก็ไม่กินได้

공책은 커녕 메모지 한장도 없어요.
อย่าว่าแต่สมุดเลย กระดาษโน้ตซักแผ่นก็ไม่มี

오토바이는 커녕 자전거도 살 수 없어요.
อย่าว่าแต่รถจักรยานยนต์เลย จักรยานก็ยังซื้อไม่ได้

-(으)ㄹ 테니까

대응어 จะ... ฉะนั้น/ดังนั้น...

용 법 인과관계 구문으로 선행절에 이유나 사유가 되는 내용이 미래시제로 나오고 그런 이유로 해야 할 내용이 ฉะนั้น 또는 ดังนั้น 다음에 절의 형태로 기술된다. 구어체에서는 เพราะอย่างนั้น의 축약형인 เพราะงั้น 또는 งั้น

이 사용되기도 한다.

[S+V]+ฉะนั้น/ดังนั้น+[S+V]

제가 도와 드릴 테니까 걱정하지 마세요.
ดิฉันจะช่วย ดังนั้นไม่ต้องเป็นห่วงนะ

천천히 읽을 테니까 잘 들어봐요.
จะอ่านอย่างช้าๆ ฉะนั้นลองฟังดีๆ นะ

10 시쯤 전화할 테니까 집에서 기다려요.
จะโทรไปหาตอนเวลาประมาณ 10 โมง ฉะนั้นรออยู่ที่บ้านนะ

고객이 오실 테니까 방 정리를 좀 합시다.
ลูกค้าจะมา ฉะนั้นจัดห้องให้เป็นระเบียบกันสักหน่อยเถอะ

다음 주에는 시험이 있을 테니까 미리 준비들 해요.
สัปดาห์หน้าจะมีสอบ งั้นเตรียมตัวไว้ล่วงหน้ากันเถอะ

엄마가 화내실 테니까 술을 먹지 맙시다.
แม่น่าจะโกรธ งั้นไม่ดื่มเหล้ากันนะ

-을/를 통해서

대응어 ด้วย/โดยการ...,จากการ...

용 법 방법이나 수단이 되는 내용이ด้วย/โดยการ 또는 จากการ 다음에 나오고 이를 통해 얻어질 수 있는 결과가 후행절로 나타난다.

ด้วย/โดยการ+V+[S+V]
จากการ+V+[S+V]

이번 여행을 통해서 친구들이 더욱 친해졌으면 좋겠습니다.
ในการไปเที่ยวครั้งนี้ ถ้าเพื่อนๆ สนิทกันมากขึ้นก็คงจะดี

이번 방문을 통해서 여러분께 적게나마 유익했으면 합니다.
หวังว่าในการมาเยี่ยมครั้งนี้ คงจะเป็นประโยชน์แก่ท่านไม่มากก็น้อย

이번 연습을 통해서 더 한층 잘할 것 같습니다.
จากการฝึกฝนครั้งนี้ ดูเหมือนว่าจะเก่งยิ่งขึ้น

대학시절을 통해서 많은 경험을 했습니다.
จากสมัยเป็นนักศึกษาได้รับประสบการณ์มาก

많은 문제를 통해서 사람에 대해서 배울 수 있습니다.
จากปัญหาจำนวนมาก สามารถเรียนรู้ผู้คนได้

-(으)ㄴ/는 편이다

대응어 ค่อนข้าง...

용 법 대체적인 수준이나 경향을 나타내는 것으로 주어 다음에 ค่อนข้าง이 오고 나서 동사로 연결되는 구조를 갖는다.

S+ค่อนข้าง+V

한국어는 태국어보다 공부하기가 힘든 편입니다.
ภาษาเกาหลีค่อนข้างจะเรียนยากกว่าภาษาไทย

누나는 이집트의 날씨가 태국보다 더운 편이라고 생각합니다.
พี่สาวคิดว่าอากาศที่อียิปต์ค่อนข้างร้อนกว่าที่ประเทศไทย

댕은 뚝이 자기보다 날씬한 편이라고 생각합니다.
แดงคิดว่าตุ๊กค่อนข้างผอมกว่าตัวเอง

엄마는 형이 동생보다 열심히 공부하는 편이라고 생각합니다.
แม่คิดว่าพี่ชายค่อนข้างจะขยันเรียนกว่าน้อง

여자는 남자보다 옷을 잘 입는 편입니다.
ผู้หญิงแต่งตัวค่อนข้างเก่งกว่าผู้ชาย

-(으)ㄹ 필요가 없다

대응어 ไม่จำเป็น...

용 법 ไม่จำเป็น 다음에 꼭 하지 않아도 되는 행위가 절의 형태로 기술된다. 그 사유가 선행절로 나타날 수도 있다.

[S+V]+[S+ไม่จำเป็น+V]

요즘 비성수기간이니까 예약할 필요가 없어요.
ช่วงนี้เป็นช่วงแขกน้อย งั้นไม่จำเป็นต้องจอง

두 사람이 결정해야 하겠지만 정말이지 꼭 해야 할 필요는 없어요.
ทั้งสองคนจะต้องตัดสินใจ แต่ไม่จำเป็นที่จะต้องทำจริงๆ

요즘은 방학기간이기 때문에 대부분 학생들이 학교에 갈 필요가 없습니다.
เพราะว่าช่วงนี้เป็นช่วงปิดเทอม นักเรียนส่วนใหญ่จึงไม่จำเป็นต้องไปโรงเรียน

일기예보에 따르면 확실히 비가 오지 않기 때문에 우산을 가지고 올 필요가 없습니다.
ตามพยากรณ์อากาศ ฝนไม่ตกอย่างแน่นอน เพราะฉะนั้นจึงไม่จำเป็นต้องเอาร่มมาด้วย

오늘 처음 회사에 첫 출근 하지만 빨리 갈 필요가 없습니다. 차가 밀리지 않거든요.
แม้ว่าวันนี้จะไปทำงานวันแรกก็ตาม แต่ก็ไม่จำเป็นต้องรีบไป เพราะรถไม่ติด

-(나) -(나) 할 것 없이

대응어 ไม่มีว่า...หรือ...ก็เลย...

용 법 아무것도 없다는 표현으로 ไม่มีว่า 다음에 하나의 예가 제시되고 หรือ 다음에 또하나의 예가 제시된 다음 ก็เลย 로 연결되어 그로 인한 결과가 후행절로 기술된다.

ไม่มีว่า+N+หรือ+N+[S+ก็เลย+V]

그는 집이나 가족이나 할 것 없이 아무것도 없어서 혼자 생활하고 있다.
เขาไม่มีอะไรไม่ว่าบ้านหรือครอบครัวก็เลยดำเนินชีวิตอยู่คนเดียว

그 학생은 책이나 필기구나 할 것 없이 아무것도 없어서 공부를 못한다.
นักเรียนคนนั้นไม่มีอะไรไม่ว่าหนังสือหรือเครื่องเขียนก็เลยเรียนหนังสือไม่ได้

돈이나 직업이나 할 것 없이 아무것도 없어서 가난해요.
ไม่มีอะไรไม่ว่าเงินหรืองาน ก็เลยยากจน

사랑이나 희망이나 할 것 없이 아무것도 없어서 결혼하지 못해요.
แต่งงานไม่ได้เพราะไม่มีทั้งความรักหรือความหวัง

그 개는 물이나 음식이나 할 것 없이 아무것도 없어서 죽었을 거예요.
หมาตัวนั้นคงตายเพราะไม่มีอะไรไม่ว่าน้ำหรืออาหาร

-(으)ㄴ 후에

대응어 หลังจาก...

용 법 หลังจาก 다음에 먼저 행한 행위가 선행절로 기술되고 이어서 행한 행위는 선행절로 나타난다.

[S+V]+หลังจาก+[S+V]

텔레비전을 본 후에 숙제를 했어요.
หลังจากดูโทรทัศน์แล้วทำการบ้าน

책을 읽은 후에 잡시다.
หลังจากอ่านหนังสือ เข้านอนกันเถอะ

농구를 한 후에 빨리 목욕합니다.
หลังจากเล่นบาสเกตบอลแล้วรีบอาบน้ำ

시험을 본 후에 바다에 갑시다.
หลังจากสอบแล้วไปทะเลกันเถอะ

밥을 먹은 후에 설거지를 하세요.
หลังจากกินข้าวแล้วล้างจานด้วยนะ

-(으)ㄴ 후에 -면 뭘 해요?

대응어 หลังจาก..ไปแล้ว...หาอะไรกันล่ะ

용 법 먼저 행한 행위가 หลังจาก 다음에 선행절로 기술되고 ไปแล้ว 로 마무리 된 다음 나중에 행한 행위가 후행절로 기술된다. 그리고 난 다음 หาอะไรกันล่ะ가 나타나 후행절의 행위가 소용없음을 표현한다.

หลังจาก+[S+V]+ไปแล้ว+[S+V]+หาอะไรกันล่ะ

실수한 후에 잘못했다고 후회하면 뭘 해요?
หลังจากที่ผิดพลาดไปแล้ว พูดขอโทษและเสียใจหาอะไรกันล่ะ

이미 결정된 후에 반대하면 뭘 해요?
หลังจากที่ได้ตัดสินใจไปแล้ว จะคัดค้านหาอะไรกันล่ะ

버스가 지나가 후에 손들면 뭘 해요?
หลังจากรถเมล์ผ่านไปแล้ว จะโบกมือหาอะไรกัน

이미 다른 사람과 결혼한 후에 그리워하면 뭘 해요?
หลังจากแต่งงานกับคนอื่นไปแล้ว จะคิดถึงหาอะไรกันล่ะ

대답한 후에 실행하지 않으면 뭘 해요?
หลังจากตอบรับไปแล้ว จะไม่ปฏิบัติตามหาอะไรกันล่ะ

사놓고 쓰지 않으면 뭘 해요?
หลังจากซื้อมาแล้ว จะไม่ใช้งานหาอะไรกันล่ะ

부록

잘못 적기 쉬운 태국어

ก

올바른 표기	잘못된 표기
ก็	ก้อ
กงเกวียนกำเกวียน	กงกำกงเกวียน
กงสุล	กงศุล
กฎ	กฏ
กบฏ	กบฎ, กบถ
กบาล, กระบาล	กะบาล, ๅบาน
กรรมกร	กรรมกรณ์
กรรมกรณ์	กรรมกร

올바른 표기	잘못된 표기
กระเพาะ	กะเพาะ, กะเพราะ, กระเพราะ
กริยา	กิริยา
กรีฑา	กรีธา, กรีทา
กรีธา	กรีฑา
กลยุทธ์	กลยุทธ, กลยุทธิ, กลยุทธิ์
กลางคัน	กลางครัน
กลิ่นอาย	กลิ่นไอ
กสิณ	กสิน
กเฬวราก	กเลวราก
กอปร	กอป, กอปร์
กอล์ฟ	กลอฟ, กอลฟ์, ก็อลฟ์, ก็อล์ฟ, ก๊อลฟ์, ก๊อล์ฟ
กะทันหัน	กระทันหัน
กะเทย	กระเทย
กะเทาะ	กระเทาะ
กะบังลม	กระบังลม
กะปิ	กระปิ
กะพง	กระพง
กะพริบ	กระพริบ

올바른 표기	잘못된 표기
กะพรุน	กระพรุน
กะเพรา	กะเพา, กระเพา, กระเพรา
กะล่อน	กระล่อน
กะละมัง	กาละมัง
กะลาสี	กลาสี
กะละแม	กาละแม, กาลาแม, กาละแมร์
กะหรี่	กระหรี่
กะเหรี่ยง	กระเหรี่ยง
กะหล่ำ	กระหล่ำ
กะโหลก	กระโหลก
กังวาน	กังวาล
กันทรลักษ์	กันทรลักษณ์, กัณ-
กันแสง	กรรแสง, กรรณแสง
กาลเทศะ	กาละเทศะ
กาลเวลา	กาฬเวลา
กาฬสินธุ์	กาฬสินธ์, กาล-
กำเหน็จ	กำเน็จ, กำเหน็ด
กิตติมศักดิ์	กิติมศักดิ์, เกียรติมศักดิ์
กินรี	กินนรี

올바른 표기	잘못된 표기
กิริยา	กริยา
กฎี, กฎิ	กฎ, กฎิ
กู	กรู
เกม	เกมส์
เกล็ดเลือด	เกร็ดเลือด
เกษียณ	เกษียน, เกษียร
เกสร	เกษร
เกาต์	เก๊าท์
เกียรติ	เกียตร, เกียรต, เกียรต์, เกียรติ์
แก๊ง	แก๊งค์, แก๊งก์
แกร็น	แกน, แกรน

ข

올바른 표기	잘못된 표기
ขบถ	ขบฎ
ขโมย	โขมย
ขวาน	ขวาญ

올바른 표기	잘못된 표기
ขะมักเขม้น	ขมักเขม้น
ขัณฑสกร	ขัณฑ-, ขันฑ-, ขันฑ-
ขาดดุล	ขาดดุลย์
ข้าวเหนียวมูน	ข้าวเหนียวมูล
ขี้เกียจ	ขี้เกลียด, ขี้เกียด
ขึ้นฉ่าย	คึ่น-, -ช่าย, -ไฉ่, -ไช่
เขยก	ขเยก, ขะเหยก
ไข่มุก	ไข่มุกข์, ไข่มุกด์, ไข่มุข

ค

올바른 표기	잘못된 표기
คทา	คฑา, คธา
คน	ฅน
ครรไล	ครรลัย
ครองแครง	คลองแคลง
ครองราชย์	ครองราช
คริสตกาล	คริสต์กาล

올바른 표기	잘못된 표기
คริสตจักร	คริสต์จักร
คริสต์ทศวรรษ	คริสตทศวรรษ
คริสต์ศตวรรษ	คริสตศตวรรษ
คริสต์ศักราช	คริสตศักราช
คริสต์ศาสนา	คริสตศาสนา
คริสต์ศาสนิกชน	คริสตศาสนิกชน
คริสต์มาส	คริสตมาส
ครุฑ	ครุท
ครุภัณฑ์	คุรุภัณฑ์
ครุศาสตร์	คุรุศาสตร์
คฤหาสน์	คฤหาสถ์
คลิก	คลิ้ก, คลิ๊ก
คลินิก	คลีนิก, คลินิค
ค้อน	ฆ้อน
คะ	ค๊ะ
คะนอง	คนอง
คัดสรร	คัดสรรค์
คาร์ป	คาร์ฟ, คราฟ, คาร์พ, คราพ
คารวะ	เคารวะ

올바른 표기	잘못된 표기
คำนวณ	คำนวน
คำสดุดี	คำดุษฎี
คุกกี้	คุ้กกี้, คุ๊กกี้
คุรุศึกษา	ครุศึกษา
เค้ก	เค็ก, เค๊ก
เครียด	เคลียด
เครื่องราง	เครื่องลาง
แค็ตตาล็อก	แคตตาล็อก, แคตาล็อก
แคบหมู	แค็บ-, แคป-, แค็ป-
แคระแกร็น	แคะแกน, แคะแกรน, แคระแกน, แคระแกรน
แครง	แคลง
โค่ง	โข่ง
โคตร	โครต, โคต, โคด
โครงการ	โครงการณ์, โคลงการ
โควตา	โควต้า
คอลัมน์	คอลัมม์

ฆ

올바른 표기	잘못된 표기
ฆราวาส	ฆรวาส, ฆารวาส, -วาท
ฆาตกร	ฆาตรกร
ฆาตกรรม	ฆาตรกรรม
เฆี่ยน	เคี่ยน

ง

올바른 표기	잘못된 표기
งบดุล	งบดุลย์
งูสวัด	งูสวัส, งูสวัสดิ์

จ

올바른 표기	잘못된 표기
จงกรม	จงกลม
จระเข้	จรเข้

올바른 표기	잘못된 표기
จลนศาสตร์	จลศาสตร์
จลาจล	จราจล
จะงอย	จงอย
จะจะ	จะ ๆ
จะละเม็ด	จาละเม็ด, จาระเม็ด, จรเม็ด, จระเม็ด
จักจั่น	จั๊กจั่น
จักร	จักร์
จักรพรรดิ	จักรพรรดิ์
จักรวรรดิ	จักรวรรดิ์
จักสาน	จักรสาน
จาระไน	จารไน
จาระบี	จารบี
จำนง	จำนงค์
จินตนาการ	จินตะนาการ, จินตรนาการ
จุฬาลงกรณ์มหาวิทยาลัย	จุฬาลงกรณมหาวิทยาลัย
เจ๊ง	เจ็ง, เจ้ง, เจ๋ง
เจ๋ง	เจ๊ง
เจตจำนง	เจตจำนงค์

올바른 표기	잘못된 표기
เจตนารมณ์	เจตนารมย์
เจียระไน	เจียรไน
โจทก์	โจทย์
ใจ	จัย

ฉ

올바른 표기	잘못된 표기
ฉบับ	ฉะบับ
ฉะนั้น	ฉนั้น
ฉะนี้	ฉนี้
ฉัน	ฉันท์
ฉันท์	ฉัน
เฉพาะ	ฉะเพาะ, ฉเพาะ
ไฉน	ฉไน

ช

올바른 표기	잘못된 표기
ชมพู	ชมภู
ชมพู่	ชมภู่
ชะนี	ชนี
ชะมด	ชมด
ชะลอ	ชลอ
ชัชวาล	ชัชวาลย์
ชีพิตักษัย	ชีพตักษัย
ชีวประวัติ	ชีวะประวัติ

ซ

올바른 표기	잘못된 표기
ซวดเซ	ทรวดเซ
ซ่องเสพ	ส้องเสพ
ซาบซ่าน	ทราบซ่าน, -ส้าน
ซาบซึ้ง	ทราบซึ้ง
ซาลาเปา	ซาละเปา, ซะละเปา

올바른 표기	잘못된 표기
ซาวเสียง	ซาวด์เสียง, ซาวน์เสียง, ซาวนด์เสียง
ซีเมนต์	ซีเม็นต์, ซีเมนท์, ซีเม็นท์, ซีเม็น
ซุ่ม	สุ่ม, สุ้ม
ซุ้ม	สุ้ม
เซ็นชื่อ	เซ็นต์ชื่อ
เซนติเมตร	เซ็นติเมตร
ไซ้	ไซร้
โซม	โทรม

ฌ

올바른 표기	잘못된 표기
ฌาน	ฌาณ
ฌาปนกิจ	ฌาปณกิจ
เฌอ	กะเฌอ

ญ

올바른 표기	잘못된 표기
ญวน	ญวณ
ญัตติ	ญัติ
ญาณ	ญาน
ญาติ	ญาต

ฎ

올바른 표기	잘못된 표기
ฎีกา	ฏีกา

ฐ

올바른 표기	잘못된 표기
ฐาน	ฐาณ

ณ

올바른 표기	잘못된 표기
ณ	ณ.

ด

올바른 표기	잘못된 표기
ดอกจัน	ดอกจันท์, ดอกจันทน์, ดอกจันทร์
ดอกจันทน์	ดอกจัน, ดอกจันท์, ดอกจันทร์
ดอกไม้จันทน์	ดอกไม้จัน, ดอกไม้จันท์, ดอกไม้จันทร์
ดัตช์	ดัชต์, ดัชท์, ดัทช์
ดาดตะกั่ว	ดาษตะกั่ว
ดาดฟ้า	ดาษฟ้า
ดาษดื่น	ดาดดื่น
ดำรง	ดำรงค์
ดำริ	ดำหริ, ดำริห์
ดุล	ดุลย์

올바른 표기	잘못된 표기
ดุษณี	โดยดุษฎี
เดินเหิน	เดินเหิร
แดก	แดรก, แด่ก, แดร่ก, แด๊ก

ต

올바른 표기	잘못된 표기
ตรรกศาสตร์	ตรรกะศาสตร์
ตรรกะ, ตรรก-	ตรรกกะ
ตราสัง	ตราสังข์
ตรึงตรา	ตรึงตา
ตะกร้า	ตระกร้า
ตะราง	ตาราง
ตานขโมย	ตาลขโมย
ตาราง	ตะราง
ตำรับ	ตำหรับ
ใต้	ไต้
ใต้เท้า	ไต้เท้า

올바른 표기	잘못된 표기
ไต้	ใต้
ไต้ก๋ง	ใต้ก๋ง
ไต้ฝุ่น	ใต้ฝุ่น
ไตรยางศ์	ไตรยางค์
ไต้หวัน	ใต้หวัน

ถ

올바른 표기	잘못된 표기
ถนนลาดยาง	ถนนราดยาง
ถ่วงดุล	ถ่วงดุลย์
ถั่วพู	ถั่วพลู
เถา	เถาว์
ไถ่ตัว	ถ่ายตัว

ท

올바른 표기	잘못된 표기
ทโมน	ทะโมน, โทมน
ทยอย	ทะยอย
ทแยง	ทะแยง, แทยง
ทรงกลด	ทรงกรด
ทรมาทรกรรม	ทรมานทรกรรม
ทรราช	ทรราชย์
ทระนง, ทะนง	ทรนง, ทนง
ทลาย	ทะลาย
ทศกัณฐ์	ทศกัณฑ์
ทอนซิล	ทอมซิน
ทะนุถนอม	ทนุถนอม
ทะนุบำรุง, ทำนุบำรุง	ทนุบำรุง
ทะลาย	ทลาย
ทะเลสาบ	ทะเลสาป
ทัณฑ์	ฑัณฑ์
ทายาด	ทายาท
ทายาท	ทายาด, ทาญาติ

올바른 표기	잘못된 표기
ทารุณ	ทารุน
ทีฆายุโก	ฑีฆายุโก
ทุกรกิริยา	ทุกขกิริยา, ทุกขรกิริยา
ทุคติ	ทุกข์คติ
ทุพพลภาพ	ทุพลภาพ
ทุพภิกขภัย	ทุภิกขภัย
ทุศีล	ทุจศีล
ทูต	ฑูต
ทูนหัว	ทูลหัว
ทูลกระหม่อม	ทูนกระหม่อม
เท่	เท่ห์
เทพนม	เทพพนม
เทเวศร์	เทเวศ, เทเวศน์
เทโวโรหณะ	เทโวโรหนะ
เทอญ	เทิญ
เทอม	เทิม, เทิร์ม
เท้าความ	ท้าวความ
เทิด	เทอด
เทิดทูน	เทิดทูล

올바른 표기	잘못된 표기
แท็กซี่	แท๊กซี่
แทรกแซง	แซกแซง
โทรทรรศน์	โทรทัศน์
โทรทัศน์	โทรทรรศน์
โทรม	โซม
โทรศัพท์	โทรศัพย์

ธ

올바른 표기	잘못된 표기
ธนบัตร	ธนาบัตร
ธนาณัติ	ธนานัติ, ธนาณัต
ธรรมเนียม	ทำเนียม
ธัญพืช	ธัญญพืช
ธำมรงค์	ธำมรง, ทำมะรงค์
ธำรง	ธำรงค์
ธุรกิจ	ธุระกิจ

น

올바른 표기	잘못된 표기
นพปฎล	นพปดล
นภดล	นพดล
นวัตกรรม	นวตกรรม
นอต	น็อต, น๊อต
นะ	นั๊ะ
นะคะ	นะค่ะ, นะคั๊ะ
นันทนาการ	สันทนาการ
นัย	นัยยะ
นัยน์ตา	นัยตา
น่า	หน้า
นาฏกรรม	นาฎกรรม
นาที	นาฑี
นานัปการ	นานับประการ
นานา	นา ๆ
น้ำจัณฑ์	น้ำจัน
น้ำมันก๊าด	น้ำมันก๊าซ, -ก๊าส
น้ำแข็งไส	น้ำแข็งใส

올바른 표기	잘못된 표기
นิจศีล	นิจสิน
นิตยสาร	นิตยาสาร
นิเทศ	นิเทศน์, นิเทส
นิมิต	นิมิตร, นิรมิตร
นิเวศวิทยา	นิเวศน์วิทยา
เนรมิต	เนรมิตร
เนื่องนิตย์	เนื่องนิจ
แน่นหนา	หนาแน่น
โน้ต	โน๊ต, โน้ท, โน๊ท

บ

올바른 표기	잘못된 표기
บรรทัด	บันทัด
บรรทุก	บันทุก
บรรลุ	บันลุ
บรรเลง	บันเลง
บรั่นดี	บะหรั่นดี

올바른 표기	잘못된 표기
บริสุทธิ์	บริสุทธ, บริสุทธิ
บล็อก	บล็อค, บล๊อก
บ่วงบาศ	บ่วงบาศก์, บ่วงบาต, บ่วงบาท
บอระเพ็ด	บรเพ็ด, บอระเพชร
บังสุกุล	บังสกุล
บังเอิญ	บังเอิน
บัญญัติไตรยางศ์	บัญญัติไตรยางค์
บัตรสนเท่ห์	บัตรสนเท่
บันดาล	บรรดาล
บันได	บรรได
บันเทิง	บรรเทิง
บันลือ	บรรลือ
บางลำพู	บางลำภู
บาดทะยัก	บาททะยัก, บาดทยัก
บาตร	บาต
บาทบงสุ์	บาทบงส์
บาทหลวง	บาดหลวง
บำเหน็จ	บำเน็จ
บิณฑบาต	บิณฑบาตร, บิณฑบาท

올바른 표기	잘못된 표기
บิดพลิ้ว	บิดพริ้ว
บุคคล	บุคล
บุคลากร	บุคคลากร
บุคลิกภาพ	บุคคลิกภาพ
บุปผชาติ	บุปผาชาติ
บุษราคัม	บุษราคำ
บูชายัญ	บูชายัน, บูชายันต์
บูรณปฏิสังขรณ์	บูรณะปฏิสังขรณ์
เบญจเพส	เบญจเพศ
เบนซิน	เบ็นซิน, เบนซิล
เบรก	เบรค

ป

올바른 표기	잘못된 표기
ปฏิกิริยา	ปฏิกริยา
ปฏิสันถาร	ปฏิสัณฐาน, ปฏิสันถาน
ปฏิทิน	ปติทิน

올바른 표기	잘못된 표기
ปฏิพัทธ์	ประติพัทธ์
ปฏิสังขรณ์	ปฏิสังขร
ปฐมนิเทศ	ปฐมนิเทศก์, ปฐมนิเทศน์
ปณิธาน, ประณิธาน	ปนิธาน, ประนิธาน
ปรนนิบัติ	ปรณนิบัติ
ปรมาณู	ปรมณู
ปรองดอง	ปองดอง
ประกายพรึก	ประกายพฤกษ์
ประกาศนียบัตร	ประกาศณียบัตร
ประกาศิต	ประกาษิต
ประจัญ	ประจัน
ประจัญบาน	ประจันบาน, ประจันบาล, ประจัญบาล
ประจันหน้า	ประจัญหน้า
ประจันห้อง	ประจัญห้อง
ประจำการ	ประจำการณ์
ประณต	ประนต
ประณม	ประนม
ประณาม	ประนาม

올바른 표기	잘못된 표기
ประณีต	ปราณีต, ประนีต
ประดิดประดอย	ประดิษฐ์ประดอย
ประนีประนอม	ประณี-, ปรานี-, ปราณี-, -ประณอม, -ปรานอม, -ปราณอม
ประมาณ	ประมาน
ประเมิน	ประเมิณ
ประโยชน์โพดผล	ประโยชน์โพธิผล, ประโยชน์โภชผล, ประโยชน์โภชน์ผลประสบการณ์
ประสบการณ์	ประสพการณ์ผ
ประสบผลสำเร็จ, ประสบความสำเร็จ	ประสพผลสำเร็จ, ประสพความสำเร็จ
ประสูติ	ประสูต, ประสูตร
ประสูติการ	ประสูติกาล
ประสูติกาล	ประสูติการ
ประหลาด	ปะหลาด, ปลาด
ประหัตประหาร	ประหัดประหาร, ประหัตถ์ประหาร
ประหาณ, ปหาน	ประหาร
ประหาร, ปหาร	ประหาณ, -หาน, ปะ-

올바른 표기	잘못된 표기
ปรัมปรา	ปรำปรา, ปะรำปะรา
ปรัศนี	ปรัศนีย์
ปรากฏ	ปรากฎ
ปราณี	ปรานี
ปรานี	ปราณี
ปรานีปราศรัย	ปราณีปราศัย
ปรารถนา	ปราถนา
ปราศจาก	ปราศจาค
ปราศรัย	ปราศัย
ปล้นสะดม	ปล้นสดมภ์
ปวารณา	ปวารนา
ปะทะ	ประทะ
ปะแล่ม	ปแล่ม, แปล่ม
ปักษิน	ปักษิณ
ปาฏิหาริย์	ปาฏิหาร, ปาฏิหารย์
ปาติโมกข์	ปาฏิโมกข์
ปาริชาต	ปาริชาติ
ปิกนิก	ปิคนิค
ปุโรหิต	ปุโลหิต

올바른 표기	잘못된 표기
เปอร์เซ็นต์	เปอร์เซนต์
เปื๋อเหลอ	เปิ๋อเล่อ

ข

올바른 표기	잘못된 표기
ผดุง	ผะดุง
ผรุสวาท	ผรุสวาส
ผลลัพธ์	ผลลัพท์
ผล็อย	ผลอย
ผลัดเปลี่ยน	ผัดเปลี่ยน
ผลัดผ้า	ผัดผ้า
ผลัดเวร	ผัดเวร
ผลานิสงส์	ผลานิสงฆ์
ผอบ	ผะอบ
ผัดไทย	ผัดไท
ผัดผ่อน	ผลัดผ่อน
ผัดวันประกันพรุ่ง	ผลัดวันประกันพรุ่ง

올바른 표기	잘못된 표기
ผัดหนี้	ผลัดหนี้
ผาสุก	ผาสุข
ผีซ้ำด้ำพลอย	ผีซ้ำด้ามพลอย
ผุดลุกผุดนั่ง	ผลุดลุกผลุดนั่ง
ผูกพัน	ผูกพันธ์
ผู้เยาว์	ผู้เยา
เผชิญ	ผเชิญ, ผะเชิญ
เผลอไผล	เผอไผ
เผอเรอ	เผลอเรอ
เผอิญ	ผเอิญ, ผะเอิญ
เผ่าพันธุ์	เผ่าพัน
แผ่ซ่าน	แผ่ส้าน, แผ่ซ้าน
แผนการ	แผนการณ์
แผลงฤทธิ์	แผงฤทธิ์
ไผท	ผไท, ผะไท

ฝ

올바른 표기	잘못된 표기
ฝรั่งเศส	ฝรั่งเศษ
ฝักฝ่าย	ฝักใฝ่, ฝักไฝ่
ฝักใฝ่	ฝักฝ่าย, ฝักไฝ่
ฝากครรภ์	ฝากครร
ฝีดาษ	ฝีดาด
ฝีกปรือ	ฝึกปือ, ฝึกปลือ
ไฝ	ใฝ

พ

올바른 표기	잘못된 표기
พงศ์พันธุ์	พงพันธุ์, พงษ์พันธุ์
พจนานุกรม	พจณานุกรม
ฯพณฯ	พณฯ, ฯพณ, พณ
พยัก	พะยัก
พยักพเยิด	พะยักพะเยิด, พยักเพยิด
พยัคฆ์	พยัค, พยัฆ

올바른 표기	잘못된 표기
พยาน	พะยาน
พยาบาท	พญาบาท, พยาบาตร
พยุง	พะยุง
พเยีย	พะเยีย, เพยีย
พรรณนา	พรรณา
พรหมจรรย์	พรมจรรย์
พราหมณ์	พราห์มณ์, พรามณ์
พร่ำพลอด	พร่ำพรอด
พฤศจิกายน	พฤษจิกายน
พฤษภาคม	พฤศภาคม
พลการ	พละการ
พลศึกษา	พละศึกษา
พละกำลัง	พลกำลัง
พลาสติก	พลาสติค
พหูสูต	พหูสูตร
พะแนง	พแนง, แพนง
พะยอม	พยอม
พะยูน	พยูน
พะวักพะวน	พวักพวน

올바른 표기	잘못된 표기
พังทลาย	พังทะลาย
พันทาง	พันธุ์ทาง
พันธกิจ	พันธะกิจ
พันธสัญญา	พันธะสัญญา
พัศดี	พัสดี
พัสดุ	พัศดุ
พากย์	พากษ์
พาณิชย์, พาณิชย, พณิชย์ พาณิช, พณิช	พานิชย์, พานิชย, พนิชย์ พานิช, พนิช
พานจะเป็นลม	พาลจะเป็นลม
พาหุรัด	พาหุรัต, พาหุรัตน์
พิณพาทย์	พิณภาทย์
พิธีรีตอง	พิธีรีตรอง
พิบูล	พิบูลย์
พิพิธภัณฑ์	พิพิทธภัณฑ์
พิราบ	พิราป
พิลาป	พิราป
พิศวง	พิสวง
พิศวาส	พิสวาส, พิสวาท

올바른 표기	잘못된 표기
พิสดาร	พิศดาร
พิสมัย	พิศมัย
พึมพำ	พึมพัม
พุดตาน	พุดตาล
พุทธชาด	พุทธชาติ
พู่กัน	ภู่กัน
พู่ระหง	ภู่ระหง
เพชฌฆาต	เพชรฆาต, เพ็ชรฆาต
เพชร	เพ็ชร
เพศสัมพันธ์	เพศสัมพันธุ์
เพนียด	พเนียด, พะเนียด
เพริศพริ้ง	เพริดพริ้ง
เพิ่มพูน	เพิ่มพูล
เพียบพร้อม	เพรียบพร้อม
แพทยศาสตร์	แพทย์ศาสตร์
โพชฌงค์	โพชงค์
โพดำ	โพธิ์ดำ
โพแดง	โพธิ์แดง
โพทะเล	โพธิ์ทะเล

올바른 표기	잘못된 표기
โพนทะนา	โพนทนา
โพระดก	โพรดก
โพสพ	โพศพ
ไพฑูรย์	ไพทูรย์

ฟ

올바른 표기	잘못된 표기
ฟังก์ชัน	ฟังก์ชั่น
ฟั่น	ฝั้น
ฟันคุด	ฟันครุฑ, ฟันครุท
ฟาทอม	ฟาธอม, แฟทอม, แฟธอม
ฟิล์ม	ฟิลม์, ฟลิม, ฟิมล์, ฟิม์ล
ฟิวส์	ฟิว
ฟุตบอล	ฟุทบอล
ฟุลสแก๊ป	ฟูลสแกป
เฟิน	เฟิร์น
แฟชั่น	แฟชัน

올바른 표기	잘못된 표기
ไฟแช็ก	ไฟแชค, ไฟแช็ค

ภ

올바른 표기	잘못된 표기
ภคินี	ภคิณี
ภวังค์	พวังศ์
ภัณฑารักษ์	พันธารักษ์
ภาคทัณฑ์	ภาคฑัณฑ์
ภาคภูมิ	ภาคภูม
ภาพยนตร์	ภาพยนต์
ภารกิจ	ภาระกิจ
ภาวการณ์	ภาวะการณ์, ภาวะการ
ภาววิสัย	ภาวะวิสัย
ภุชงค์	พุชงค์
ภูตผี	ภูติผี
ภูมิใจ	ภูมใจ
ภูมิลำเนา	ภูมลำเนา

올바른 표기	잘못된 표기
เภตรา	เพตรา

ม

올바른 표기	잘못된 표기
มกุฎ	มกุฏ
มงกุฎ	มงกุฏ
มณฑป	มนฑป, มณทป
มนเทียร	มนเฑียร, มณเฑียร
มนุษยสัมพันธ์	มนุษย์สัมพันธ์
มรณภาพ	มรณะภาพ
มฤตยู	มฤตญู
มลทิน	มนทิน
มลังเมลือง	มะลังมะเลือง
มหรรณพ	มหรรนพ, มหันนพ
มหรสพ	มหรศพ
มหัศจรรย์	มหรรศจรรย์
มหาหิงคุ์	มหาหิงค์

올바른 표기	잘못된 표기
มเหสักข์	มเหศักดิ์
มเหสี	มเหศรี, มเหศี, มเหษี, เมหสี
มไหศวรรย์	มไหสวรรค์
ม่อห้อม, ม่อฮ่อม, หม้อห้อม	หม้อฮ่อม
มะหะหมัด	มหะหมัด, มะหะมัด
มัคคุเทศก์	มัคคุเทศ, มัคคุเทศน์
มัคนายก, มรรคนายก	มัคทายก, มรรคทายก
มัณฑนศิลป์	มันทนศิลป์, มันฑณศิลป์
มัธยัสถ์	มัธยัสต์
มัศยา, มัตสยา	มัสยา
มัสตาร์ด	มัสตาด
มัสมั่น	มัสหมั่น
มาตรการ	มาตราการ
มาตรฐาน	มาตราฐาน
มานุษยวิทยา	มนุษยวิทยา
ม่าเหมี่ยว	มะเหมี่ยว
มึง	เมิง
มืดมน	มืดมนต์, มืดมล
มุกตลก	มุขตลก

올바른 표기	잘못된 표기
แมงมุม	แมลงมุม
แมลงดา	แมงดา
แมลงภู่	แมลงพู่, แมงภู่
แมลงวัน	แมงวัน
แมลงสาบ	แมลงสาป, แมงสาบ, แมงสาป
ไมยราบ	ไมยราพ
ไมยราพณ์, มัยราพณ์	ไมยราพ
ไมล์	ไมร์, ไมค์

ย

올바른 표기	잘못된 표기
ยศถาบรรดาศักดิ์	ยศฐาบรรดาศักดิ์
ย่อมเยา	ย่อมเยาว์
ยาเกร็ด	ยาเกล็ด
ยานัตถุ์	ยานัตถ์, ยานัด
ยีราฟ	จีราฟ
เยอรมนี, เยอรมัน	เยอรมันนี

올바른 표기	잘못된 표기
เยาว์วัย	เยาวัย
เยื่อใย	เยื่อไย
ใยแมงมุม	ไยแมงมุม
ไย	ใย
ไยดี	ใยดี
ไยไพ	ใยไพ
โยธวาทิต	โยธวาฑิต

ร

올바른 표기	잘못된 표기
รกชัฏ	รกชัฎ
รณรงค์	รนรงค์
รถยนต์	รถยนตร์
รมณีย์	รมนีย์, รมณี
รสชาติ	รสชาด
ร้องไห้	ร้องให้
ระบบนิเวศ	ระบบนิเวศน์

올바른 표기	잘못된 표기
ระเบงเซ็งแซ่	ระเบ็งเซ็งแซ่
ระเห็จ	รเห็จ, เรห็จ
รักษาการ	รักษาการณ์
รักษาการณ์	รักษาการ
รังเกียจ	รังเกลียด, รังเกียด
รังควาน	รังควาญ
รังสี	รังษี, รังศี
รัชดาภิเษก	รัชฎาภิเษก
รัญจวน	รัญจวญ, รัญจวณ
รัฐวิสาหกิจ	รัฐวิสาหะกิจ
รัศมี	รัสมี, รัษมี
รากเหง้า	รากเง่า
ราชภัฏ	ราชภัฎ
ราชัน	ราชันย์
ราชวงศ์	ราชวงค์
ราดหน้า	ลาดหน้า
ราพณาสูร	ราพนาสูร
ราศี	ราศรี
รำคาญ	รำคราญ, รำคาน

올바른 표기	잘못된 표기
ริบบิ้น	ริ้บบิ้น
รื่นรมย์	รื่นรมณ์
เรี่ยไร	เรี่ยราย
แร็กเกต	แร็กเก็ต
โรงธารคำนัล	โรงธารกำนัล
โรมันคาทอลิก	โรมันคาธอลิค

ฤ

올바른 표기	잘못된 표기
ฤกษ์พานาที	ฤกษ์ผานาที
ฤทธิ์	ฤทธ, ฤทธ์
ฤๅ	ฤา
ฤๅษี, ฤษี	ฤาษี

ล

올바른 표기	잘못된 표기
ลดาวัลย์	ลัดดาวัลย์, ลดาวัณย์
ลมปราณ	ลมปราน
ลมหวน	ลมหวล
ล็อกเกต	ล็อกเก็ต
ลองไน	ลองใน
ละคร	ละคอน
ละเมียดละไม	ลเมียดลไม
ละโมบ	ลโมบ,ละโมภ
ละเอียดลออ	ลเอียดลออ, ละเอียดละออ
ลักเพศ	ลักเพท, ลักเพส
ลังถึง	รังถึง
ลาดตระเวน	ลาดตระเวณ
ลาดยาง	ราดยาง
ลายเซ็น	ลายเซ็นต์
ลาวัณย์	ลาวัลย์
ลำไย	ลำใย
ลำไส้	ลำใส้

올바른 표기	잘못된 표기
ลิงก์	ลิงค์
ลิดรอน	ริดรอน
ลิปสติก	ลิปสติค
ลิฟต์	ลิปต์, ลิฟ, ลิฟท์
ลือชา	ฦๅชา
ลุกลี้ลุกลน	ลุกลี้ลุกรน
ลูกเกด	ลูกเกตุ
ลูกนิมิต	ลูกนิมิตร
ลูกบาศก์	ลูกบาศ
เล่นพิเรนทร์	เล่นพิเรนท์
เลย	เรย
เล่ห์กระเท่ห์	เล่กระเท่
เลือกสรร	เลือกสรรค์
เลือดกบปาก	เลือดกลบปาก
โล่	โล่ห์
โลกาภิวัตน์	โลกาภิวัฒน์
ไล่เลียง	ไล่เรียง, ไร่เรียง, ไร่เลียง

ว

올바른 표기	잘못된 표기
วงศ์, วงษ์	วงค์
วงศ์วาน	วงษ์วาน
วัคซีน	วักซีน
วัณโรค	วันโรค, วรรณโรค
วันทยหัตถ์	วันทยาหัตถ์
วันทยาวุธ	วันทยวุธ
วางก้าม	วางกล้าม
วาทกรรม	วาทะกรรม
วาทิต	วาฑิต
วายชนม์	วายชน
วารดิถี	วาระดิถี
วาฬ	วาล
วิ่งเปี้ยว	วิ่งเปรี้ยว
วิ่งผลัด	วิ่งผัด
วิตถาร	วิตถาน, วิตถาล
วิตามิน	วิตตามิน, วิตะมิน
วินาที	วินาฑี

올바른 표기	잘못된 표기
วินาศกรรม	วินาศะกรรม
วิหารคด	วิหารคต
วิญญาณ	วิญญาน
เวท	เวทย์
เวทมนตร์	เวทย์มนตร์, เวทมนต์
เวนคืน	เวรคืน
เวียดนาม	เวียตนาม
ไวยากรณ์	ไวยกรณ์

ศ

올바른 표기	잘못된 표기
ศรัทธา, สัทธา	ศัทธา
ศศิธร	สสิธร, ศศิทร
ศักย์	ศักดิ์
ศัตรู	สัตรู, ศตรู
ศัพท์	ศัพย์
-ศาสตรดุษฎีบัณฑิต	-ศาสตร์ดุษฎีบัณฑิต

올바른 표기	잘못된 표기
-ศาสตรบัณฑิต	-ศาสตร์บัณฑิต
-ศาสตรมหาบัณฑิต	-ศาสตร์มหาบัณฑิต
ศิลป์, ศิลปะ	ศิลป
ศิลปกรรม	ศิลปะกรรม
ศิลปวัฒนธรรม	ศิลปะวัฒนธรรม
ศิลปวัตถุ	ศิลปะวัตถุ
ศีรษะ	ศรีษะ
ศึกษานิเทศก์	ศึกษานิเทศ, ศึกษานิเทศน์
เศรษฐินี	เศรษฐีนี
โศกนาฏกรรม	โศกะนาฏกรรม, โศกนาฎกรรม
โศกศัลย์	โสกศัลย์, โศกสันต์
โศกเศร้า	โสกเศร้า
ไศล	ไสล, ศไล

ส

올바른 표기	잘못된 표기
สกัด	สะกัด

올바른 표기	잘못된 표기
สกาว	สะกาว
สแกน	แสกน
สดับ	สะดับ
สถานการณ์	สถานการ, สถานะการณ์
สถิต	สถิตย์
สนนราคา	สงวนราคา
สบง	สะบง
สบาย	สะบาย
สบู่	สะบู่
สไบ	สะไบ, ไสบ
สเปน	เสปน, สเปญ
สภาวการณ์, สภาพการณ์	สภาวะการณ์
สมดุล	สมดุลย์
สมเพช	สมเพท, สมเพศ, สมเพส
สรรเพชญ	สรรเพชร
สรรแสร้ง	สรรค์แสร้ง
สรรหา	สรรค์หา
สรวงสวรรค์	สวงสวรรค์
สร้างสรรค์	สร้างสรร

올바른 표기	잘못된 표기
สวรรคต	สวรรณคต, สวรรค์คต
สอบเชาวน์	สอบเชาว์
สะกด	สกด
สะกิด	สกิด
สะคราญ	สคราญ
สะดวก	สดวก
สะพรึงกลัว	สะพึงกลัว
สะพาน	สพาน
สะเหล่อ	สะเหร่อ, เสร่อ, เสล่อ
สะอาด	สอาด
สักการบูชา	สักการะบูชา
สังเกต	สังเกตุ
สังเขป	สังเขบ
สังวร	สังวรณ์
สังวาล	สังวาลย์
สังสรรค์	สังสรร
สัญลักษณ์	สัญลักษ์, สัญญลักษณ์
สัณฐาน	สันฐาน, สันฐาณ, สัณฐาณ
สันโดษ	สัญโดษ

올바른 표기	잘못된 표기
สันนิษฐาน	สันนิฐาน, -ฐาณ
สับปลับ	สัปลับ
สับปะรด	สัปรด, สัปปะรด, สับปะรส
สัปเหร่อ	สัพเหร่อ, สัปปะเหร่อ
สัพยอก	สรรพยอก
สัมภาษณ์	สัมภาษ, สัมภาสน์
สัมมนา	สัมนา, สำมะนา
สาทร	สาธร
สาธารณชน	สาธารณะชน
สาธารณประโยชน์	สาธารณะประโยชน์
สาธารณสถาน	สาธารณะสถาน
สาธารณสมบัติ	สาธารณะสมบัติ
สาธารณสุข	สาธารณะสุข
สาบสูญ	สาปสูญ
สาบาน	สาบาณ
สาปแช่ง	สาบแช่ง
สาปสรร	สาบสรร
สามเส้า	สามเศร้า
สายสิญจน์	สายสิญจ์

올바른 표기	잘못된 표기
สารประโยชน์	สาระประโยชน์
สารภี	สาระพี, สารพี
สาระสำคัญ	สารสำคัญ
สารัตถประโยชน์	สารัตถะประโยชน์
สารัตถะสำคัญ	สารัตถสำคัญ
สำอาง	สำอางค์
สิงโต	สิงห์โต
สิทธิ, สิทธิ์	สิทธ, สิทธ์
สีสวาด	สีสวาท, สีสวาส
สีสัน	สีสรร, สีสรรค์
สุกียากี้	สุกี้ยากี้
สุข	ศุข
สุคติ	สุขคติ
สุญญากาศ	สูญญากาศ
สูจิบัตร	สูติบัตร
สูติบัตร	สูจิบัตร
เสกสรร	เสกสรรค์
เสบียง	สะเบียง, สเบียง
เสพ	เสพย์

올바른 표기	잘못된 표기
เสิร์ฟ	เสิฟ, เสิฟ์
เสลด	สเลด
เสื้อกาวน์	เสื้อกาว, เสื้อกาวด์
เสื้อเชิ้ต	เสื้อเชิ๊ต
แสตมป์	สแตมป์
โสฬส	โสรส
ไส้	ใส้

ห

올바른 표기	잘못된 표기
หกคะเมน	หกคเมน, หกคะเมร
หงส์	หงษ์
หน็อยแน่	หนอยแน่
หนาแน่น	แน่นหนา
หน้าปัดนาฬิกา	หน้าปัทม์นาฬิกา
หม้อห้อม, ม่อห้อม, ม่อฮ่อม	หม้อฮ่อม
หมาใน	หมาไน

올바른 표기	잘못된 표기
หมามุ่ย, หมามุ้ย	หมาหมุ้ย
หมูหย็อง	หมูหยอง
หยากไย่, หยักไย่	หยากใย่, หยักใย่
หย่าร้าง	อย่าร้าง
หยิบหย่ง	หยิบย่ง, หยิบโย่ง
ห่วงใย	ห่วงไย
หัวมังกุท้ายมังกร	หัวมงกุฎท้ายมังกร
หัวหน่าว	หัวเหน่า
เหม็นสาบ	เหม็นสาป
เหล็กใน	เหล็กไน
เหลือบ่ากว่าแรง	เหนือบ่ากว่าแรง
เหิน	เหิร
แหลกลาญ	แหลกราญ, แหลกราน
โหยหวน	โหยหวล
โหระพา	โหรพา, โหระภา
ใหลตาย	ไหลตาย
ไหม	มั๊ย, ไม๊
ไหหลำ	ใหหลำ

อ

올바른 표기	잘못된 표기
องคชาต	องคชาติ
องคุลิมาล	องคุลีมาล, องคุลีมาร, องคุลิมาร
อธิษฐาน, อธิฏฐาน	อธิฐาน, -ฐาณ
อนาถ	อนาจ
อนาทร	อนาธร
อนุกาชาด	อนุกาชาติ
อนุญาต	อนุญาติ
อนุมัติ	อนุมัต
อนุรักษนิยม	อนุรักษ์นิยม
อนุสาวรีย์	อนุเสาวรีย์, อณุสาวรีย์
อเนก	เอนก
อเนจอนาถ	อเนถอนาถ
อภิรมย์	อภิรมณ์
อภิเษก	อภิเสก
อมต, อมตะ	อัมตะ, อำมตะ
อมรินทร์	อัมรินทร์

올바른 표기	잘못된 표기
อมฤต, อำมฤต	อัมฤต
อริยเมตไตรย	อริยเมตตรัย, อริยเมตไตร
อริยสัจ	อริยสัจจ์
อลักเอลื่อ	อะหลักอะเหลื่อ
อลังการ	อลังการ์
อวสาน	อวสาณ, อวสานต์
อสงไขย	อสงขัย
อหังการ์	อหังการ
อหิวาตกโรค	อะหิวาตกโรค
ออฟฟิศ	อ็อฟ-, -ฟิซ, -ฟิส, -ฟิต
อะลุ่มอล่วย, อะลุ้มอล่วย	อะลุ่มอะล่วย, อลุ่มอล่วย
อะฟลาทอกซิน	อัลฟาทอกซิน
อะไหล่	อะหลั่ย
อักขรวิธี	อักขระวิธี
อักษร	อักศร, อักสร
อัญชัน	อัญชัญ
อัฒจันทร์	อัธจันทร์
อัตคัด	อัตคัต
อัตนัย	อัตตะนัย

올바른 표기	잘못된 표기
อัธยาศัย	อัทยาศัย, อัธยาษัย
อัมพาต	อัมพาส
อากาศ	อากาส
อาฆาตมาดร้าย	อาฆาตมาตร้าย
อาเจียน	อาเจียร
อานิสงส์	อานิสงฆ์
อาเพศ	อาเพส, อาเภส
อายัด	อายัติ, อายัต
อารมณ์	อารมย์
อาวรณ์	อาวร
อาสน์สงฆ์	อาสสงฆ์
อำนาจบาตรใหญ่	อำนาจบาทใหญ่
อำมหิต	อัมหิต
อินทรธนู	อินธนู, อินทร์ธนู
อินทรี (นกอินทรี, ปลาอินทรี)	อินทรีย์ (นกอินทรีย์, ปลาอินทรีย์)
อินทรียวัตถุ	อินทรีวัตถุ, อินทรีย์วัตถุ
อินฟราเรด	อินฟาเรด, อินฟาร์เรด
อิริยาบถ	อิริยาบท
อิสรภาพ	อิสระภาพ

올바른 표기	잘못된 표기
อิสรเสรี	อิสระเสรี
อีเมล	อีเมล์
อีสาน	อิสาน, -สาณ
อุกกาบาต	อุกาบาต
อุกฤษฏ์	อุกฤติ
อุดมการณ์	อุดมการ
อุทธรณ์	อุธรณ์
อุทาหรณ์	อุธาหรณ์, อุทาหร
อุบาทว์	อุบาท
อุปการคุณ	อุปการะคุณ
อุปถัมภ์	อุปถัมธ์, อุปถัมน์
อุปโลกน์	อุปโลก
อุปัชฌาย์	อุปัชฌา, อุปัชชา
อุปาทาน	อุปทาน
อุโมงค์	อุโมง
อุสุภราช	อุศุภราช
เอกเขนก	เอกขเนก
เอกฉันท์	เอกฉัน, เอกะฉันท์
เอ็นดอร์ฟิน	เอ็นโดรฟิน

올바른 표기	잘못된 표기
โอกาส	โอกาศ
ไอศกรีม	ไอศครีม, ไอติม

ฮ

올바른 표기	잘못된 표기
ฮ่อยจ๊อ	หอยจ๊อ, ห้อยจ๊อ, ¯จ้อ
เฮโลสาระพา, เฮละโลสาระพา	เฮโลโหระพา, เฮละโลโหระพา

정 환 승

(JUNG HWAN-SEUNG)

1987 한국외국어대학교 태국어과 졸업

1993 태국 Prince of Songkla University 대학원 졸업 (태국어학석사)

2003 한국외국어대학교 대학원 졸업 (언어학박사)

현 한국외국어대학교 태국어통번역학과 교수

저서

태국어 첫걸음 (2009)

태국어사동문 연구 (2008)

한국어 · 태국어 어휘학습 바이블 (2008)

태국인을 위한 한국어 입문 (2003)

현대 태국어 문법론 (2002) 외 다수.

논문

태국남부지역 갈등과 무슬림대학생들의 의식조사 (2012)

한국어와 태국어의 죽음 표현 비교연구 (2012)

한국어와 태국어의 통사구문 비교 연구 (2011)

태국 남부지역의 말레이어 차용 (2010)

한태 방향동사 비교연구 (2009)

태국어와 라오스어의 유사성에 관한 연구 (2009)

한태 양국 대학생들의 상호 국가이미지 비교분석 (2009)

팔리어와 산스크리트어가 태국어에 끼친 영향 (2009)

한국과 태국의 언어문화 비교연구 (2009)

태국에서의 한류와 한국어교육 (2009) 외 다수.

빠릿 인센

(PARIT YINSEN)

1995 태국 Prince of Songkla University 초등교육학과 졸업
2000 한국 전주대학교 대학원 졸업 (한국학석사)
2005 한국 전주대학교 대학원 졸업 (국어학박사)
현 태국 쏭클라대학교 한국어과 부교수

저서

통역 한국어 (2013)
한국어 학습 사전 (2013)
한국어와 문화 (2013)
한국어 음성학 (2012)
한국어 입문 (2010) 외 다수.

논문

한국어 광고에 나타난 한국의 가치관 (2013)
대학생의 인터넷 게시판 언어 사용 연구 (2012)
남성과 여성의 언어 사용 (2012)
태국 내 한국어 교사의 역할 (2012)
태국 신문에 나타난 한국 이미지 (2011)
관광한국어 수업을 위한 교수법 (2011)
통역 수업을 위한 교수법 (2010)
태국 내 한국어 교육 확산 (2009)
한국어 학습의 오류: 태국 학생을 중심으로 (2009)
한국어 대우법의 역할 (2008) 외 다수.

한국인을 위한

태국어 문형학습바이블

초판 인쇄 2020년 6월 17일
초판 발행 2020년 6월 24일

지은이 정환승 · Parit Yinsen
발행인 김인철
총괄 · 기획 윤성우 Director, University Knowledge Press
편집장 신선호 Executive Knowledge Contents Creator
기획 · 물류 이현진 Planning Expert
전자책 · 도서편집 장혜린 Contents Creator
도서편집 이병철 Contents Creator
이근영 Contents Creator
재무관리 하누리 Managing Creator
발행처 한국외국어대학교 지식출판콘텐츠원
02450 서울특별시 동대문구 이문로 107
전화 02)2173-2493~7
FAX 02)2173-3363
홈페이지 http://press.hufs.ac.kr
전자우편 press@hufs.ac.kr
출판등록 제6-6호(1969. 4. 30)
디자인 · 편집 (주)이환디앤비 02)2254-4301
인쇄 · 제본 네오프린텍 02)718-3111

ISBN 979-11-5901-786-5 13730 정가20,000원

* 잘못된 책은 교환하여 드립니다.

HU:iNE 은 한국외국어대학교 지식출판콘텐츠원의 어학도서, 사회과학도서, 지역학 도서 Sub Brand이다. 한국외대의 영문명인 HUFS, 현명한 국제전문가 양성(International+Intelligent)의 의미를 담고 있으며, 휴인(携引)의 뜻인 '이끌다, 끌고 나가다'라는 의미처럼 출판계를 이끄는 리더로서, 혁신의 이미지를 담고 있다.

한국인을 위한

태국어 문형학습바이블